दृष्टिभ्रम

डॉ. बाळ फोंडके

मेहता पब्लिशिंग हाऊस

Please contact us at **Mehta Publishing House,** Pune 411030.
✆ +91 020-24476924 / 24460313 / Mob. No. 9545000513
Email : production@mehtapublishinghouse.com
Website : www.mehtapublishinghouse.com

- *या पुस्तकातील लेखकाची मते, घटना, वर्णने ही त्या लेखकाची असून त्याच्याशी प्रकाशक सहमत असतीलच असे नाही.*

DRUSHTIBHRAM by Dr. BAL PHONDKE

दृष्टिभ्रम : डॉ. बाळ फोंडके / कादंबरिका

Email : author@mehtapublishinghouse.com

प्रकाशक : सुनील अनिल मेहता, मेहता पब्लिशिंग हाऊस, १९४१, सदाशिव पेठ, माडीवाले कॉलनी, पुणे - ४११०३०.

मुद्रक : पार्कसन्स ग्राफिक्स

मुखपृष्ठ : चंद्रमोहन कुलकर्णी

प्रकाशनकाल : ऑगस्ट, २००७ / पुनर्मुद्रण : सप्टेंबर, २०१२

किंमत : ₹ १५०

P Book ISBN 9788177667714
E Book ISBN 9789353170592
E Books available on : amazonkindle Apple Books Google Play Books

---

उपेक्षित परंतु लोकप्रिय
कथाप्रकारांना
आवर्जून स्थान देणारे
संपादकद्वय
राजेन्द्र आणि नीलिमा कुलकर्णी
यांना स्नेहपूर्वक

मनोगत

'चक्षुर्वै सत्यम्' असं म्हटलं जातं. बिरबलानंही नाही का खरं आणि खोटं यांच्यामध्ये केवळ चार बोटांचंच अंतर असतं असं छातीठोकपणे सांगून दिलं! कानांनी ऐकलं ते खोटं आणि या या डोळ्यांनी पाहिलं तेच खरं. बिरबलाचा युक्तिवाद त्यावेळी बादशहानं आणि इतर दरबारी मंडळींनीही विनातक्रार ऐकून घेतला. आज तसं होणं शक्य होईलसं वाटत नाही. त्याचं एक कारण म्हणजे आपल्या दृष्टीच्या मर्यादा आता समजून आल्या आहेत. आपले डोळे ज्याला दाद देतात तो प्रकाश म्हणजे एका टोकापासून दुसऱ्या टोकापर्यंत पसरलेल्या प्रकाश मालिकेतला एक छोटासा तुकडा. तानापिहिनिपाजा या सात रंगांच्या कुंपणात अडकलेला तुकडा. त्याच्या दोन्ही बाजूला प्रकाश सर्वदूर पसरलेला आहे. आपल्याला जांभळ्याच्या पलीकडला जंबुपार प्रकाश दिसत नाही. उलट तो डोळ्यांना दाहकच ठरतो. दुसऱ्या बाजूला तांबड्याच्या पलीकडला अवरक्तही दिसत नाही. जाणवलीच तर त्याची उष्णताच जाणवते. त्या दोन्हींच्या पलीकडेही पसरलेला प्रकाशाचा अफाट पट्टा आहे. इलेक्ट्रॉनिक उपकरणांच्या मदतीनं त्या प्रकाशात दिसणाऱ्या वस्तूंचं चित्रण आज करता येत नाही असं नाही. म्हणूनच तर अलीकडेच क्ष-किरणांना प्रतिसाद देणाऱ्या दुर्बीणीच्या मदतीनं या विश्वातल्या अदृश्य वस्तुमानाचा चेहरा प्रकट करण्यात यश मिळालं आहे. त्यामुळे केवळ डोळ्यांना दिसणारं तेच सत्य असं म्हणण्याचं धाडस कोणी करू शकणार नाही.

दिसणाऱ्या सर्वच गोष्टी सत्य असतात असंही म्हणता येत नाही. संगणकानं उभी केलेली व्हर्च्युअल रिॲलिटीची आभासी सृष्टी सत्य की स्वप्न या घोटाळ्यात

पाडणारीच असते. त्या मयसभेतून जाताना कौरवांसारखी आपलीही फटफजिती झाली तर नवल नाही. त्यामुळेच डोळ्यांना दिसतं म्हणून ते सत्य मानण्यापूर्वी हा दृष्टिभ्रम तर नाही ना, याची खातरजमा करून घेणं आवश्यक ठरतं.

या दृष्टिभ्रमाच्याच आविष्काराचा फायदा कोण कसा उठवेल हे सांगणं कठीणच आहे. कोणी एखादी समोर धडधडीत असणारी वस्तू अदृश्य करून टाकेल. त्या तंत्राचा वापर करून उभं केलेलं लढाऊ विमान कपटी शत्रूपासून आपला बचाव करण्यासाठी केलेल्या गनिमी काव्याचा एक अविभाज्य भाग बनून राहील. पण कोणाचा उद्देश असा स्वसंरक्षणाचा नसून उलट आक्रमणाचाही असू शकतो. आपली राक्षसी महत्त्वाकांक्षा सफल करण्यासाठीही त्याचा उपयोग होऊ शकतो.

विज्ञान आणि त्याचं बोट धरून येणारं तंत्रज्ञान हे नैतिकही नसतं की अनैतिकही नसतं. ते ननैतिक असतं. या जगातला माणसानं लावलेला पहिला शोध म्हणजे गरजेनुसार अग्नी प्रज्वलित करण्याचा. त्या अग्नीचा वापर आपलं अन्न शिजवण्यासाठी करता येतो किंवा सुनेला जाळण्यासाठीही करता येतो. त्यात अग्नीचा काय दोष? त्याचा वापर करणाऱ्या माणसाच्या स्वतःच्या भल्याबुऱ्याचंच प्रतिबिंब त्या वापरात पडलेलं असतं. मग दृष्टिभ्रमाचा खेळ शक्य करणाऱ्या नजरबंदीचा किंवा मायादर्पणाचा वापरही त्या त्या व्यक्तींच्या भावविश्वाच्या बैठकीवरच अवलंबून असला तर त्यात नवल ते काय!

— डॉ. बाळ फोंडके

मायादर्पण

- १ -

फोनची घंटी वाजली तशी जडावलेले डोळे तसेच मिटलेले ठेवत राजेश राणेनं खिशातला मोबाईल फोन कानाशी लावला. तरीही घंटी वाजतच राहिली आहे, हे त्याच्या लक्षात यायला काही वेळ जावा लागला. पण ते लक्षात आल्याबरोबर मात्र त्याचे सुस्तावलेले डोळे टक्क उघडले. कारण घंटी त्याच्या व्हिजिफोनची वाजत होती. वास्तविक घंटीच्या आवाजावरूनच त्याला त्याची जाणीव व्हायला हवी होती; पण डोळ्यांवरची झोप आणि त्यामुळे मेंदूला आलेली बधिरता अजून पुरती उडाली नव्हती. व्हिजिफोन आहे त्या अर्थी हेडक्वार्टर्सचा फोन असणार, हे मात्र त्यानं त्याही अवस्थेत ताडलं होतं. फोनवरचं बोलणं ऐकून तर त्याची झोप पार उडाली. कमिशनरसाहेबांचा फोन होता. डायरेक्ट कमिशनर म्हणजे काही तरी सीरियस मामला असणार, हे राजेशच्या लक्षात यायला वेळ लागला नाही.

वास्तविक इन्स्पेक्टर झाल्यापासूनच्या गेल्या चार वर्षांच्या त्याच्या तिथल्या ड्युटीमध्ये सिरियस तर सोडाच, पण छोटामोठा मामलाही कधी त्याला तंग करून गेला नव्हता. हे वर्ल्ड गव्हर्नमेंट झाल्यापासून आणि एकंदरीतच सगळीकडे शांतीचं राज्य सुरू झाल्यापासून पोलिसखात्याला फारसं काही कामच उरलं नव्हतं. हे पोलीस खातं कशासाठी ठेवायचं, असे सवाल अधूनमधून नेहमीच पार्लमेंटमध्ये उठत असत. त्याचं समर्पक उत्तर देणं सरकारलाही जमत नसे. मग सरकार कोणत्याही पक्षाचं असो. एक रुढी आणि परंपरा म्हणूनच ते खातं चालू ठेवण्यात आलं होतं. अगदी साग्रसंगीत; पण त्याची वाढ होणार नाही, याचीही खबरदारी घेतली जात असे. कोणी रिटायर झाला तरच नव्या कोणाची तरी रिक्रुटमेंट व्हायची. राजेश त्या मानानं खरोखरच लकी होता. तो नोकरीच्या शोधात असतानाच काही लोक रिटायर झाले आणि त्यामुळे त्याला भरती होण्याचा चान्स मिळाला. शिवाय त्याच वेळेला नेमक्या त्या पागल माणसांनी जरा जोर केला होता.

वास्तविक सगळ्या जगाचा कारभार कसा दृष्ट लागावा, असा चालला होता. साऱ्या जगातल्या देशांनी एकत्र येऊन एकच वर्ल्ड फेडरेशन स्थापन केल्यामुळे आपापसातली युद्धं तर थांबलीच होती. आपापसातले हेवेदावे थोडेफार चालत. माणूसप्राणी आहे तोवर ते चालायचेच; पण त्यांचा कोणाला त्रास होईल इथपर्यंत त्यांची मजल जात नसे. देशादेशांमधल्या सीमारेषा या एकाच देशातल्या दोन राज्यांमधल्या सीमारेषांसारख्या झाल्या होत्या. कोणीही इकडून तिकडे तिकडून इकडे मोकळेपणी ये-जा करू शकत होता. त्यामुळे तिथं गस्त घालण्याचीही गरज उरली नव्हती. स्मगलिंगचाही पार कणा मोडला होता. सगळीकडे एकाच किंमतीला आणि मुबलक माल मिळत असल्यावर स्मगलिंग करायचंच कशाला! नाही म्हणायला ट्राफिक ऑफेन्स होत असत. सीरियस मामला म्हणजे कोणीतरी दारूच्या नशेत वेगानं हॉवरकार चालवून दुसऱ्या कोणाला तरी उडवून लावल्याचा. खरं तर त्यांचीही संख्या फार मोठी नव्हती. एक तर हॉवरकारच्या मार्गावर कोणीही पादचारी येण्याचा सुतराम संबंध नव्हता आणि जिथं पादचाऱ्यांना मोकळेपणी हिंडायला मुभा होती, तिथं वाहनांना बंदी होती. त्यांच्यासाठी सरकते रस्ते असल्यामुळे तिथं वाहनं जाऊच शकत नव्हती. त्यामुळे ॲक्सिडेंट व्हायचे ते दोन वाहनांचेच. ते रस्तेही भरपूर रुंद असल्यामुळे तशी रहदारीची दाटीवाटी होतच नसे. म्हणूनच कोणीतरी अगदी नशेतच कार हाकत असल्यावाचून ॲक्सिडेंट होण्याचा संभवच नसे.

बाकी उरल्या छोट्यामोठ्या चोऱ्यामाऱ्या. त्यांचाच लोड असायचा प्रत्येक स्टेशनवर. पण प्रत्येक नागरिकाची व्यवस्थित ओळख पटवण्याचे अनेक खात्रीलायक उपाय अंमलात आणल्यामुळे त्यांचा छडा लावायलाही फार वेळ लागत नसे. एक तर सारे व्यवहार इलेक्ट्रॉनिक पेमेंटद्वारेच होत असल्यानं खिशात फार फार तर काही चिल्लरच असायची. त्यामुळे खिसा कापून कोणाच्याही हाती काही घबाड लागण्याची शक्यताच नव्हती. चोरी व्हायची ती त्या इलेक्ट्रॉनिक व्यवहारातच कॉम्प्युटर व्हायरसच्या मदतीनं हेराफेरी करण्याची; पण सगळाच मामला असा टेक्नॉलॉजीचा असल्यामुळे चोरी फार काळ लपून राहत नसे. फक्त पोलिसांनी नवी टेक्नॉलॉजी अंमलात आणली की तिच्यावर कुरघोडी करणारी दुसरी टेक्नॉलॉजी चोर-दरोडेखोर वापरायचा प्रयत्न करत. त्याला आळा घालणारी टेक्नॉलॉजी मग पोलिसांचे रिसर्च सायन्टिस्ट शोधून काढत. सारा व्यवहार अशा प्रकारे जंटलमेन डाकूंचा होता.

पण काही मंडळी मुळातच नतद्रष्ट असतात. सगळं कसं बिनबोभाट पार पडतंय हेच त्यांना बघवत नाही. त्यामुळे या प्रस्थापित जागतिक व्यवस्थेला उलथवून टाकण्याचा प्रयत्न काही वेडेपीर करत असत. त्यांच्या काही ऑर्गनायझेशन होत्या. त्यांचा बंदोबस्त करण्याचंच मोठं काम पोलिसांना करावं लागत असे.

त्यांच्याव्यतिरिक्त मधूनच कोणीतरी एकटादुकटा स्वतःच्या बळावर जगाच्या गाड्याला खीळ घालण्याचा प्रयत्न करत असे. त्याचा उपद्रवच पोलिसांना जास्ती जिकीरीचा वाटत असे. कारण त्याच्या कारवायांची व्याप्ती फारशी नसे. पण सतत काही ना काही आणि कुठं ना कुठं त्रास होत असे. अंगावरच्या कपड्यात शिरलेला एखादाच ढेकूण जसा हाती लागेपर्यंत सळो की पळो करून सोडतो, तशातलीच या माथेफिरूंची गत असे. तरीही त्यांचा तसा फारसा त्रास नव्हता. त्यामुळेच ड्यूटीवर आल्यानंतर झोपा काढण्यावाचून राजेशसारख्या इन्स्पेक्टरना फारसं कामच नसे.

त्यामुळेच आत्ता थेट कमिशनरांचा फोन म्हटल्यावर मामला गंभीर असणार, हे न कळण्याइतका राजेश बुद्दू नव्हता. व्हिजिफोनच्या स्क्रीनवरचा त्यांचा चेहराही बाब किती गंभीर हे स्पष्टपणे दर्शवणारा होता. त्यांच्या करारी चेहऱ्यावर काळजीच्या सुरकुत्या पडल्याचं सहजगत्या दिसत होतं. राजेशनं उठून ठोकलेल्या सॅल्यूटकडे लक्ष न देता ते थेट मुद्द्यावरच आले.

"इन्स्पेक्टर राणे, तो जगन्नाथ वसू तुझ्याच ज्युरिसडिक्शनमध्ये येतो ना?"

"जगन्नाथ वसू? म्हणजे बसू? म्हणजे तो सेंटर पॉईंटवालाच ना? पुस्तकं आणि सीडी विकणारा?"

"तोच. त्याला तू ओळखतोस ना?"

"यस, सर. पण म्हणजे त्याची माझी भेट नाही झालेली कधी. ऐकून माहिती आहे तो. आजपर्यंत कधी कोणत्याही लफड्यात पडलेला नाही तो. त्यामुळे माझी त्याची भेट होण्याचा प्रश्नच आला नव्हता."

"ते ठीक आहे. तर तो मेल्याची बातमी आलीय. म्हणजे त्याचा खूनच झालाय. तेव्हा तिथं जाऊन व्यवस्थित चौकशी करा."

"खून, सर? पण खूनच कशावरून?"

पण राजेशच्या या प्रश्नाचं उत्तर द्यायला कमिशनर तिथं थांबलेच नव्हते. चौकशीची ऑर्डर दिल्याबरोबर त्यांनी फोन बंद केला होता. राजेशचा प्रश्न समोरच्या ब्लॅन्क स्क्रीनलाच विचारला गेला होता.

घाईघाईनं आपला युनिफॉर्म नीटनेटका करत आणि डोक्यावर कॅप चढवत राजेश तिथून बाहेर पडला. पण त्याच्या डोक्यात मात्र प्रश्नांचं मोहोळ उठलं होतं. खून? आपल्या या सेक्टरमध्ये आजवर कधी मोठी चोरी, दरोडा, घरफोडी, मारामारीही झालेली नव्हती. आणि आता थेट खून? कसा असेल? काही तरी अपघाताचा किंवा फार फार तर आत्महत्येचा प्रकार असेल. ज्यांनी कोणी त्या जगन्याला पाहिला त्याला धक्का बसल्यामुळे त्यानं काही तरी भलतं सलतं कळवलं असणार. नाही तर गेल्या कित्येक वर्षांमध्ये त्याच्या सोडाच पण इतरही कोणत्या

सेक्टरमध्ये खुनाच्या गुन्ह्याची नोंद झाल्याचं त्याला तरी माहिती नव्हतं. पण आता थेट कमिशनरांनीच ऑर्डर दिलीय तर जाणं भागच होतं.

घाईही करणं भाग होतं. कारण आजकाल जगात मृतदेह फार काळ ठेवता येत नसे. हवेचं प्रदूषण आता जरी आटोक्यात आणलं गेलं असलं, तरी मध्यंतरीच्या काळात त्या प्रदूषित वातावरणात उदयाला आलेल्या काही सूक्ष्मजीवांनी, बॅक्टेरियांनी चांगलाच तग धरला होता. जिवंत व्यक्तीला त्यांचा त्रास होत नसे; पण मृतदेहाचा फडशा पाडायला मात्र ते उत्सुक असत. परस्पर अशी कलेवरांची विल्हेवाट लागत असल्यामुळे त्या बॅक्टिरियांना आळा घालण्याचे फारसे प्रयत्नही होताना दिसत नसत. त्यामुळे अशी एखाद्या खुनाची किंवा बेवारशी प्रेताची बातमी मिळाली, की सफाई कामगार तिथं ताबडतोब हजर होत आणि ते प्रेत जवळच्या दहनगृहात नेत. दफन करायला फारशी जागाच उरलेली नसल्यानं आणि दहन करणं हे अतिशय हायजिनिक असल्याचं सिद्ध झाल्यापासून सारी प्रेतं दहन करण्याचाच कायदा झाला होता.

राजेशला तिथं पोचायला फारसा वेळ लागलाच नाही. गाडी पार्क करून तो धावतच सेंटरपॉईंटच्या इमारतीत शिरला. दरवाजातच त्याची डॉ. साळुंक्यांशी भेट झाली. डॉ. साळुंके पोलीस सर्जन होते. कोणाचाही असा अनैसर्गिक अवस्थेत मृत्यू झाला, की त्याची खबर त्यांना दिली जातच असे. मग तिथं जाऊन ते प्रेत हलवण्यापूर्वी त्याची तपासणी करण्याचं त्यांचं काम होतं. पूर्वीसारखं प्रेत उत्तरीयपासणीसाठी डॉक्टरांकडे पाठवण्याचं केव्हाच बंद झालं होतं. तेवढा वेळ तो मृतदेह टिकणंच शक्य नव्हतं. त्या जीवाणूंचा असा काही जोरदार हमला होई की हाडंसुद्धा शिल्लक राहत नसत. शिवाय त्यापाठोपाठ येणाऱ्या दुर्गंधीनं जीव नकोसा होई. त्या जीवाणूंनी बाहेर टाकलेल्या वायूंमुळे ती दुर्गंधी येते, तिचा तसा जिवंत व्यक्तीला इतर कोणताही त्रास होत नाही, हे माहिती असूनही अशा वेळी त्या दुर्गंधीपासून दूर राहण्याचाच मार्ग सर्वजण पत्करत.

"तुलाही खबर मिळाली तर?'' त्याला पाहताच डॉक्टर म्हणाले. आणि मग आपल्या खांद्यावरून पाठच्या दिशेनं आपला उजवा अंगठा उडवत ते म्हणाले. "पाठच्या दारातून बाहेर नेताहेत ते ती बॉडी. तुला बघायची असेल तर माझ्याशी बोलण्यातही वेळ घालवू नकोस. माझा तपास पूर्ण—''

पण ते काय सांगताहेत हे ऐकायला राजेश तिथं थांबलाच नाही. धावतपळतच तो आत गेला. दोन सफाई कामगार स्ट्रेचरवर घालून जगन्नाथचा मुडदा बाहेर घेऊन चालले होते. राजेशला पाहताच ते थबकले. आपल्याला ती बॉडी बघायची आहे हे त्यांना राजेशला सांगावंही लागलं नाही. त्यांनी ते ओळखलं होतंच. स्ट्रेचर जमिनीवर ठेवत त्यांच्यापैकीच एकानं वरची पांढरी चादर बाजूला केली.

खरं तर राजेशची नजर आतापर्यंत मरायला पाहिजे होती; पण तो पोलिसात जॉईन झाल्यापासून खुनाची ही पहिलीच केस होती. इतरही बॉडी तशा त्यानं आजवर पाहिलेल्या नव्हत्या. आणि पाहिल्या असत्या तरी जगन्नाथ वसूची बॉडी पाहून त्याला भडभडूनच आलं असतं. इतकी दुर्दशा झालेली बॉडी कधी बघावी लागेल असा विचार स्वप्नातही त्याच्या मनात आला नव्हता.

बाकी त्यामुळे जगन्नाथ वसूचा मृत्यू म्हणजे खूनच होता, याविषयी काही शंका उरली नव्हती. हा खून नसून एक अपघात असू दे अशी प्रार्थना तो कमिशनरांचा फोन आल्यापासून करत होता. पण तिला यश मिळालं नव्हतं. अपघातानं बॉडीची अशी अवस्था होत नाही. शिवाय मृत्यूचं कारणही स्पष्ट झालं होतं. ती बॉडी जगन्नाथ वसूचीच याविषयीही काही संदेह राहिला नव्हता. कोणीतरी चांगली भलीभक्कम तलवार, किंवा कुऱ्हाड, घेऊन जगन्नाथचं डोकं पार मानेपर्यंत उभं चिरलं होतं. त्याच्या डोक्याचे दोन भाग एकमेकांशी व्ही या अक्षरासारखे कोन करून राहिले होते. तीव्र द्वेष असल्याशिवाय असं कृत्य करायला कोणी धजावलं नसतं. खुनाचा शोध घेताना त्याचा मोटिव्ह शोधायचा असतो. त्या मोटिव्हची दिशाच ती बॉडी दाखवत होती. शिवाय एका घावात डोक्याच्या अशा चिरफळ्या करायच्या म्हणजे घाव घालणारा तसाच तगडा असायला हवा होता. खुन्याची ओळख पटवण्याच्या कामी त्या माहितीचा उपयोग झाला असता. राजेशनं मनातल्या मनात ती नोंद करून ठेवली. त्याला अधिक बारकाईनं त्या बॉडीकडे बघायचं होतं. पण ते सफाई कामगार घाई करायला लागले होते.

"निघू दे आता आम्हाला, साहेब. एक घंटा होऊन गेला हा मुडदा सापडल्याला."

राजेशच्या नाकपुड्यांनाही आता त्या वेळेची जाणीव व्हायला लागली होती. येणाऱ्या दुर्गंधीनं त्याही मुरडू लागल्या होत्या. घाईघाईनं ती चादर परत त्या चिरलेल्या डोक्यावरून अंथरत त्यानं त्या सफाई कामगारांना जाण्याची अनुमती दिली.

ते दोघे बाहेर जाताच राजेशनं आपला मोर्चा परत दुकानाकडे वळवला. सगळीकडे उंचच उंच शेल्फ्स होती. त्यावर प्लॅस्टिकच्या आवरणात गुंडाळलेली पुस्तकं शिस्तीत लावून ठेवलेली होती. वेगवेगळ्या विषयांनुरूप त्यांची विभागणी केलेली होती. शेल्फच्या डोक्यावरच्या पट्टीवर त्या विषयांची नावं लिहिलेल्या चिठ्ठ्या चिकटवलेल्या होत्या. एका बाजूच्या शेल्फवर सीडीही तशाच व्यवस्थित रचून ठेवलेल्या होत्या. शेल्फवरच्या आवरणं नसलेल्या पुस्तकांच्या प्रती काढून त्या वाचण्यासाठी ठिकठिकाणी आरामखुर्च्या ठेवलेल्या होत्या. त्या खुर्च्यांजवळ पेडेस्टल लॅम्प्स होते. ज्यांना त्याच प्रकारे सीडी बघायच्या होत्या त्यांच्यासाठी कॉम्प्युटर टर्मिनल्स असलेली छोटीछोटी केबिन्स होती. ती कशी वापरायची

याविषयीच्या सूचना लिहिलेली कार्ड्स तिथंच टांगलेली होती. सगळीकडे स्वच्छता, टापटीप होती. कोणतंही चांगलं इन्फर्मेशन सेंटर कसं असावं, याचं मार्गदर्शन करण्यासाठी जगन्नाथ वसूचं ते दुकान उपयोगी पडलं असतं.

राजेशनं सगळीकडे बारकाईनं पाहिलं. पण जगन्नाथच्या खुनावर प्रकाश टाकेल असा कोणताही पुरावा तिथं असल्याचं त्याला दिसलं नाही. बाहेर आता थोडीफार गर्दी जमली होती. काही तरी वेगळाच प्रकार तिथं घडल्याची कुणकुण लोकांना लागली होती. त्यामुळे हवशागवशांचा आणि नको तिथं नाक खुपसण्याची सवय असलेल्यांचा घोळका तिथं जमला होता. एक पोलीस कॉन्स्टेबल त्या गर्दीला आवरण्याचा प्रयत्न करत होता. राजेशनं त्याला ओळखलं.

"कॉन्स्टेबल देशमुख, इकडे ये."

देशमुखनं लगबगीनं येऊन कडक सॅल्यूट ठोकला.

"काय रे, तुला काय माहिती आहे या प्रकाराबद्दल? म्हणजे कोणाला तो मुडदा सापडला? कधी? आणि असंच इतर सारं?"

"मलाच सापडला, साहेब. एक तास तरी होऊन गेला असेल."

"तुलाच सापडला?"

"होय, साहेब. म्हणजे मी आपला रस्त्यावरून गस्त घालत जात होतो तर मला ठो ठो असा आवाज ऐकू आला."

"ठो ठो असा आवाज? म्हणजे स्फोट होऊन उडणाऱ्या पिस्तुलाच्या गोळीचा?"

"होय, साहेब. मलाही आश्चर्य वाटलं. म्हणून मी धावतधावत आत आलो तर तिथं ते पडलेले. मी पोहोचेपर्यंत प्राण गेला होता. पाठचा दरवाजा उघडा होता म्हणून मी तिकडे धावलो, तर तिथं कोणीच नव्हतं. पुढच्या दारानं काही कोणी बाहेर पडलं नव्हतं. ते शक्यच नव्हतं. कारण मी तिथंच तर होतो. तेव्हा ज्यानं कोणी वसूंना मारलं तो मागच्या दारानं पळून गेला असणार. मी वसू मेल्याची खात्री करून घेतली. आणि–"

"मग मला का नाही कळवलंस?"

"तेच तर करायला मी आलो होतो. पण मी भलताच चक्रावून गेलो होतो. त्यामुळे घाईघाईत नंबर फिरवला तो कमिशनरसाहेबांचाच फोन लागला. मग मला त्यांना सर्व सांगावंच लागलं. त्यांनीच तर ऑर्डर दिली, की मी तिथंच पहारा देत थांबायचं, मुळीच हलायचं नाही. ते स्वत:च सफाई खात्याला, डॉक्टरांना आणि तुम्हाला फोन करणार होते."

तसा कमिशनरांनी केलाही होता. पण सफाई खात्याला आणि डॉक्टरांना कळवल्यानंतर. कारण तो तिथं पोहोचण्यापूर्वीच इतरांनी आपापली कामं केलीही होती. पण तो विचार राजेशनं बाजूला सारला. कारण तेवढ्यात त्याला देशमुखच्या

सांगण्यातली एक चमत्कारिक बाब ध्यानात आली होती.

"देशमुख, तू पिस्तुलातून झाडलेल्या गोळीचा आवाज ऐकलास असं म्हणालास?"

"होय, साहेब."

"कसं शक्य आहे. अशा स्फोट करून उडणाऱ्या शस्त्रांवर तर कधीच बंदी घातली गेली आहे. मग–"

"होय ना साहेब. म्हणून तर आश्चर्य वाटून मी धावत धावत आत आलो. पण तो आवाज ऐकला याबद्दल मला मुळीच शंका नाही. शिवाय मुडदा पाहिल्यावर तर खात्रीच पटली. छातीवर डाव्या बाजूला म्हणजे हृदय असतं ना बरोबर त्याच्यावर चांगलं एवढं डॉलरच्या नाण्याइतकं छिद्र पडलेलं होतं. गोळी आरपार गेली असणार म्हणून मी शोधलंही. पण ती कुठं मिळाली नाही. आता डॉक्टरांना मुडद्यातच सापडली असेल, तर काय माहिती नाही बा."

राजेशचा आता गोंधळ उडाला होता. त्याला काही ते छिद्र दिसलं नव्हतं. पण डोकं असं चिरलेलं पाहिल्यावर इतर काही पाहण्याचा विचारही त्याच्या मनात आला नव्हता. त्यामुळे कदाचित ते त्याच्या नजरेआड झालं असावं. तरीही ते छिद्र केवढं मोठं होतं, हे स्पष्ट करून सांगणाऱ्या देशमुखनं डोकं चिरल्याबद्दल काहीच सांगितलं नव्हतं.

"पण देशमुख, त्या छातीवरच्या छिद्राव्यतिरिक्त इतर काही जखम झाल्याचं तू पाहिलंस का?"

"नाही बा. पण त्या गोळीनं जीव घेतल्यावर इतर काही करायची गरजच काय म्हणतो मी!"

"हो तेंही खरंच आहे."

सगळाच मामला विचित्र होता. देशमुखनं डोक्याची ती अवस्था पाहिली नाही म्हणजे मग डॉक्टरांनी आपली तपासणी करताना तर ते डोकं असं चिरलं नव्हतं? पण तसं काही करण्याची गरजच काय होती? छाती चिरली असती, पोट चिरलं असतं तर समजण्यासारखं होतं. डोकं कशाला चिरायचं? आत अडकून पडलेली ती गोळी काढायची होती म्हणावं तर देशमुख म्हणतो त्याप्रमाणे तीही छातीच्या आतच, फार फार तर मानेत अडकून पडली असणार. ती काढण्यासाठी असं डोकं उभं चिरायची आवश्यकताच काय होती? तरीही डॉक्टरांना त्यासंबंधी विचारल्यानंतरच खरा प्रकार काय ते समजेल.

"देशमुख तू असं कर तू शेजारच्या दुकानात जाऊन तिथला व्हिजिफोन वापर. मला हा वापरायचा आहे. तू आपल्या स्टेशनला फोन करून आणखी काही जणांना बोलावून घे आणि मग इथला सगळा कानाकोपरा पिंजून काढा. आजुबाजूच्या सर्वांकडे चौकशी करा."

"चौकशी म्हणजे साहेब कोणी कोणाला इथून पळून जाताना पाहिलं का हेच ना?"

"ते तर आहेच. शिवाय या जगन्नाथ वसूबद्दलही आणखी माहिती मिळवा. म्हणजे त्याचं आणखी कोण कोण आहे, त्याची वागणूक कशी होती, त्याचे इतरांशी संबंध कसे होते, त्याची कोणाशी दुष्मनी वगैरे होती की काय, त्याला कोणी मारलं असावं, त्याला मारण्यानं कोणाचा फायदा होण्याचा संभव आहे, वगैरे वगैरे. काय चौकशी करायची हे मी सांगायला पाहिजे काय रे तुम्हाला?"

त्याबरोबर जीभ हातभर लांब बाहेर काढत देशमुख तिथून पळाला.

राजेशनं ताबडतोब डॉक्टरांना फोन लावला. स्क्रीनवर त्यांचा चेहरा दिसताच उगीचच इतर काही बोलण्यात वेळ घालवण्याऐवजी राजेशनं सरळच विचारलं.

"हं, मग काय रिपोर्ट आहे तुमचा डॉक्टर?"

"अरे, रिपोर्ट काय असायचाय? तूसुद्धा सांगू शकशील. एवढ्या उघडपणे शरीरावर सगळं दिसत असताना वास्तविक इतर तपासाची गरजच नव्हती; पण उद्या कोणी काही खुसपट काढू नये म्हणून तो करायचा."

"म्हणजे कशानं मृत्यू आला असं म्हणायचंय तुम्हाला?"

"म्हणजे तुला बॉडी बघायला मिळालीच नाही की काय? कारण तिची अवस्था बघितल्यानंतर तू मला असं विचारलंच नसतंस. सरळ आहे. लेझर गनचा वापर केला गेला होता. सगळा उजवा खांदा आतल्या हाडापर्यंत राख होऊन गेला होता. पण खरं तर तेवढ्यानं काही मरण ओढवलं नसतं. निदान ताबडतोब तरी निश्चित नाही. त्यामुळे मृत्यू आला तो शॉकनंच. अगदी उघड उघड आहे सारं. बाकी ती लेझर गन त्या मारेकऱ्याच्या हाती कशी लागली हा प्रश्नच आहे. त्यांच्यावरही केव्हाच बंदी घातली गेलीय. पण ते तू शोधून काढशीलच."

मनात उडालेला गोंधळ डॉक्टर कमी करतील, असं वाटत असताना त्यांनी तर तो आणखीच वाढवून ठेवला होता. पण डॉक्टर म्हणतात तसा जर लेझर गननं डावा खांदा भाजून काढला असता, तर ते त्याला दिसलंच असतं. देशमुखनं सांगितलेलं गोळीनं पडलेलं छिद्र एकवेळ नजरेतून सुटणं शक्य होतं; पण डोकं कितीही चिरलेलं असलं तरी उजव्या खांद्यांची झालेली ती दशा कोणत्याही परिस्थितीत नजरेआड होणं शक्यच नव्हतं. डॉक्टर तर इतक्या ठामपणानं सांगताहेत, तर मग आपल्याला ते दिसलं कसं नाही? म्हणजे मग देशमुख तरी खोटं बोलतोय किंवा डॉक्टर तरी? देशमुखनं सांगितलेली जखम आपल्याला कदाचित दिसली नसेल. तेव्हा तो खोटं बोलतोय असं आपण म्हणू शकत नाही. पण डॉक्टरांनी सांगितलेली जखम न दिसायला तो काही आंधळा नव्हता. मग डॉक्टर खोटं सांगताहेत? पण त्यांनी तरी तसं का करावं? आपल्याला असा खोटा रिपोर्ट

देण्याचं त्यांना काय कारण असावं?

तेवढ्यात एक दुसराच विचार मनात येऊन त्यानं डॉक्टरांना विचारलं,

"डॉक्टर या लेझर गनचा ठो असा आवाज येऊ शकतो का?"

"म्हणजे त्या स्फोट होऊन उडणाऱ्या पिस्तुलांसारखा?"

"येस, तसाच."

"इम्पॉसिबल! या लेझर गनचा हिस्स असा आवाज होतो. सायलेन्सर बसवलेल्या पिस्तुलासारखा. तुम्ही अगदी जवळच कुठं तरी असाल तर ऐकू येईल तुम्हाला. पण दूरवर कुठंही ऐकू येण्यासारखा मोठ्ठा आवाज बिलकुल होत नाही."

पण मग देशमुख तर आपण आवाज ऐकल्याचं ठामपणे सांगत होता. मग कोणाचं म्हणणं खरं मानायचं? देशमुखचं खरं न मानण्यासारखं कारण आता आपल्याजवळ नाही. पण डॉक्टरांचं म्हणणं खरं मानायचं तर त्यांनी सांगितलेली कोणतीही खूण आपल्याला मुडद्यावर दिसली कशी नाही?

फोन बंद करून राजेशनं आपलं डोकं जोरजोरात हलवलं. डोक्यातल्या विचारांचा झालेला गुंता सुटून ते सरळ संगतवार धावू लागावेत म्हणून.

देशमुखनं पिस्तुलातून गोळी मारल्याचा आवाज ऐकला होता. सर्वांत प्रथम त्यानंच बॉडी पाहिली होती. आणि त्याला छातीवर भलं मोठं छिद्र दिसलं होतं. डॉलरच्या आकाराचं. त्याचं म्हणणं खरं मानायचं आणि डॉक्टरांचंही खरं मानायचं तर देशमुखनं बॉडी पाहिल्यापासून डॉक्टरांनी ती तपासेपर्यंतच्या काळात कोणीतरी मुडद्यावर लेझर गन झाडली असायला हवी. तसं कोणीतरी वेडापीरच करण्याची शक्यता होती. पण ती मुळापासून नाकारता येत नव्हती. त्यामुळे देशमुखचंही खरं आणि डॉक्टरांचंही खरं, असं म्हणता आलं असतं. तसंच तपास करायच्या वेळी डॉक्टरांनी मुडद्याचं डोकं उभं चिरलं असण्याची शक्यता होती. आपण त्यांना तसं स्पष्टपणे विचारलं नाही. पण ती शक्यताही नाकारता येत नाही. तसं असेल तर मग देशमुखला ते चिरलेलं डोकंही दिसणार नाही, की लेझर गननं राखरांगोळी केलेला तो उजवा खांदाही दिसणार नाही. तेव्हा कोणीही खोटं न बोलता त्या तिन्ही जखमा मृताच्या शरीरावर असणं शक्य होतं; पण मग सर्वांत शेवटी आपणच ती डेड बॉडी पाहिली. तेव्हा आपल्याला त्या तिन्ही जखमा दिसायला हव्या होत्या. त्यातली देशमुखनं पाहिलेलं गोळीनं पडलेलं छिद्र कदाचित नजरेतून सुटण्याची शक्यता आहे. पण डॉक्टरांनी सांगितलेली जखम कशी लपून राहील?

छे छे, डोकं भणाणून गेलं होतं. अशानं आपल्याला वेड लागेल, असं राजेशला वाटू लागलं होतं. डॉक्टर खोटं बोलत आहेत, अशी त्याची खात्री पटत चालली होती; पण तसं करण्याचं त्यांना कारणच काय होतं? ते त्याला नीटसं

सांगता नसतं आलं. शिवाय कोणीही त्याच्याऐवजी डॉक्टरांचंच म्हणणं खरं मानलं असतं. कारण त्याच्याकडेही त्याच्या सांगण्याशिवाय कोणताही पुरावा नव्हता. त्यानं शपथेवर आपली माहिती सांगण्याचा पवित्रा घेतला असता, तर डॉक्टरांनीही शपथेवर आपलं निवेदन केलं असतं.

अशा परिस्थितीत तिसऱ्या कोणाची साक्ष काढणार? हं, त्या मुडद्याचीच साक्ष काढता आली असती. त्यानंच आपल्यावरच्या जखमांची खरी परिस्थिती काय आहे, हे दाखवून दिलं असतं; पण ती शक्यता आता मुळातूनच नाहीशी झाली होती. आतापर्यंत तो मुडदा जळून त्याची राख झाली असणार. अगदी हाडांचंही भस्म झालं असणार. तेव्हा ती आशाही उरली नाही.

राजेशला खरंच काय करावं ते कळत नव्हतं. मृत्यूचं कारणच जर असं धूसर राहिलं, तर पुढचा तपास तरी कसा करणार? खून करण्यासाठी कोणतं शस्त्र वापरलं याबाबतच अशी संदिग्धता निर्माण झाली, तर मग ते कोणी वापरलं याचा शोध कसा घेणार?

कोणाची साक्ष काढता येईल?

तेवढ्यात राजेशला आठवण झाली. त्यानं ती बॉडी पाहिली त्याच वेळी त्या दोन सफाई कामगारांनीही ती बघितली होती. किंबहुना, त्यानंतरही त्यांनी ती पाहिली होती. त्यांनीच ती शेवटी इन्सिनरेटरमध्ये ढकलली असणार. त्या वेळीही त्यांनी ती बघितली असणार. त्यांना त्या बॉडीवरच्या सगळ्याच जखमा दिसल्या असणार. आपल्याला त्या मुडद्याचं डोकं चिरल्याचा भ्रम तर नाही ना झाला, अशा त्याच्या मनाला आता कुरतडणाऱ्या शंकेचं निरसन तेच करू शकणार होते. त्यांना गाठायला हवं. ताबडतोब.

राजेशनं लगेचच सफाई कामगारांच्या कार्यालयाला फोन लावला. स्क्रीनवर पलीकडे बसलेल्या अधिकाऱ्याचा चेहरा दिसायला लागताच राजेशनं घाईघाईनं विचारलं,

"इथल्या ८४, एफ अ‍ॅव्हेन्यूवरच्या २३३४ क्रमांकाच्या दुकानातून एक मृतदेह काही वेळापूर्वी उचलला गेला होता. त्या वेळी तिथं कामावर असलेले सफाई कर्मचारी अजूनही ऑफिसमध्येच आहेत का?"

"बघायला हवं." असं म्हणून त्यानं समोरचा कॉम्प्युटर कन्सोल आपल्याकडे वळवून त्यावर काम करायला सुरुवात केली.

"सॉरी इन्स्पेक्टर. त्यातल्या एकाची ड्यूटी संपल्यामुळे तो घरी गेलाय. त्याच्या घरचा पत्ता हवा तर देऊ शकेन मी."

"पण दोघं जण आले होते इथं. त्यातला दुसराही घरी गेलाय का?"

"सॉरी. मी तेही सांगायला हवं होतं तुम्हाला. नाही, तो घरी गेलेला नाही.

त्याची ड्यूटी अजून संपलेली नाही. तो इथंच ऑफिसात आहे.''

''मग त्याला जरा फोनवर बोलवता का?''

तो दुसरीकडून फोनजवळ येईपर्यंतचा वेळ राजेशला युगायुगांसारखा वाटला. त्याच्याशी बोलायला राजेश अतिशय अधीर झाला होता. पण तो तिथं येईपर्यंत वाट पाहण्याखेरीज तो काहीही करू शकत नव्हता.

फोनच्या स्क्रीनवर त्याचा चेहरा दिसताच मात्र राजेशला राहवलं नाही.

''काय पाहिलंस तू?'' त्यानं एकदम सवाल केला. त्या कामगाराला त्या प्रश्नाचा शेंडाबुडखा कळणं अशक्यच होतं. तो नुसताच दिङ्मूढ होऊन पाहत राहिला. त्यामुळे राग येऊन राजेश त्याच्यावर खेकसणारच होता. पण ऐन वेळी त्यानं स्वत:ला सावरलं. तसं केल्यानं त्याचं सहकार्य मिळणं अवघड झालं असतं, हे त्याच्या लक्षात आलं.

''तो मुडदा उचलून तूच स्ट्रेचरवर ठेवलास ना?''

''मी एकट्यानं नाही. आम्ही दोघांनी उचलून त्याला ठेवला. काय जड होता म्हणून सांगू. माणूस कितीही बारीक असला ना तरी त्याचा मुडदा झाला की तो जड होतोच. काय!''

''ठीक आहे, ठीक आहे. पण तू तो नीट पाहिला असशीलच. मग सांग त्याला कशानं मरण आलं असावं असं वाटतं तुला?''

''तुम्ही माझी फिरकी तर नाही ना घेत, इन्स्पेक्टरसाहेब! काही वाटायची किंवा तर्क करायची गरजच काय? मामला सरळसोट होता. आता धडापासून मुंडकंच तोडून टाकलेलं असलं, की माणूस जिवंत कसा राहायचा हो? हं आता पार पूर्वीच्या इतिहासातली ती कोणा मुरारबाजी नावाच्या माणसाची गोष्ट सांगतात. मुंडकं उडाल्यानंतरही तो लढत राहिला होता म्हणे. एकदम बंडल! असं कसं शक्य आहे?''

''काय म्हणालास? मुंडकं तोडलं होतं? खात्री आहे तुझी?''

''घ्या! साहेब, नशापाणी करून काही काम करत नव्हतो आम्ही. एक डाव धड ठेवलं स्ट्रेचरवर आणि नंतर ते मुंडकं. ते मात्र मीच उचललं साहेब. तेव्हा खात्री आहे म्हणून काय विचारता?''

''तुझ्याबरोबरचा तुझा साथीदारही तुझ्या म्हणण्याला दुजोरा देईल?''

''अगदी शंभर टक्के. कारण ते मुंडकं उचलून मी धडाला चिकटवायचा प्रयत्न करू लागलो. पण मला ते जमेना. तेव्हा त्यानंच ते व्यवस्थित लावून ठेवलं. पण साहेब, हे तुम्ही मला का विचारताय? तुम्हीही पाहिलाच की तो मुडदा. तुम्हालाही ते सगळं दिसलं असेलच.''

त्यावर राजेश गप्पच राहिल्याचं पाहून तो कामगारच मग पुढे म्हणाला, ''म्हणजे ते मुंडकं व्यवस्थित चिकटवलं गेलं होतं तर. म्हणून तुमच्या लक्षातच

आला नाही काय प्रकार होता ते. बरोबर.''

''हो, तसंच असलं पाहिजे.'' खोल गेलेल्या आवाजात राजेश कसंबसं पुटपुटला. तेवढ्यात त्याला परत कसलीशी आठवण झाली. म्हणून मग त्या कामगाराला फोन ठेवताठेवता थांबवून त्यानं विचारलं.

''पण ते मुंडकं कशानं तोडलं असावं असं वाटतं तुला?''

''मला तरी ते एनर्जी बीमवाल्या बंदुकीनं तोडल्यासारखं वाटलं. कुठंही वेडावाकडा घाव नव्हता. एकदम डॉक्टरनं ऑपरेशन केल्यासारखं कापून काढलं होतं. सफाईनं. पण माझ्या साथीदाराचं मत मात्र वेगळं पडलं.''

''म्हणजे? तो तुझ्या म्हणण्याला दुजोरा देईल असं म्हणालास ना तू आत्ता?''

''तो देईलच. मुंडकं तुटलेलं असल्याबद्दल त्यालाही शंका नाही. फक्त त्याला वाटतं, की ते कुऱ्हाडीनं नाही तर तरवारीनं तोडलेलं असावं. कारण मुंडक्याची खालची बाजू अशी करवतकाठी, वेडीवाकडी असल्याचं त्याला दिसलं होतं. पण मला तरी तसा काही वेडावाकडा प्रकार दिसला नाही.'' खुदूखुदू हसत तो कामगार म्हणाला. आपण केलेल्या विनोदानं त्याला स्वत:लाच जोरदार हसू आलं होतं.

राजेश मात्र वैतागला होता. हातातला रिसिव्हर त्यानं जोरानं आपटूनच फोन बंद केला. त्या मुद्द्याबद्दल पाचजणांनी पाच वेगवेगळ्या कहाण्या ऐकवल्या होत्या. आपण काय पाहिलं याबद्दल त्याची त्यालाच शंका येऊ लागली होती. आय विटनेस अकाउंट हा सगळ्यात पॉवरफुल पुरावा मानावा असं त्याला शिकवलं गेलं होतं. इथं त्या शिकवणीलाच छेद जात होता.

नशीब, जगन्नाथ वसू मेलेलाच नाही, तो जिवंतच आहे असं सांगणारं कोणी भेटलं नव्हतं.

- २ -

येत असलेल्या जांभईला कसंबसं आवरत आळोखेपिळोखे देत असतानाच राजेशची नजर समोरच्या घड्याळाकडे गेली. आठ वाजायला आले होते. त्यानं बाजूच्या खिडकीतून बाहेर पाहिलं. काळोख पडला होता. रस्त्यावरचे सोडियम व्हेपर लॅम्प पूर्ण दिमाखात आपला पिवळाधम्मक प्रकाश सगळीकडे पसरवीत होते. सिमेंट कॉन्क्रीटचे रस्ते सोन्याचा मुलामा दिल्यासारखे उजळले होते.

इतका वेळ झालाय हे राजेशच्या लक्षातच आलं नव्हतं. दुपारपासून तो कमिशनरसाहेबांना पाठवायच्या रिपोर्टची तयारी करण्यातच गुंतून गेला होता. परत परत विचार करून डोकं नुसतं भणभणून गेलं होतं; पण तो रिपोर्ट कसा तयार करावा हेच त्याला सुचत नव्हतं. वास्तविक रिपोर्ट तयार करण्याचं काम तसं सोपं

केलं गेलं होतं. फॉर्म नंबर ५३ त्यासाठीच बनवला गेला होता. त्या फॉर्ममधल्या प्रश्नांची उत्तरं त्यांच्यापुढच्या रिकाम्या जागेत लिहिली की झाला रिपोर्ट तयार. तरीही राजेश अजून त्यावरच काम करत राहिला होता. प्रश्न तसे सोपे होते. तरीही त्यांची उत्तर लिहिणं त्याला जमत नव्हतं. विशेषत: तो महत्त्वाचा प्रश्न. तोच तोच विचार करून आणि त्यापायी डोकं शिणवून सारं अंगही आंबून गेल्यासारखं झालं होतं. जिभेवर एक तुरट पापुद्रा चढल्यासारखा झाला होता, तहानेनं घसा कोरडा पडला होता.

उठून पलीकडच्या कूलरमधून पाणी घेऊन राजेश ते घटाघटा प्याला. त्यातल्याच थोड्या पाण्याचा हबकारा तोंडावर मारत त्यानं ते खसखसून पुसलं. एसी चालू असूनही घामानं अंग चिंब भिजल्यासारखं झालं होतं. हे सगळं सोडून घरी जाऊन झोपावं असं त्याला वाटत होतं; पण हा रिपोर्ट आपला पिच्छा सोडणार नाही, याचीही त्याला जाणीव होती. घरी गेल्यावरही या रिपोर्टचा विचार मनातून जाणार नाही, बिछान्यावर पडल्यानंतरही झोप येणार नाही, याची त्याला खात्री वाटत होती. म्हणूनच तो रिपोर्ट पूर्ण केल्यानंतरच घरी जाण्याचा विचार तो करत होता. आताही त्यानं परत तोच निश्चय केला आणि नव्यानं परत त्या फॉर्म ५३शी झटापट करण्यासाठी तो टेबलापाशी बसला.

फॉर्म तसा सरळ साधा होता. तो भरणाऱ्याला मदत व्हावी अशा तऱ्हेनंच त्याची जुळणी केली गेली होती.

१. मयताचं नाव. हा रकाना भरण्यात कोणतीही अडचण नव्हती. जगन्नाथ वसूचाच मृत्यू झालाय याविषयी शंका नव्हती. त्याबद्दल वेगवेगळे अहवाल कोणी दिले नव्हते. तो स्वत:, देशमुख, डॉक्टर, ते दोघे सफाई कर्मचारी सगळ्यांचंच त्याबाबत एकमत होतं. तेव्हा तो रकाना ताबडतोब भरायला कोणतीच अडचण नव्हती. राजेशनं कॉन्फिडंटली तो लिहायला सुरुवात केली.

१. मयताचं नाव : जगन्नाथ वसू.

चला, सुरुवात तर झाली. एक दशांश फॉर्म तर भरून झाला.

हुरूप येऊन राजेशनं पुढच्या प्रश्नांची उत्तरंही भराभर लिहायला सुरुवात केली.

२. मयताचा व्यवसाय : इन्फर्मेशन रिसोर्सेसचं दुकान.

३. मयताचा घरचा पत्ता : ४७९३, वाय रेसिडेन्शियल कॉम्प्लेक्स, ब नगर, सेक्टर क्रमांक १९

४. कार्यालयीन पत्ता : दुकान क्रमांक २३३४, ८४ एफ अ‍ॅव्हेन्यू, ब नगर, सेक्टर क्रमांक १९

५. मृत्यूची वेळ : अंदाज़े १२:३७, तीन मार्च २३९७

६. मृत्यूचे कारण :

त्या सहा नंबरच्या प्रश्नाशी येऊन राजेशची गाडी अडली होती. प्रश्न तसा सोपा होता. न समजण्यासारखं त्यात काहीही नव्हतं. तरीही त्याचं साधं नि:संदिग्ध उत्तर देणं त्याला जमत नव्हतं. जगन्नाथच्या दुकानाला बाहेरून सील ठोकून आपल्या ऑफिसात तो परत आला तोवर साधारण पावणेतीन वाजले होते. त्यानंतरचा काही वेळ डॉक्टरांशी आणि नंतर त्या सफाई कामगाराशी फोनवरून बातचीत करण्यात गेला. तेव्हापासून गेले साडेतीन-चार तास तो या फॉर्मशी झगडत होता. आणि परत परत प्रश्न क्रमांक सहावर येऊन थांबत होता. एखाद्या नाठाळ घोड्यासारखा. तसं म्हटलं तर त्या प्रश्नाची एक नाही पाच पाच उत्तरं त्याच्याजवळ तयार होती; पण ती सारी देऊन चालणार नव्हतं. कोणतं तरी एकच द्यायला हवं होतं. जगन्नाथ वसूचा खून झाला, याबद्दल शंका नव्हती; पण तो खून कसा केला गेला, नेमकं कोणत्या प्रकारे त्याला मरण आलं, याचीही व्यवस्थित नोंद करणं आवश्यक होतं. तिथं कोणतीही चूक करायला किंवा त्या बाबतीत 'नरो वा कुंजरो वा' असा गुळमुळू पवित्रा घ्यायला मुभा नव्हती. त्या प्रश्नावर या गुन्ह्याचा पुढचा तपास अवलंबून होता. खून्याला हुडकून काढायचं तर त्यानं आपला गुन्हा नेमका कशा प्रकारे केला, याची नीटनेटकी माहिती आवश्यक होती.

आणि तीच राजेश देऊ शकत नव्हता. त्या बाबतीत दुसऱ्या कोणाची मदतही मागू शकत नव्हता. दुसऱ्या कोणाची मदत होणंही शक्य नव्हतं. ज्या कोणाची मदत होईल असं वाटलं होतं, त्यांनी तर त्याचा गोंधळ अधिक वाढायलाच मदत केली होती. त्या पुढची वाट त्याची त्यालाच शोधायची होती. पण त्यासाठी कोठून सुरुवात करावी, हेच त्याला समजत नव्हतं.

व्हिजिफोनची बेल वाजली तसा तो दचकला. कमिशनरसाहेबांचा तर फोन नसेल? त्यांनी रिपोर्ट कुठवर आला असं विचारलं, तर आपण काय जवाब देऊ शकतो!

आपला युनिफॉर्म ठाकठीक करत, सॅल्युट देण्यासाठी पवित्रा घेत राजेशनं रिसिव्हर उचलला. त्याबरोबर समोरच्या स्क्रीनवर फोन करणाऱ्याची छबी उमटली. ते कमिशनर नाहीत हे पाहताच राजेशनं एक मोठा सुटकेचा नि:श्वास सोडला. तो पाहून कल्याणी रावतेनं त्याला छेडलंच,

"काय महाशय, सुटकेचा सुस्कारा कसला सोडताय? उलट पकडलेल्या गुन्हेगारासारखं ओशाळवाणं वाटलं पाहिजे तुला?"

"पकडलेला गुन्हेगार? म्हणजे मी काय केलं? मी काही त्या..."

"काय केलं? आज मला डिनरला बाहेर घेऊन जायचं कबूल केलं होतंस ना तू? तूच तर फोन करून डेट कन्फर्म केली होतीस?"

"आज जायचं होतं?"

"हो. आजच. सात वाजता येणार होतास तू. आणि आता साडेआठ वाजून गेले आहेत. तुझ्या मोबाईलवर मी केव्हापासून ट्राय करतेय. पण तो लागतच नाहीय."

राजेशनं घाईघाईनं आपला मोबाईल उचलला. दुपारी झोपेतच त्यानं तो चालू केला होता. तेवढ्यात कमिशनरांचा फोन आल्याचं समजल्याबरोबर त्यानं तो तसाच ठेवून दिला. बंद न करताच. आणि त्यानंतर तर तो जगन्नाथ वसूच्या दुकानातच धावला होता. मोबाईल तेव्हापासून तसाच ऑन राहिला होता. त्याची बॅटरी साफ डाऊन झाली होती. परत चार्ज केल्याशिवाय तो चालू होणार नव्हता.

"सॉरी, कल्याणी. दुपारपासून मनच नाही थाऱ्यावर. मोबाईल ऑनच राहिला होता. त्यामुळे तुला तो एन्गेज असल्यासारखा रिपोर्ट मिळत होता. आता तर त्याची बॅटरी साफ डाऊन झालीय. चार्जिंगला ठेवायला हवा. आणि दुपारपासून असा काही अडकलोय की कशाकशाचीही आठवण नाही. त्यामुळेच आपली डिनर डेट साफ विसरलो मी."

"वाटलंच मला. एरवी काही काम असण्याची सवयच नाही ना. मग असं काही काम आलं की चक्रावूनच जायला होत असणार."

"कर, कर, तूही चेष्टा कर. आज सालं—"

"एवढा वैतागलाहेस! ती जगन्नाथ वसू मर्डरचीच केस ना?"

"हो. पण तुला कसं समजलं?"

"टीव्हीवर सांगितली ना. अगदी मीठमसाला लावून रिपोर्ट दिलाय; पण खरं सांगू, सारा मीठमसालाच होता. खरी माहिती काहीच नव्हती. तूच तपास करतोहेस ना?"

"त्याच्यातच तर अडकलोय. त्या केसचा प्रिलिमिनरी रिपोर्ट पाठवायचाय कमिशनरसाहेबांना. तोच तर तयार करत बसलोय केव्हापासून. त्यामुळेच तुझ्याकडे यायचं साफ विसरून गेलो बघ. सॉरी."

"अरे, पण प्रिलिमिनरी म्हणजे तसा साधाच तर असतो ना हा रिपोर्ट? मग त्यापायी तुझी अशी तंतरायला काय झालंय?"

"अग पण त्यात मयताला मृत्यू कसा आला, त्याचा खून कसा झाला, हेही सांगावं लागतं ना?"

"खरंच कसा झाला रे त्या जगन्याचा खून?"

"अं हं. आमच्या नियम क्रमांक तीनशे सत्तावन्ननुसार त्या केसशी संबंध नसलेल्या कोणालाही कसलीही माहिती देण्यावर बंधन आहे."

"जहन्नममध्ये गेला."

"जगन्नाथ वसू?"

"तोही गेला तरी हरकत नाही. पण मला म्हणायचं होतं तुझा तो नियम. सांग ना कसा मारला त्याला?"

"तुला नाही सांगता येणार. तुझा संबंधच काय?"

"तुझ्या त्या केसशी नसेल. पण तुझ्याशी तर आहे? आहे ना?"

तिनं तो प्रश्न अशा काही मधाळ स्वरात उच्चारला, की त्याही स्थितीत राजेशच्या हृदयाचे दोनतीन ठोके चुकले. तिचा चेहरा जरी समोर दिसला तरी त्याला तसंच व्हायचं. आता तर तिनं अशा काही लाडिक सुरात त्याला तो नाजुक प्रश्न विचारला होता, की त्याचं भानच हरपायला आलं होतं.

"आहे. अगदी डेफिनेटली. तुलाही ते माहिती आहे. पण–"

"–पण माझा आणि त्या जगन्याचा संबंध काय असंच विचारायचंय ना तुला? मला त्याच्या केसमध्ये इतका इंटरेस्ट का हेच जाणून घ्यायचंय ना तुला? अरे, तो डॅडींकडे यायचा वरचेवर. त्यांचा मित्रच होता म्हण ना. अगदी फॅमिली फ्रेंड."

"तरीही तू त्याचा उल्लेख जगन्या असा करते आहेस, म्हणजे तुला तो फारसा आवडत नसावा. खरं ना?"

"हं, तसंच म्हणायला हरकत नाही. म्हणजे तसा ठीक होता रे; पण कधी कधी फार बोअर करायचा. काही काही वेळा कुठंतरी टॅन्जन्शियली जाऊन भलतेच विचार मांडायचा. आणि तसं करायला लागला ना, की त्याच्या चेहऱ्यावर जरा वेडाच्या छटाच दिसायच्या मला. म्हणजे एखाद्या उंदरानं आपलं दाताड विचकावं आणि तेवढ्या क्षणातच त्याच्या ठिकाणी सिंहाचा अक्राळविक्राळ वासलेला जबडा दिसावा, म्हणजे जसं वाटेल ना तसं वाटायचं त्या वेळी. पण एरवी तसा चांगलाच होता तो. आता काय, बिचारा गेलाय या जगातून! आता त्याच्याविषयी काही वाईट कशाला बोला! शिष्टाचाराला धरून नाही होणार ते."

"तुला खरं सांगू कल्याणी, आज दुपारपासून त्या जगन्याबद्दल चौकशी करत आहोत आम्ही. पण त्याच्याबद्दल कोणीही काहीही सांगत नव्हतं. काहीतरी सब्स्टॅन्शियल सांगणारी तूच पहिली भेटलीस बघ."

"म्हणजे मी पोलिसांची इन्फॉर्मर झाले तर. खबरी. मग आता मला त्या जगन्नाथ वसूचा खून कसा झाला, हे सांगायला तुला कसलीच अडचण पडू नये. खरं ना?"

"ग्रेट! चांगलंच पकडलंस की मला बोलता बोलता. ठीक आहे सांगेन तुला मी. पण एका अटीवर."

"आपकी हर शर्त मंजूर है हमे." नाटकी सुरात कल्याणी म्हणाली.

"मग यापुढे त्या केसचा निकाल लागेपर्यंत त्याच्याबद्दल काहीही विचारायचं नाही, कबूल?"

"कबूल."

"मग ऐक तर, त्याचा खून स्फोट होऊन उडणाऱ्या पिस्तुलाची गोळी छातीत- हृदयाजवळ- घुसून झाला. तसाच तो लेझर गननं त्याच्या उजव्या खांद्याची साफ राखरांगोळी केल्यावर आलेल्या शॉकमुळेही झाला. त्याचं डोकंही उभं चिरलं होतं एखादा नारळ सोलून काढावा तसं. आणि मग ते तरवारीनं किंवा कुऱ्हाडीनं तसंच एनर्जी बीम गननंही धडापासून वेगळं केलं गेलं होतं. अर्थात त्यानंतर ते धडाला नीटसपणे चिकटविण्याची खबरदारीही घेतली गेली होती."

"सकाळपासून कोणी भेटला नाही का तुला अशी फिरकी ताणायला?"

"तुझ्या गळ्याशप्पथ कल्याणी, मी बोललो त्यातलं अवाक्षरही खोटं नाही."

"पण–"

"पण तुला काय विचारायचं आहे, हे समजतंय मला. पण यापुढे कोणताही प्रश्न विचारणार नाहीस, असं प्रॉमिस दिलंयस तू. तेव्हा ते विसर. मला सांग डॅडी कसे आहेत?"

"आता झोप लागलीय त्यांना. आता बरीच सुधारलीय त्यांची प्रकृती. आता रेस्टचीच गरज आहे खरं तर. पण डॅडी काही फार दिवस असे बिछान्यात तर सोडाच, पण घरीही पडून राहतील असं वाटत नाही. बहुतेक पुढच्याच आठवड्यात युनिव्हर्सिटीमध्ये जायला लागतील. निदान तिथं जाऊन आपल्या ऑफिसात बसल्याशिवाय चैन नाही पडायचं त्यांना. पण तूही बराच दमलेला दिसतोयस. तुलाही रेस्टची गरज वाटतेय मला. केव्हापर्यंत सबमिट करायचे आहेत ते रिपोर्ट तुला?"

"गुन्हा घडल्यापासून चोवीस तासांच्या आत रिपोर्ट सबमिट करायचे असतात."

"म्हणजे उद्या दुपारपर्यंत जायला हवेत ते. मग भरपूर वेळ आहे. आता तिथं बसून तुझ्याच्यानं काहीही काम व्हायचं नाही. तेव्हा तिथून उठ आणि सरळ इथं घरी ये. बाहेर जेवायला जायला मिळणार नाही, हे मी त्या वसूची बातमी आल्याबरोबरच ताडलं होतं. तेव्हा घरीच जेवण तयार ठेवलंय मी. तुझा आवडता मुसाका तयार केलाय. असशील तसा उठ आणि इथं ये. दॅट्स ॲन ऑर्डर, इन्स्पेक्टर."

"येस, मॅम." उठून कडक सॅल्यूट ठोकत राजेश म्हणाला. कल्याणीचं म्हणणं खरंच होतं. इथं बसून कितीही डोकेफोड केली तरी तो रिपोर्ट तयार झाला नसता. उलट सकाळी फ्रेश होऊन आल्यावर लगेच काही तरी मार्ग सुचला असता. आता इथला कारभार आटपून घरी जायला निघावं हेच उत्तम. जाताजाता देशमुखला गाठून त्याच्याकडून त्याच्या कामाचा रिपोर्टही घ्यावा. त्यांचीही मदत होईल आपले रिपोर्ट तयार करायला.

"हा बघ निघालोच. वाटेत फक्त आमच्या कॉन्स्टेबलना गाठून त्यांनी काही

आणखी माहिती मिळवली आहे की काय हे बघतो आणि येतोच.''

पण देशमुखकडून आणखी कसलीही महत्त्वाची माहिती हाती लागली नाही. म्हणजे त्यानं किंवा त्याच्याबरोबर असलेल्या इतरांनी आपल्या कामात कसूर केली होती, असं नाही. त्यांनी पराकाष्ठा केली होती. कोणताही मुद्दा तसाच सोडून दिला नव्हता. लहान मुलं सोडल्यास आजुबाजूच्या सगळ्यांकडे अगदी कसून चौकशी केली होती; पण जगन्नाथ वसूबद्दल कोणालाही काहीही माहिती नसल्याचंच त्यातून निष्पन्न झालं होतं. त्याच्या दुकानातही कोणाला जाताना किंवा तिथून बाहेर पडताना कोणी पाहिलं नव्हतं. कोणालाही बंदुकीचा आवाजही ऐकू आला नव्हता. त्याचे मित्र कोण होते, त्याच्या दुकानात काम करणारे कोणी होते का, त्याचं कुणाशी वैर होतं का, त्याचं कुणाशी भांडण झालं होतं का, पैशाच्या किंवा देण्याघेण्याच्या व्यवहारावरून त्याचा कोणाशी तंटाबखेडा होता का, काही म्हणता काहीही माहिती कोणी देऊ शकत नव्हतं. जणू जगन्नाथ हा तिथं कोणाच्या खिजगणतीतच नव्हता. त्याच्या राहण्याच्या ठिकाणीही नाही की त्याच्या दुकानातही नाही. भर समाजात राहूनही सर्वांपासून फटकून राहणंच त्यानं पसंत केल्यासारखं दिसत होतं. त्याची कोणी गिऱ्हाईकं सापडलीच तर त्यांच्याकडून काही माहिती मिळते की काय, हे आता बघावं लागणार होतं. सकाळी कामावर आल्यापासून त्याचीच तयारी करावी लागणार होती.

कल्याणीकडे पोचल्यावर मात्र राजेश आपल्या सगळ्या काळज्या विसरला. तिच्या सहवासात त्याला आलेला थकवा कुठल्याकुठे पळाला. आणि तिनं बनवलेला मुसाका खाल्ल्यावर तर तो गाणं गुणगुणतच आपल्या घरी जायला निघाला.

वाटेत परत त्याच्या मनात तेच विचार घोळू लागले. देशमुख आणि कंपनीनी इतकी कसून चौकशी करूनही त्याच्या हाती काहीच पुरावा लागला नव्हता. मग आता तपास करायचा तरी कसा? आणि कुठून?

त्याला लहानपणी वाचलेल्या काही फार जुन्या रहस्यकथांची आठवण झाली. तो कोण शेरलॉक होम्स होता म्हणे. त्याचं इतकं नाव झालं होतं, की त्याच्या लंडन शहरात त्याचं घर तसंच राखून ठेवलं गेलं होतं आणि ते बघायला पर्यटकांची रांग लागत असे. ते भाबडे म्हणावं तर तर्कसंगतरित्याच वागणाऱ्या शास्त्रज्ञांच्या रॉयल सोसायटी ऑफ केमिस्ट्रीनं तर त्याला त्यांची मानद फेलोशिपही बहाल केली होती. एक काल्पनिक डिटेक्टिव्ह. त्याचं इतकं कौतुक केल्यामुळेच तर राजेशसारख्यांची पंचाईत झाली होती. तो शेरलॉक म्हणे नुसत्या आलेल्या पाहुण्यांच्या चेहऱ्याकडे आणि कपड्यांकडे पाहून त्याच्या आयुष्याचा सारा इतिहास सांगत असे. तो कुठं जन्मला, लहानपणी त्याला कोणकोणत्या रोगांनी पछाडलं होतं, त्याचं शिक्षण कुठपर्यंत झालं होतं, त्याच्याकडे येण्यापूर्वीच्या दोनतीन

तासात तो कुठंकुठं गेला होता, कोणाकोणाला भेटला होता. सारं काही. भंकस! ते कुडमुडे ज्योतिषी असत ना पूर्वी हात पाहून किंवा कायशीशी ती कुंडली पाहून भूतभविष्यातल्या सगळ्या घटनांचा पाढा वाचत; त्यातलीच गत. असं नुसतं कोणाकडे पाहून जर भक्कम पुरावा मिळत असेल, तर मग जगन्याच्या त्या मुडद्याकडे पाहून त्याच्या खुनाची बित्तंबातमी लागायला हवी होती. इथं तर त्याचा मृत्यू कसा झाला, याबद्दलच पाच निरनिराळ्या कहाण्या आहेत. म्हणजे त्याच्याकडे कोणी पाहिलं त्यानुसार इतिहास वेगळा होतो आहे. कसं व्हायचं!

घरी पोचल्यावरही या विचारांनी त्याचा पिच्छा सोडला नव्हता. आपला युनिफॉर्म उतरवून त्यानं व्यवस्थित हँगरवर अडकवून ठेवला. बूट काढून नीटपणे कोपऱ्यातल्या शेल्फवर ठेवले. बाहेर पौर्णिमेच्या चंद्राचं टिपूर चांदणं पडलं होतं. अशा वेळी म्हणे वेड्यापीरांचं वेड वाढत असतं आणि भल्याभल्यांनाही वेड लागतं. दोन-तीनशे वर्षांपूर्वीच्या भ्रामक समजुती. आजही त्या संपूर्णपणे नाहीशा झालेल्या नाहीत.

बाकी सारं असंच होत राहिलं तर आपल्याला वेड लागायला वेळ लागणार नाही, याबद्दल राजेशची खात्री पटत चालली होती. नाईटड्रेस चढवून बिछान्यावर पडल्यानंतरही तो तळमळत राहिला होता. झोप त्याला हुलकावणी देत होती. जरा डोळा लागला की जगन्नाथचा मुडदा खदाखदा हसत त्याच्या नजरेसमोर नाचत होता. एकटा नाही तर त्याचीच पाचपाच रूपं. एकात त्याच्या डोक्याच्या चिरफळ्या झालेल्या असत, तर दुसऱ्यात त्याचा उजवा खांदा जळून राख झालेला असे. मधूनच त्या सगळ्यांना बाजूला सारत डोकं नसलेलं त्याचं कबंधच नाचू लागे. आणि मग नुसतंच धड नसलेलं डोकं नंगानाच सुरू करे. त्यामुळे परत त्याला जाग येई.

डोक्यातला गुंता सुटावा म्हणून ते हलवून नजर जरा दुसरीकडे वळवावी, तर तो आकाशातला पूर्णाकृती चंद्र नजरेला पडे आणि एखाद्या वेड्यासारखा त्याला खुणावत राही.

थकूनभागून तरी झोप येईल, असं राजेशला वाटत असतानाच त्याच्या मनात एक कल्पना आली. उद्या सकाळी उठल्याबरोबर आधी डॉक्टर साळुंक्यांना गाठून परत एकदा त्यांच्याशी बोलायला हवं. ते काय सांगतात तो धागा पकडून मग जगन्नाथ वसूच्या मृत्यूचं कारण लिहिता येईल. ते एकदा लिहून झालं, की निदान तो रिपोर्ट तरी हातावेगळा होईल. बाकी पुढचं पुढे. त्यानंतरचा विचार त्यानंतर. आताच आपली नींद हराम कशाला करा.

त्या कल्पनेबरोबर राजेशच्या मनातलं वादळ जरा शमलं. या वेळी डोळे मिटल्यानंतरही जगन्याची ती पाच भुतं धुमाकूळ घालायला आली नाहीत. बाहेरचा

चंद्रही तिथून गायब झाल्यासारखा झाला. राजेशला शांत झोप लागली.

झोपेत त्याला स्वप्न पडलं. स्वप्न? हो स्वप्नच म्हणायला हवं. स्वप्नात तो अजूनही बिछान्यावरच पडलेला होता. म्हटलं तर झोपेत, म्हटलं तर जागृतावस्थेत. डोळे उघडल्यासारखे व्हावेत पण झोप अजून पुरती उडालेली नसावी, अशा स्थितीत. आजुबाजूला मिट्ट काळोख होता. खिडकीतून रस्त्यावरच्या दिव्यांचा प्रकाश खरं तर यायला हवा होता. पण तोही येत नव्हता. तिकडेही काळोखच होता. म्हणजे नक्कीच ते स्वप्न असणार.

इतक्यात त्या काळोखातून सगळीकडून त्याला कुजबूज ऐकू येऊ लागली. खोलीत कोणीतरी यावं आणि त्यांनी त्याची झोप चाळवणार नाही अशा आवाजात एकमेकांशी बोलावं तसं. पण ते काय बोलताहेत हे त्याला स्वच्छ ऐकू येत होतं.

"–मारून टाका, त्यांना ठार मारा."

"ते आपले नाहीत. तुम्ही त्यांचा द्वेष करता. आपल्या खराब परिस्थितीला तेच जबाबदार आहेत. त्यांना ठारच मारलं पाहिजे."

"ते उपरे आहेत. परकी आहेत. त्यांना ठारच मारलं पाहिजे. ही विषवल्ली इथं फोफावू देता कामा नये. त्यांचा समूळ नायनाटच करायला हवा. त्यांना ठारच मारायला हवं. त्यांना ठारच मारायला हवं."

"मारा, मारा, मारा.'"

"त्या पलीकडच्या सेक्टरमधल्यांना सगळ्या नोकऱ्या मिळतात. त्यांचे लाड केले जातात. त्यांना वीज, पाणी फुकटात मिळतं. त्यांच्याकडचे रस्ते सुंदर आहेत. सगळ्या गाड्या तिकडेच धावतात. सगळे उद्योगधंदे तिथंच आहेत. तरीही ते इथं येऊन आपल्याला लुटताहेत. त्यांना ठारच मारायला हवं. त्यांना ठारच मारायला हवं."

"ही अक्करमाशी अवलाद आहे. आपल्यासारखं शुद्ध तांबडंलाल रक्त त्यांच्या अंगातून वाहत नाही. त्यांचं रक्त कृत्रिमच आहे. आपल्याशी त्याचा संकर नको. ते विष आपल्या अंगात भिनायला नको. त्यांना ठारच मारायला हवं. त्यांना ठारच मारायला हवं."

"आपल्याला पिळताहेत ते. छळताहेत ते. गिळताहेत ते. ते उपरे. त्यांना ठारच मारायला हवं."

"ठारच मारायला हवं. आपल्याच घरात शिरून आपल्यावर शिरजोर व्हायला बघताहेत ते. त्यांना हाकलून द्यायला हवं. नाही, नाही, त्यांना नष्टच करायला हवं. त्यांना ठारच मारायला हवं."

खुसूरपुसूर. कुजबुज. सगळीकडून, सतत. एकसारखी कानांवर पडत होती. कुजबूज.

"चला उठा, मारून टाका त्यांना. त्यांना ठारच मारायला हवं. आत्ता. या क्षणी. ताबडतोब. त्यांना ठारच मारायला हवं."

कुजबूज. चहूकडून.

"इथं आहेत त्यांना तर ठार मारायलाच हवं; पण सीमेपलीकडे जाऊनही त्यांचा नायनाट करायला हवा. कायमचा. फार दूर नाही. हॉवरकारमधून अर्ध्या पाऊण तासाच तर मामला. फक्त तीन-साडेतीनशे किलोमीटर. बॉर्डर आणि मग पलीकडचा सेक्टर. माजलेल्यांचा, पोळांचा सेक्टर. त्यांना तिथंच ठेचून मारायला हवं. म्हणजे मग आपल्या घरात घुसखोरी करणार नाहीत. तिथं जाऊन त्यांना ठारच मारायला हवं."

"चला उठा, सज्ज व्हा. चला. त्यांना ठारच मारायला हवं."

राजेश उठून बसला. त्याची सर्व्हिस तलवार आत ठेवलेली होती. तिच्या म्यानासकट. आजवर तिचा वापर करण्याचा कधी प्रसंगच आला नव्हता. त्यानं ती तलवार म्यानातून बाहेर काढून तिच्या धारेवरून आपला अंगठा अलगद फिरवला. अजूनही चांगली धार होती. जरा अंगठा वेडावाकडा फिरला असता तर रक्ताची धारच लागली असती; पण त्याचं रक्त सांडून चालणार नव्हतं. रक्त सांडायला हवं होतं ते त्यांचं. त्या उपऱ्यांचं. रक्त सांडायला हवं होतं ते त्यांचं. अशुद्ध, काळंकुट्ट. इथेही आणि तिथेही. त्यांना ठारच मारायला हवं होतं. ती तलवार त्यांच्या मानेवरूनच फिरायला हवी होती.

कुजबूज आता अधिक तीव्र झाली होती. तिच्यातले शब्द एकमेकांत गुंतून पडत होते. पण त्यांचा अर्थ स्पष्टपणे मनावर उमटत होता. त्यांना ठारच मारायला हवं.

आजवर ही तलवार अशी म्यानात अडकून पडली होती. त्याच्या अधिकाराचं प्रतीक असलेली ती तलवार अशी म्यानातच राहून कसं चालेल! त्या अधिकाराची जरब बसायची असेल, तर तिची काय ताकद आहे हे कधीतरी दाखवायलाच हवं होतं. ती तलवार अशी कुंवारी राहून चालणार नव्हतं. तिच्या माथ्यावर रक्ताचा लालभडक टिळा लागायला हवा होता. तिच्या भांगात रक्ताचा सिंदूरी साज चढायला हवा होता. राजेशचं ते कर्तव्यच होतं.

"चला उठा, सज्ज व्हा. त्यांना ठारच मारायला हवं."

राजेशनं हँगरवरचा युनिफॉर्म काढून चढवला. युनिफॉर्म घालूनच बाहेर पडायला हवं. हे तर धर्मयुद्धच होतं. ते लढायलाच हवं होतं. युनिफॉर्म घातल्याशिवाय त्या युद्धाला पावित्र्य कसं लाभणार? राजेश युनिफॉर्म चढवून तयार झाला. तलवार म्यानासकट त्यानं कंबरेला बांधली. बूट चढवले आणि तो बाहेर पडला.

बाहेर रस्त्यावर मिट्ट काळोख होता. आकाशातला तो चंद्रही कुठं तरी

ढगाआड तोंड काळं करून बसला होता. पण म्हणून काय झालं. रस्त्यावरचे दिवे? त्यांचा उजेड तर असायला हवा! सूर्यास्तापासून सूर्योदयापर्यंत ते कधीच विझवले जात नसतं. सतत भगभगत आपला पिवळाजर्द उजेड रस्त्यांवर पाडत असत. त्याच्या डांबरी पृष्ठभागावर सोन्याचा मुलामा चढवत असत. पण ते दिवेही आता विझवलेले होते. सगळीकडे अंधारगुडूप होता. म्हणजे हे नक्कीच स्वप्न असणार.

पण त्या काळोखात तो एकटाच नव्हता. इतरही दरवाजे उघडत असल्याचे आवाज त्या कुजबुजीच्या कोलाहलावर मात करत त्याला ऐकू येत होते. इतरही मंडळी आपल्याबरोबर मार्चिंग करत आहेत, याची जाणीव त्याला होत होती. ते दिसत नव्हते. पण ते तिथं होते. शिस्तीत लेफ्टराईट करत होते. मोठ्या संख्येनं. आणि त्यांना सतत ती ऑर्डर दिली जात होती. कुजबुजीच्या सुरात.

"त्यांना ठारच मारायला हवं. ते परके आहेत. त्यांचा नायनाटच करायला हवा. ही विषवल्ली मुळातच ठेचून टाकायला हवी. त्यांना ठारच मारायला हवं."

"चला उठा, सज्ज व्हा. बॉर्डरपलीकडे जाऊन त्यांना मारून टाका."

"त्या उपऱ्यांचा नायनाट करा. त्यांना ठारच मारायला हवं."

आणि तो जमाव शिस्तीत निमूटपणे मार्चिंग करत होता. काहीही बोलत नव्हता. काहीही बोलायची गरजच काय होती? काय करायचं याचं स्पष्ट निर्देशन झालेलं होतं. त्या ऑर्डरचा अर्थ सर्वांना समजला होता. तिचं निमूटपणे पालन तर करायचं होतं. इतर कशाचीही पर्वा करायची नव्हती. जीवनमरणाचा प्रश्न होता. आपला, आपल्या पुढच्या पिढीचा. त्याच्याही पुढच्या पिढीचा. जीवावर उदार होऊन लढा द्यायचा होता.

कोणीही बोलत नव्हतं. त्या जमावापैकी कोणाच्याही तोंडून ब्र ही निघत नव्हता. मग ती ऑर्डर कोण देत होतं? ते कोणीही दिसत नव्हतं. तसं तर तो बरोबर मार्चिंग करणारा जमावही दिसत नव्हता; पण तो असल्याची जाणीव होत होती. तशी ती ऑर्डर देणाऱ्याची जाणीव होत नव्हती. पण ऑर्डर स्पष्ट ऐकू येत होती. रात्रीच्या गर्भातूनच तो आवाज येत होता. आसमंतातून त्याचा खर्जातला सूर प्रकट होत होता.

किती तरी वेळ राजेश चालत होता. किती ते त्याला सांगता नसतं आलं. आकाशातला तो चंद्रही कुठे दडून बसला होता कोण जाणे. तो कुठं आहे त्यावरून वेळेचा अंदाज बांधता आला असता. पण त्याचीही मदत नव्हती, हरकत नव्हती, वेळेचाही प्रश्न नव्हता. आता मिशन सक्सेसफुल झाल्याशिवाय घरी परतायचंच नव्हतं.

एकदम येणाऱ्या ऑर्डरमध्ये बदल झाला. आवाजात, कुजबुजीच्या तीव्रतेत बदल झाला नाही. पूर्वी येत असलेल्या सूरातच ही नवी ऑर्डर येत राहिली.

"त्यांना ठारच मारायला हवं. पण आज नाही. आज नाही. उद्या, परवा कधीतरी. पण आज नाही. इतक्या संख्येनं आल्याबद्दल धन्यवाद. पण आज नाही. उद्या-परवा कधीतरी. त्यांना ठारच मारायला हवं. पण आज नाही. आता परत फिरा. घरी चला. आपल्या बिछान्याकडे मोर्चा वळवा. झोपून जा. झोपून जा."

आपल्या अवतीभवतीचा तो जमाव उलट्या दिशेनं मार्चिंग करू लागल्याचं राजेशला जाणवलं. अजूनही कोणीही दिसत नव्हतं. सगळीकडे गडद अंधारच होता. तरीही तो जमाव उलटा फिरल्याचं त्याला जाणवलं. त्यानंही अबाऊट टर्न केलं. आणि परत शिस्तीनं लेफ्ट-राईट करत तो जात राहिला. बॉर्डरपासून दूर. आपल्या घराकडे.

राजेशला जाग आली तेव्हा त्याचं डोकं जरासं दुखत असल्यासारखं झालं होतं आणि अंगही आंबल्यासारखं झालं होतं. एखाद्या वेळी हँगओव्हर झाला की असंच वाटायचं; पण काल रात्री तर तो कल्याणीकडे जेवला होता आणि ती तर मद्याला स्पर्शही करू देत नसे. तिच्याबरोबर असताना ते घेण्याचीही इच्छा होत नसे. मग असा हँगओव्हर असल्यासारखं का वाटावं

तेवढ्यात त्याला ते कालचं स्वप्न आठवलं. या स्वप्नांचं असंच असतं. सकाळी उठल्या उठल्या त्यांची आठवण झाली तर त्यात काय पाहिलं, काय घडलं, यांची व्यवस्थित रीतसर आठवण येते. नाहीतर मग सगळंच धूसर होऊन जातं.

काय भयंकर होतं ते स्वप्न! अशा गोष्टी आता घडत नसतात; पण पूर्वीच्या काळी, विसाव्या शतकात ती वस्तुस्थिती होती. त्या वेळी सारी मानवजात अशी एक झाली नव्हती. ती वेगवेगळ्या गटांमध्ये, वंशांमध्ये, देशांमध्ये विभागली गेली होती. प्रत्येकाला आपलाच देश, आपलाच प्रदेश, आपलाच वंश श्रेष्ठ वाटायचा. बाकी सारे कनिष्ठ, दुय्यम दर्जाचे, कमअस्सल रक्ताचे असल्याचं प्रत्येकाचं ठाम मत असायचं. आणि म्हणूनच त्या सर्वांवर आपलंच अधिराज्य चाललं पाहिजे, अशी त्याची भावना व्हायची. त्या भावनेला खतपाणी घालणारे राजकीय, सामाजिक, धार्मिक नेतेही त्या वेळी होते. त्यांनाही आपलं त्या त्या वंशीयांवरचं, मानवजातीच्या एका छोट्याशा गटावरचं आधिपत्य कायम राहावं, अशी इच्छा असायची. आपलं नाही राहिलं तर आपल्या कुटुंबियांचं, आपल्या गोतावळ्याचं अधिपत्य कायम राहावं, अशी अपेक्षा असायची. त्यासाठी मग इतर कोणीतरी आपल्यावर हमला करायला, आपल्यावर जुलूम करायला टपलेला आहे, असं त्यांना भडकवत ठेवावं लागायचं. इतरांचा दुःस्वास करण्याची, त्यांचा द्वेष करण्याची, भावना चेतवत ठेवावी लागायची. त्यातूनच मग तंटेबखेडे, हेवेदावे, लढाया यांना ऊत आला होता. उघड लढाई करता येत नव्हती, तेव्हा आडूनपाडून हल्ले करायला प्रोत्साहन

दिलं जायचं. निरपराध लोकांचे बळी दिले जायचे. त्यांचं उदात्तीकरण केलं जायचं. त्यात मानवजातीचं, जगाचंच नुकसान होत होतं.

पण मग मानवजातीच्या जनुकसंचयाचं वाचन केलं गेलं. ह्युमन जीनोमची सखोल माहिती मिळाली. त्यातून या वंशवर्चस्वाचा फुगा फुटला. ज्यांना दुबळे किंवा कमअस्सल मानलं गेलं होतं, त्यांच्या अंगीही तितकेच प्रभावी गुणधर्म असल्याचं दिसून आलं होतं. किंबहुना, अशी मंडळी इतर समाजापासून दूर ठेवली गेल्यामुळे त्यांच्या अंगचे गुणधर्म शुद्ध स्वरूपात टिकून राहिले होते. त्यांपैकी किती तरी इतर समाजाला उपयोगी ठरणारे होते. आर्थिक सुबत्ताही सगळीकडे यायला लागली होती; पण त्याचबरोबर निसर्गानं आपल्यावर मानवप्राण्यानं केलेल्या जुलुमाविरुद्ध कारवाई करायला सुरुवात केली होती. प्रदूषणाचा राक्षस मोकाट सुटल्यावर निसर्गानंही ग्लोबल वॉर्मिंगं, ग्रीनहाऊस इफेक्ट अशी अस्त्रं वापरायला सुरुवात केली होती. जिथं पाऊसपाणी चांगलं होतं तिथं अवर्षण पडायला सुरुवात झाली होती. आणि ज्यांना कमी पाऊसपाण्यावर जगायची सवय लागली होती, तिथं अक्राळविक्राळ पूराचा धुमाकूळ व्हायला सुरुवात झाली होती. ओला आणि कोरडा दुष्काळ जिकडेतिकडे थैमान घालू लागला होता. वातावरणात होणाऱ्या या बदलांना तोंड द्यायचं तर थातुरमातुर मलमपट्टी करून भागण्यासारखी नव्हती. जगाच्या एखाददुसऱ्या कोपऱ्यात उपाययोजना करून चालणार नव्हतं. हा धरती नामक ग्रह एकसंध असल्याचं मानून साऱ्या मानवजातीनं एकत्र येऊन काही धोरण आखलं आणि कठोरपणे राबवलं तरच काही तरणोपाय आहे, याची जाणीव झाली होती. टोकियो, रिओ, मॉन्ट्रिअल वगैरे ठिकाणी मान्य झालेल्या जाहीरनाम्यांची साऱ्या जगानंच अंमलबजावणी करायला सुरुवात केली होती. त्या निमित्तानं एक झालेल्या मानवजातीला व्यापारी संबंधांनी आणि शेतीविषयीच्या करारानंही बांधून टाकायला सुरुवात केली होती. त्यामुळे सगळ्यांचाच फायदा होतो आहे, हे कळून यायला वेळ जरूर लागला; पण ते लक्षात आल्यावर त्या संकुचित वृत्तीच्या तथाकथित नेत्यांना लोकांनीच वाळीत टाकलं. त्यांना आणि त्यांच्या पिलावळीला ठोकरून लावलं. साऱ्या जगाचं एकच फेडरेशन झालं. युद्ध, लढाया, वाद, तंटे सगळे काळाच्या उदरात गडप झाले. उच्चनीच हा भेदभाव नाहीसा होत आला. अंगभूत गुणवत्तेच्या आधारावर जो तो आपला आयुष्यक्रम व्यतीत करू लागला. प्रत्येकाच्या अंगी कोणते ना कोणते गुण असतच. त्यांचा विकास करायला भरपूर वावही असे आणि त्यांच्या जोरावर उपजीविका करण्याचे मार्गही उपलब्ध होते. तशी अजून श्रीमंत गरीब यांच्यामधली सीमारेषा किंवा अधिकारी आणि कर्मचारी यांच्या मधली सीमारेषा संपूर्णपणे पुसली गेली नव्हती. पण तशी ती राहणारच, ती पुसण्याची अजिबात आवश्यकता नाही, हेही लोकांना पटलं होतं. त्यावरून

कोणताही विद्वेष फैलावत नव्हता.

त्यामुळेच राजेशला त्या स्वप्नाचं आश्चर्य वाटलं. आपल्याला त्या प्रकारच्या विचारांचा कधी स्पर्शही झालेला नव्हता. मग स्वप्नात का होईना ते विचार मनात आलेच कसे, याचंच त्याला आश्चर्य वाटत राहिलं. पण त्या पूर्वीच्या जमान्यात कसं वातावरण असेल आणि त्या वातावरणात पोलिसांना आपली कामगिरी कशी पार पाडावी लागत असेल, याची चुणूक त्याला अनुभवायला मिळाली होती. आपण त्या जमान्यात नव्हतो, याचं समाधानच राजेशला वाटलं.

आपली तयारी करून स्टेशनवर जाण्यासाठी युनिफॉर्म चढवायला तो गेला तेव्हा त्याला आश्चर्याचा धक्का बसला. काल रात्री आपण आपला युनिफॉर्म नेहमीप्रमाणे व्यवस्थित हँगरवर अडकवून ठेवला होता, असंच त्याला वाटत होतं. पण आता पाहतो तो तो बेडच्या आसपास जमिनीवरच अस्ताव्यस्त लोळत होता. जणू घाईघाईनंच आणि झोपेच्या तारेतच त्यानं तो उतरवला होता आणि इकडेतिकडे फेकून दिला होता.

म्हणजे मग तो खरोखरीच झोपेत रस्त्यावर चालत गेला होता की काय? कमरेला तलवार लटकवून तो अंधारात त्या जमावाबरोबर मार्चिंग करत होता की काय? रात्रीच्या गर्भातून उमटणाऱ्या त्या आदेशाचं पालन करत तो पलीकडच्या सेक्टरवर चाल करून जाण्याच्या इराद्यानं बाहेर पडला होता की काय?

छ्या, भलतंच काही तरी काय! आजवर तो कधी असा झोपेत चालत गेलेला नव्हता. मग आताच नेमकी ती व्याधी त्याच्यापाठी कशी लागेल? काल रात्री आपली मन:स्थिती ठीक नव्हती. त्या रिपोर्टमुळे मन सैरभैर झालं होतं. त्या तंद्रीत युनिफॉर्म व्यवस्थित जागच्या जागी ठेवण्याचं बहुधा आपण विसरून गेलो असू. तो तसा हँगरवर अडकवून ठेवला होता, असं शपथेवर आपण सांगू शकू का? नाही, तसं ठामपणे नाही सांगता यायचं. तेच कारण असावं, हा युनिफॉर्म असा जमिनीवर लोळत पडण्याचं.

स्वत:च्या मनाची समजूत घालून राजेशनं स्टेशनकडे प्रयाण केलं. तिथं पोचताच त्याला पहिल्यांदा दिसला तो टेबलावरचा अर्धवट भरलेला रिपोर्टचा फॉर्म. पण आता सकाळच्या स्वच्छ प्रकाशात आणि ताज्यातवान्या अवस्थेत त्याच्याकडे पाहण्याची त्याची दृष्टीच बदलून गेली होती.

'मृत्यूचे कारण' या रकान्यात त्यानं बेधडक लिहिलं. पोलीस डॉक्टरांच्या अहवालानुसार लेझर गननं उजवा खांदा जाळून काढल्यामुळे जो शॉक बसला त्यापायीच जगन्नाथ वसूला मृत्यू आला होता.

ते वाचल्यावर राजेशला 'हे आपल्याला आधीच का नाही सुचलं', याचं आश्चर्य वाटून गेलं. कारण त्या शृंगापत्तीतून त्यानं आपली सहीसलामत सुटका

करून घेतली होती. मृत्यूचं कारण हे डॉक्टरांनी दिलेलं होतं. उद्या दुसरंच कारण पुढे आलं तर ते आपलं मत नव्हतं, आपण केवळ त्या वेळी उपलब्ध माहितीवरून डॉक्टरांसारख्या तज्ज्ञांनी व्यक्त केलेल्या मताचीच नोंद केली होती असं म्हणायला तो मोकळा झाला होता.

कमिशनर साहेबांकडे तो रिपोर्ट पाठवण्यासाठी तो कॉम्प्युटर टर्मिनलला जोडलेल्या स्कॅनरकडे गेला.

- ३ -

कॉम्प्युटरवरून ऑन लाईन रिपोर्ट पाठवूनही राजेशचं समाधान झालं नाही. आपण रिपोर्ट पाठवलाय, हे कमिशनरसाहेबांच्या नजरेला आणून दिलं पाहिजे, असं त्याला वाटायला लागलं. मग मात्र वेळ न घालवता त्यानं व्हिजिफोनचे नंबर फिरवायला सुरुवात केली.

स्क्रीनवर कमिशनर दिसायला लागल्याबरोबर राजेशनं कडक सॅल्यूट ठोकला आणि तो म्हणाला,"आत्ताच ऑन लाईन प्रिलिमिनरी रिपोर्ट पाठवलाय, सर."

"ते रुटीन झालं. पुढं काय प्रोग्रेस?"

त्याबरोबर राजेशचे रुंदावलेले खांदे पडले. पुढे काढलेल्या त्याच्या छातीला नकळत बाक आला.

"आय ॲम सॉरी. काहीच नाही, सर. आम्ही कसून चौकशी केली. त्याच्या दुकानाच्या आणि घराजवळच्या प्रत्येकाला गाठून विचारणा केली. पण कोणीच काही सांगू शकलं नाही. त्याच्या दुकानातला कोपरा अन् कोपरा पालथा घातला. तसंच त्याचं घरही. पण त्यातूनही काहीच हाती लागलं नाही."

"मग आता?"

"आज जगन्नाथच्या मित्रांना भेटणार आहे. त्यांच्याकडून काही माहिती मिळते की काय ते पाहणार आहे."

"हे बघ राणे, तपासात कोणतीही कसूर राहता कामा नये. काय वाट्टेल ते झालं तरी या गुन्ह्याचा शोध लागला पाहिजे. आणि तोही लवकर. आजच्या या जमान्यात खून होणं हीच मोठी धक्कादायक बाब आहे. आणि त्याचा शोध न लागता खूनी मोकाट सुटल्याचं जर लोकांच्या लक्षात आलं, तर त्याचे गंभीर परिणाम झाल्याशिवाय राहणार नाहीत. आपल्या सेक्टरचं रेकॉर्ड आणि नाव असं खराब झालेलं कोणालाच परवडणार नाही. मला तर ते अजिबात आवडणार नाही. काय वाट्टेल ते कर. पण खुन्याचा तपास लागलाच पाहिजे. इज दॅट क्लिअर?"

"येस, सर." राजेश पुढं काही बोलणार तोच कमिशनरांनी फोन ठेवून दिला.

स्क्रीनवरची त्यांची छबी अंतर्धान पावली.

पण त्यांचं म्हणणं खरंच होतं. या खुनाचे समाजजीवनावर काय परिणाम होतील, याची त्याला पूर्ण जाणीव होती. आपण आता सर्वच बाबतीत सुरक्षित आहोत, आपल्या जीवाला कोणापासूनही धोका नाही, या समाजाच्या मनोधारणेवरच त्यामुळे आघात होणार होता. आणि ते परवडण्यासारखं नव्हतं. शिवाय अशा प्रकारे खूनी न सापडणं म्हणजे त्याच्या मोकळं राहण्याला अप्रत्यक्षपणे मदत करण्यासारखंच आहे असाच समज प्रचलित झाला असता. निदान प्रसारमाध्यमांनी तरी लोकांची तशीच समजूत करून दिली असती. आणि तसं झालं असतं तर मग त्याच्या नोकरीवरच गदा आली असती. अशा प्रकारे ठप्प बसून नोकरी गेल्यावर परत कोणीही त्याला कामावर ठेवलं नसतं.

खिशातला रुमाल काढून राजेशनं तोंडावरचा घाम पुसला. बाहेरचं तापमान सुसह्य असून आणि वर एसी चालू असूनही आपल्याला एवढा घाम कसा फुटला, हे न कळण्याइतका तो निर्बुद्ध नव्हता. काहीही करून त्या वसूच्या खुन्याला अटक केलीच पाहिजे.

टेबलाच्या ड्रॉवरमधून त्यानं एक कागद काढला. कॉम्प्युटर प्रिंटआऊटच्या रूपातल्या त्या कागदावर जगन्नाथ वसूच्या सर्व मित्रांची, अगदी तोंडओळख असलेल्यांचीही यादी होती. त्याच्या नेहमीच्या गिऱ्हाईकांचीही नावं त्या यादीत होती. त्यांच्यापैकी कोणाकडून काही दुवा मिळतो की काय, हे आता राजेशला बघायचं होतं.

त्यानं त्या यादीवरून नजर फिरवायला सुरुवात केली. कोणाला पहिल्यांदा भेटावं हे त्याला ठरवायचं होतं. साधारण मध्यावर त्याला ते नाव दिसलं. मधुकर उकिडवे. तो जगन्नाथ वसूचा जानी दोस्त होता. त्यांची नेहमी भेट होत असे. शिवाय उकिडवे राजेशच्या ऑफिसपासून जवळच राहत होता. राजेश त्याला चांगलाच ओळखतही होती. म्हणजे त्याच्याकडे मनमोकळेपणे बोलता आलं असतं. उकिडवेही त्याला त्याच्याजवळची सगळी माहिती देईल याविषयी राजेशला शंका नव्हती.

आणखी कोण, याचा विचार करत राजेशनं इतर नावंही वाचायला सुरुवात केली. प्रोफेसर दिनकर रावते या नावावर तो थबकला. त्यांच्याकडून तर सर्वांत जास्ती माहिती मिळण्याची शक्यता होती. जगन्नाथ वरचेवर त्यांच्याकडे जायचा, त्यांच्याशी सल्लामसलत करायचा, असं कल्याणीनंच सांगितलं होतं. जगन्नाथ त्यांचा फॅमिली फ्रेन्ड असल्याचंही तिनं म्हटलं होतं. तेव्हा त्यांच्यापासूनच सुरुवात करायला हवी असं राजेशला वाटून गेलं; पण आत्ता मधुकरला भेटावं आणि संध्याकाळी रावतेंकडे जावं, असं त्यानं ठरवलं. आता रावते कदाचित रेस्ट घेत

असतील, डॉक्टरांनी त्यांना तसंच सांगितलं आहे, याची त्यानं स्वत:लाच आठवण करून दिली. संध्याकाळी गेलं की प्रोफेसरांशी कसं निवांतपणे बोलता येईल, अशी आपल्या मनाची खात्री त्यानं पटवली. पण ती किती लंगडी आहे, हेही त्याचं मन त्याला सांगत राहिलं. संध्याकाळी गेलो तर कल्याणीही तिथं असेल, आता ती घरी नसणार, तिची भेट होणार नाही. म्हणूनच हा तपास अतिशय महत्त्वाचा असूनही आपण रावतेंकडे जाणं संध्याकाळपर्यंत टाळत आहोत, याची टोचणी त्याचं मन त्याला देत होतं.

पण त्याच्याकडे दुर्लक्ष करत त्यानं आपला मोहरा मधुकर उकिडवेकडे वळवला.

"या. या. वेलकम, मिस्टर शायलॉक." त्याला पाहताच त्याचं अघळपघळ स्वागत करत मधुकर उकिडवे म्हणाला.

"शायलॉक? म्हणायचंय तरी काय तुला?"

"अरे, शायलॉक म्हणजे तो ग्रेट डिटेक्टिव्ह नाही का? केवळ काल्पनिक असूनही अजरामर झालेला?"

"यू आर ॲन इडियट, मधुकर. शायलॉक नाही, शेरलॉक. शेरलॉक होम्स. कथा-कादंबऱ्यांमध्ये ठीक असतं रे. म्हणूनच या शेरलॉकना कुठेही कधी पुराव्याची कमतरता पडत नाही. प्रत्यक्ष जीवनात मात्र मामला इतका साधा सरळ नसतो. म्हणून तर अजूनही आम्ही अंधारातच धडपडतो आहोत. त्याचसाठी तुझ्याकडे आलो आहे. बोल, तुला जगन्नाथ वसूबद्दल जी काही माहिती असेल ती दे. काहीही लपवून ठेवू नकोस."

"तशी काय माहिती द्यायची रे त्याच्याबद्दल. मोठा मजेशीर आणि तरीही थोडा चक्रम माणूस होता तो. मात्र हुन्नरी होता. त्याच्या बोटांमध्ये कला होती. लहानसहान गॅजेट्स मोठ्या मस्त बनवायचा. त्यातूनच तर त्याची आणि माझी ओळख झाली."

"म्हणजे संशोधक होता तर तो. नवनवीन शोध लावण्याचा त्याचा छंद होता."

"संशोधक? नाही, संशोधक नाही म्हणता यायचं त्याला. आपल्या या मराठीत ना, शोध हा एकच शब्द आहे, इंग्रजीतल्या तीन वेगवेगळ्या शब्दांना पर्याय म्हणून. इन्व्हेन्शन, डिस्कव्हरी आणि इन्व्हेस्टिगेशन. डिस्कव्हरी म्हणजे कोणत्या तरी मूलभूत नैसर्गिक नियमाचा शोध लावणं. मानवजातीच्या ज्ञानात त्यातून भर घालणं. आता जुना झालाय, सहासातशे वर्षांपूर्वी त्या न्यूटननं या विश्वात सर्वत्र गुरुत्वाकर्षणाचं बल असल्याचा शोध लावला. त्या बलाच्या जोरावरच हे विश्व टिकून राहिलं आहे आणि त्याचा गाडा सुरळित चालू आहे, हे शोधून काढलं. ती डिस्कव्हरी. म्हणजे न्यूटनच्या पूर्वी विश्वात गुरुत्वाकर्षण नव्हतं आणि

न्यूटननं जादूची कांडी फिरवून 'अंतर मंतर छू' म्हटल्याबरोबर गुरुत्वाकर्षण सुरू झालं, अशातला भाग नाही. त्याच्या पूर्वीपासून, खरं तर या विश्वाच्या प्रारंभापासून ते आहे आणि राहणारही आहे. पण ते असल्याचं, त्याच्या कार्यपद्धतीचं आणि त्याच्या प्रभावाचं ज्ञान न्यूटननं आपल्याला दिलं. त्याला आपण डिस्कव्हरर म्हणतो. इन्व्हेन्शन म्हणजे याच नियमांचा वापर करून कोणतीतरी तोवर अस्तित्वात नसलेली आणि जिचा वापर आपण आपल्या रोजच्या आयुष्यात करू शकतो अशी चीज तयार करणं. परत एकदा असं जुनंच उदाहरण देतो. आता कोणी वापरत नाही म्हणा, पण त्या स्टीव्हन्सननं पहिल्यांदा वाफेवरच्या इंजिनाचा शोध लावला, तेव्हा त्याचा उपयोग व्हायला लागून साऱ्या मानवजातीच्या आयुष्यक्रमालाच कलाटणी मिळाली. स्टीव्हन्सनच्या पूर्वी स्टीम एंजिन नावाची चीजच अस्तित्वात नव्हती. त्याला म्हणायचं इन्व्हेन्शन. त्या शोधासाठी नावीन्यपूर्ण विचार करावा लागतो. मळलेली वाट सोडणाऱ्या आमूलाग्र नवीन विचाराशिवाय अशा प्रकारचा शोध लावता येत नाही. आता तू घेतो आहेस तोही शोध. पण ते आहे इन्व्हेस्टिगेशन. मग तुलाही संशोधक म्हणायचं का?"

"नाही, मी तर एक पोलीस ऑफिसर आहे. डिटेक्टिव्ह. मी कसा संशोधक होईन?"

"एक्झॅक्टली! म्हणून तर जगन्नाथ वसूला संशोधक नाही म्हणता येणार. पण तो छोट्यामोठ्या उपयोगी चीजा मोठ्या कौशल्यानं बनवायचा. मी नवनवी इन्व्हेन्शन्स करतो. पण माझ्या वस्तू मोठ्या आकाराच्या असतात. त्यातले पाट्र्सही तसे मोठ्या आकारमानाचेच असतात. पण कधीकधी मला त्यात लहान लहान आकाराच्या पाट्र्सची गरज भासायची. त्या वेळी मला जगन्नाथ वसूची मदत व्हायची. तो असे पाट्र्स मोठ्या खुबीनं आणि अतिशय काटेकोरपणे बनवून द्यायचा. नव्या दिशेनं विचार करून एखाद्या पार्टचं डिझाईन करणं त्याला जमत नसे; पण एकदा का त्यास असं कोणतंही डिझाईन दिलं, की मग त्याची बोटं सराईतपणे चालत. एखाद्या अस्सल गिटारप्लेअरसारखी. शिवाय त्याच्याकडे अशाच छोट्या भागांच्या प्रॉडक्शनसाठी एक मस्त लेथ मशीन होतं. छोट्या आकाराचं. त्याचा उपयोग करायचा तो."

"त्याचं कोणाशी वैर होतं? दुष्मनी होती?"

"माझ्या माहितीत तरी नाही. तसा बऱ्याच जणांना तो आवडत नसे. पण म्हणून त्याला मारून टाकण्याइतपत कोणाची मजल जाईल, असं मला वाटत नाही. त्याच्या काही खोडी होत्या. त्या बऱ्याच जणांना पसंत पडत नसत. आपल्यालाही असे बरेचजण आवडत नाहीत. पण म्हणून काही आपण त्या सर्वांचाच खून करायला नाही निघत. त्यांना टाळतो. त्यांच्याशी संबंध ठेवत नाही. पण त्यांना मारून टाकण्याचा विचार नाही येत आपल्या मनात. जगन्नाथ वसू तसा

विक्षिप्तच होता. त्यामुळे बरेच जण त्याला टाळत. तोही फारसा कोणाशी मैत्री करण्याच्या भानगडीत पडत नसे. पण तसे त्याचे कट्टर दुष्मन कोणी असतील असं वाटत नाही.''

''बरं, मग त्याच्या मृत्यूमुळे कोणाचा फायदा होणार आहे? म्हणजे त्याचा विमा कोणाला मिळणार आहे किंवा त्याच्या इस्टेटीचा वारस कोण आहे?''

''त्याचा विमा कोणाला मिळणार आहे मला नाही माहिती. विमा कंपनीकडून ती माहिती मिळेल तुला. पण त्याचा विमा होताच की काय याबद्दलही शंका आहे मला. तसा तो विक्षिप्त आणि एकलकोंडाच होता. त्याला नातेवाईकही फारसे कोणी नव्हते. अगदी जवळचा म्हणजे कोणी तरी पुतण्या की भाचा आहे. तोही तिकडे दूर सेक्टर तीनशे पंचावन्नमध्ये राहतो. अधूनमधून सहासात महिन्यांनी त्याची ई-मेल येत असे. ख्यालीखुशाली विचारणारी. बस्स, या पलीकडे त्या दोघातही फारसा संबंध नव्हता. आणि जगन्याची इस्टेटही अशी असून असून काय असणार आहे! त्याचं ते दुकान आणि त्यातली ती पुस्तकं, सीडी वगैरे. त्या सर्वांची किंमत मिळून काही हजार क्रेडिट पॉईन्ट्स होतील. तेवढ्यासाठी त्याला मारणार कोण!''

निराश होत राजेश तिथून निघणार तोच त्याला खिशातल्या यादीची आठवण झाली. ती मधुकरला दाखवत त्यानं विचारलं,

''हे बघ ही यादी आहे त्याच्या मित्रांची आणि गिऱ्हाईकांची. यातून एखादं नाव सुटलं आहे की काय हे बघतोस?''

मधुकरनं ती यादी काळजीपूर्वक वाचली. आणि ती परत राजेशला देत तो म्हणाला,

''माझ्या माहितीतले सर्वच जण आहेत. त्यातली काही नावं तर मीही पहिल्यांदाच वाचतो आहे. त्यांच्याशी जगन्याचे काही मित्रत्वाचे संबंध होते, याची मला माहितीच नव्हती. पण आहेत, सगळे आहेत.''

मधुकरकडून मिळू शकणारी माहिती संपली होती. त्याच्याकडून आणखी काही कळण्याची शक्यता नव्हती. निरोप घेण्यापूर्वी सहज इकडच्या-तिकडच्या एक-दोन गप्पा माराव्यात म्हणून राजेशनं त्याला विचारलं.

''सध्या तुझं काय चाललं आहे?''

''त्याचसाठी तर मला जगन्याची मदत पाहिजे होती. निदान त्याचं ते छोटेखानी लेथ तरी मला मिळायला हवं. हे बघ.''

पलीकडच्या टेबलावरचे गॉगल्स घेऊन राजेशच्या हातात देत मधुकर म्हणाला.
''विचित्रच होते ते गॉगल्स. त्याची भिंगं वर्तुळाकार किंवा चौकोनी असण्याऐवजी चंद्रकोरीसारखी होती आणि त्यांच्या दोन्ही बाजूला पर्स्पेक्ससारख्या कसल्यातरी

पदार्थाच्या जाडजूड किनारी बसवण्यात आल्या होत्या. आणि त्या भिंगावर काटकोनात काड्या बसवण्यात आल्या होत्या. त्या गॉगलच्या वरच्या बाजूला म्हणजे ते डोळ्यांवर चढवल्यानंतर साधारणपणे कपाळाच्या मध्यभागी एक छोटेखानी डबी बसवलेली होती. त्या डबीला एक स्विचही जोडलेलं होतं.''

हातात घेऊन उलटेसुलटे करत राजेशनं ते गॉगल पाहिले आणि काहीही न कळून त्यानं मधुकरला विचारलं,

''आहे तरी काय ही भानगड?''

''जे दिसतंय तेच. गॉगल आहेत ते. त्या किरणोत्सर्गी खाणींमध्ये काम करणाऱ्या कामगारांसाठी बनवतोय मी ते. त्या तिथल्या वातावरणात कोणत्याही पारदर्शक पदार्थांची वितळून एक गोळी तयार होते. काही मिनिटांमध्येच. त्यामुळे डोळ्यांवर नेहमीचे सेफ्टी गॉगल्स चढवून काम नाही करता येत. बरं, त्यामुळे डोळे उघडे पडल्यावर तर काय बघायलाच नको. म्हणजे अक्षरश: बघायलाच नको. कारण काही सेकंदांमध्येच त्या किरणोत्साराच्या मारापोटी डोळ्यांचा खाचा होऊन जातात. अंगावर प्रोटेक्टिव्ह सूट असतो म्हणून ठीक. त्यानं सारं शरीर वेढलेलं असतं. पण डोळ्यांचं काय. ते बंद ठेवूनच काम करावं लागतं मग त्या कामगारांना. त्यांच्यासाठी हे खास गॉगल तयार केले आहेत.

आपण नेहमी पाहतो ते 'तानापिहिनिपाजा' या सात रंगांच्या बनलेल्या प्रकाशात. कारण आपल्या डोळ्यांना तेच रंग दिसतात. पण प्रकाशाचं विश्व त्यांच्याही दोन्ही बाजूंना अफाट पसरलेलं आहे. त्या प्रकाशांचा उपयोग करून पाहणारी अल्ट्राव्हायोलेट किंवा इन्फ्रारेड भिंगं तयार करता येतात. त्यांच्या मदतीनं मग त्या प्रकाशानं पाहिलेली प्रतिमा आपल्या डोळ्यांना दिसण्याची व्यवस्था करता येते. मी ही भिंगं तशीच बनवलेली आहेत. त्यामुळे ती घातल्यावर नेहमीच्या प्रकाशकिरणांना मज्जाव होतो. तसंच किरणोत्सर्गी किरणांनाही मज्जाव होतो. फक्त विशिष्ट लहरींच्या प्रकाशालाच त्या भिंगांमधून आरपार जाता येतं. त्याचाच वापर करून मग तो गॉगल घालणाऱ्याला पाहणं शक्य होतं. पण त्यासाठी त्या भिंगांवर दुसऱ्या एका द्रवपदार्थाचा अतिशय पातळ थर असणं आवश्यक असतं. नुसता लेप देऊन तितका पातळ थर देणं अशक्य आहे. म्हणून त्या भिंगांवर सतत तो खास द्रव पाझरत राहण्याची व्यवस्था केली आहे. त्यासाठी ती वरची डबी बनवलेली आहे. त्यात तो द्रव साठवता येतो. पण तो द्रव असा सतत ओघळत राहिल्यानं त्याचाच अडथळा होऊन काहीच दिसणार नाही म्हणून मग ते वायपर्स बसवले आहेत. त्यांच्या फिरण्यानं अतिरिक्त द्रव पुसला जाऊन नेमका आपल्याला हव्या तेवढ्याच जाडीचा थर त्या भिंगांवर उरतो. त्या वरच्या डबीतच असलेली मोटर त्या वायपर्सना फिरायला मदत करते. अतिशय जलद गतीनं ते फिरत राहतात. इतक्या

जलद की ते तिथं असल्याचं दिसतही नाही की जाणवतही नाही. पण ते वायपर्स मिनिटा दोन मिनिटांमध्ये जॅम होऊन जातात. मग त्यांचं फिरणं बंद पडतं. त्यासाठीच अतिशय कमी जाडीचे आणि एका वेगळ्याच मटेरियलचे वायपर्स बनवायची गरज आहे. त्यासाठीच तर जगन्याच्या त्या लेथची मला गरज आहे. अरे हो राजेश, नाही तरी ते लेथ आता रिकामंच पडलंय. त्यावर गंज चढण्याऐवजी मला ते वापरायला मिळालं तर–! तशीच वेळ आली तर विकतही घ्यायची तयारी आहे माझी.''

"बघतो मी. कमिशनरसाहेबांना विचारायला हवं. तसंच लीगल ॲडव्हायजरचीही परवानगी घ्यायला हवी. पण जमायला हरकत नाही. विकत घ्यायचं म्हणशील तर जगन्नाथ वसूचा जो कोणी वारस येईल त्याच्याशीच तुला बोलणी करावी लागतील.''

"चालेल. फार मदत होईल बघ. थँक्यू व्हेरी मच.''

"अरे, त्यात काय? तू एवढी मला मदत केलीस. त्याची परतफेड करायला नको. अच्छा–''

राजेश तिथून जायला निघाला. तो दारात पोचला असेल तोच मधुकरनं त्याला परत हाक मारली.

"राजेश, परतफेड करण्याइतकी मदत केलीच आहे कुठे मी तुला? खरं तर तुझ्यापासून मी एक गोष्ट लपवून ठेवत होतो. जगन्नाथला मी ते कोणालाही सांगणार नाही असं वचन दिलं होतं; पण आता तर तोच नाहीय या जगात. आणि ही माहिती तुला दिल्यानं जर जगन्याच्या खून्याचा तपास लागणार असेल तर छानच होईल. निदान मी ती तुला न दिल्यानं तो खुनी मोकळाच सुटला तर माझ्या मनाला ते खात राहील.''

"काय, कसली माहिती लपवून ठेवत होतास तू?'' राजेश जवळजवळ त्याच्या अंगावर धावून जात ओरडला. त्याला थोपवत मधुकर म्हणाला,

"खरं तर याचा जगन्याच्या मृत्यूशी, त्याच्या खुनाशी काही संबंध आहे की काय, याची शंकाच आहे मला.''

"लेट मी डिसाईड दॅट, मिस्टर उकिडवे. तू फक्त सांगायचं काम कर.''

"कसं सांगू?''

"सरळच सांग. कोणताही आडपडदा न ठेवता. आणि लवकर. मेक इट फास्ट.''

"म्हणजे जगन्याचा एक साईड बिझिनेस होता.''

"कसला?''

"आक्षेपार्ह पुस्तकं विकण्याचा.''

"म्हणजे ती अश्लील पुस्तकं? हॅत्तेच्या! आजकाल तसल्या पुस्तकांना कुठं

मागणी आहे?''

''तसली नाही. राजकीयदृष्ट्या आक्षेपार्ह. म्हणजे ती बंदी घातलेली पुस्तकं.''

''अजूनही मिळतात ती? सरकारनं एवढी कडक शिक्षा जाहीर केल्यानंतर तशी पुस्तकं कोणी छापत असेल किंवा वाचत असेल, असं वाटलं नव्हतं मला.''

''माणूसप्राणी आहे ना तोवर ती चालणारच. कोणत्याही गोष्टीवर बंदी घातली, की तिच्यासंबंधीचं कुतूहल वाढत जातं. का बंदी घातली आहे, हे तरी एकदा पाहावं, असं म्हणत किती तरी जण ती गोष्ट मिळवण्याचा प्रयत्न करत. पूर्वी विसाव्या शतकात दारूबंदी करण्याचे प्रयत्न झाले. परिणाम काय? तर त्या बंदीच्या काळात दारू सर्रास मिळू लागली आणि एरवी जे तिच्या वाटेला गेले नसते, त्यांनीही तिचे घोट घ्यायला सुरुवात केली. तसंच या पुस्तकांचं.''

''पण कोणती पुस्तकं होती त्याच्याकडे? लाल यादीतली की नारिंगी यादीतली?''

''म्हणजे अशा वेगवेगळ्या याद्या आहेत?''

''हो ना. जी पुस्तकं अतिशय डेंजरस असं मानलं जातं, ती लाल यादीत आहेत. त्यातलं एखादं पुस्तक जवळ बाळगल्याबद्दल अतिशय कडक शिक्षा आहे. आणि असं पुस्तक कोणी लिहिलं किंवा छापलं तर त्याला तर मृत्यूदंडाचीच शिक्षा आहे. त्या मानानं जरा माईल्ड असणारी पुस्तकं दुसऱ्या म्हणजे नारिंगी यादीत आहेत. जगन्नाथ वसूकडे यांपैकी कोणती पुस्तकं होती.''

''मला नाही माहिती. मी त्यात फार खोलात शिरलो नव्हतो. तुला म्हणून सांगतो, ऑफ द रेकॉर्ड. त्यानं एकदा त्यातली दोन पुस्तकं दिली होती वाचायला. मला तर भलतीच बोअरिंग वाटली. कंटाळाच आला. पूर्णपणे वाचूच शकलो नाही मी. काही तरी राजकीय तत्त्वप्रणाली सांगण्याचा प्रयत्न करण्यात आला होता. कसल्या तरी इझमची पाठराखणी केली होती.''

''म्हणजे मग ती नारिंगी यादीतलीच असणार. यासारख्या वरवर स्कॉलर्ली वाटणाऱ्या, पॉलिटिकल थिअरीज मांडणाऱ्या पुस्तकांचा त्यात समावेश आहे. त्यांची फारशी फिकीर करण्याचं कारण नाही.''

''म्हणजे मग ती लाल यादीतली–''

''ती एकदम डेंजरस. म्हणजे त्यात एखादी बंदी घातलेली वस्तू कशी बनवायची, याची इत्थंभूत माहिती दिलेली असते. म्हणजे सारिन गॅस, तो कसा तयार करायचा. त्या गॅसपोटी आख्खं शहर काही तासांतच मरून पडतं.''

''बाप रे! कोणाला असेल त्यात इंटरेस्ट?''

''असतात काही माथेफिरू, विकृत मनोवृत्तीचे लोक. त्यांना इतरांना पीडा देण्यात, त्यांना अशा प्रकारे हाल हाल करून मारण्यातच आनंद मिळतो. किंवा

इतर काहीजण असतात साऱ्या जगावर राग धरून बसणारे. त्यांनाही अशा प्रकारे सूड उगवायचा असतो. अशी पुस्तकं जर त्यांच्या हाती लागली, तर बघायलाच नको. हॅवॉक करतील ते लोक. त्यात एखादा सरकारमध्येच उच्चपदावर असणारा असला, तर मग काय विचारायलाच नको. तो दुसऱ्या सेक्टरवर हमला करण्यासाठीही त्याचा वापर करायचा."

"माय गॉड! भयानकच आहे हे सारं. तू जगन्याच्या स्टॉकमध्ये अशी काही पुस्तकं आहेत की काय, हे बघ. त्याचा वारस येईल उद्यापरवा दुकानाचा ताबा मागायला. त्यापूर्वी अशा पुस्तकांचा शोध घेऊन ती नाहीशी करायला हवीत."

"एक्झॅक्टली! चांगली माहिती दिलीस. जगन्नाथ वसूच्या खूनाशी याचा काही संबंध आहे की काय, हेही बघायला हवं. ही पुस्तकं त्याच्याकडून घेणारा कोणी तरी वेडापीर त्याच्याच जीवावर उठला नसेल कशावरून? पण जगन्नाथनं तरी हा धंदा कशासाठी हाती घेतला होता तेच कळत नाही. त्यात काही फारसा फायदा मिळत असेल असं नाही वाटतं. वर सापडण्याची टांगती तलवार!"

"तर काय! मलाही समजत नाही, जगन्या या लफड्यात कशाला पडला ते."

"मधुकर, तुझा फोन वापरू का जरा? ऑफिसमध्ये फोन करून मला याचा ताबडतोब बंदोबस्त केलाच पाहिजे. एक-दोघांना सरळ जगन्नाथच्या दुकानावरच बोलावून घेतो. प्रत्येक पुस्तकं उघडून तपासून मगच ते कुठं ठेवायचं, हे ठरवायला हवं."

"अरे मग कर ना फोन. परमिशन विचारण्याची एवढी फॉर्मलिटी कशाला?"

राजेशनं आपल्या सेक्रेटरीला फोन केला तेव्हा तिनं सुटकेचा निःश्वास टाकल्याचं राजेशला ऐकू आलं. ती अतिशय भेदरलेली वाटली त्याला.

"थँक गॉड, सर. केव्हापासून तुम्हाला फोन करायचा प्रयत्न करतेय मी. तुमचा मोबाईलही ऑफ आहे की काय?"

राजेशनं खिसे चाचपून पाहिले. मोबाईल बहुतेक घरीच विसरला होता तो.

"झालंय काय एवढं तुला घाबरायला? आणि कशाला कॉन्टॅक्ट करत होतीस मला."

"सर, आणखी एक वाईट बातमी आलीय. आणखी एक-जण मेलाय."

"मेलाय? म्हणजे आणखी एक खून आहे की काय?"

राजेशच्या पोटात गोळाच आला होता.

"ते काही कळलं नाही. पण जी रोडवर दहाबारा जणांनी एकाला पहिल्या मजल्यावरच्या खिडकीतून खाली उडी मारताना पाहिलं."

"मग? पहिला मजला म्हणजे जेमतेम आठ फूट. फार फार तर दहा. तेवढ्या उंचीवरून उडी मारली तर मारली. त्यानं काय होणार आहे?"

"त्या लोकांनाही तसंच वाटलं, सर. पण जवळ जाऊन पाहतात तो तो माणूस साफ मेला होता. मुडदा पडला होता त्याचा."

पोलीस खात्यात राहून त्या मुलीच्या तोंडूनही मुडदा शब्द सहजगत्या बाहेर पडला होता.

"कसं शक्य आहे? कोण होता तो माणूस?"

"तो म्हणजे, तेच तर, म्हणजे तिथं जमलेल्या लोकांपैकी तिघाचौघाजणांनी त्याला ओळखलंही आहे."

"ओळखलंय ना? मग सांग ना कोण होता ते. त्याचं नाव घ्यायला एवढे आढेवेढे का घेतेयस तू?"

"नाही म्हणजे मला नाही तसं म्हणायचं. पण त्या लोकांनी जे रिपोर्ट केलंय तेच मी सांगतेय. ते म्हणत होते की तो उडी मारून मेलेला इसम जगन्नाथ वसू आहे म्हणून."

-४-

डॉक्टर साळुंक्यांच्या खांद्यावरून डोकावत विस्फारलेल्या डोळ्यांनी समोरच्या स्ट्रेचरवरच्या पांढऱ्या चादरीनं झाकलेल्या मृतदेहाकडे पाहत राजेश उभा होता. त्याच्या मनातली खळबळ त्याच्या चेहऱ्यावर स्पष्टपणे प्रतिबिंबित झाली होती. एरवी बडबड करणारे डॉ. साळुंकेही खाली मान घालून निमूटपणे त्या मृतदेहाची तपासणी करत उभे होते. तो मृतदेह जाळण्यासाठी नेणारे सफाई कर्मचारी चुळबूळ करत शेजारीच उभे होते. कधी एकदा तो मुडदा तिथून घेऊन जातोय, अशी घाई त्यांना झाली होती. कारण त्याच्यावर त्या सूक्ष्मजीवांनी डल्ला मारायला सुरुवात केल्याची खूण आता सर्वांनाच मिळायला लागली होती. तिथं सुटणारी दुर्गंधी तो मृतदेह सडायला लागल्याचं सर्वांच्याच लक्षात आणून देत होती.

"प्लीज, घाई करा डॉक्टर. तो मुडदा सापडल्यापासून एका तासावर जास्ती वेळ होऊन गेलाय."

डॉक्टरांनाही त्याची जाणीव झाली होती. तरीही आपला तपास अपुरा ठेवण्याची त्यांची इच्छा नव्हती. काहीच न बोलता त्यांनी फक्त आपली मान तेवढी जोरात हलवली. त्या कर्मचाऱ्यांचं बोलणं आपण ऐकलंय आणि त्याच्याशी आपण सहमत आहोत, असा त्याचा अर्थ काढता आला असता. किंवा उलट ते म्हणणं आपल्याला मान्य नाही, आपल्याला आपलं काम करू द्यावं, असाही त्याचा अर्थ काढता आला असता.

"नाही राजेश," आपलं मौन सोडत डॉक्टर म्हणाले. "अंगावर काहीही खूण नाही. कोणतंही विष त्याला दिल्याची खूण नाही, की कोणत्याही शस्त्रानं त्याला मारल्याची जखम नाही. काहीही नाही. तरीही तो मेलाय हे मात्र ढळढळीत सत्य

आहे.'' आणि परत एकदा त्यांनी आपली मान जोरजोरानं हलवली. जणू आपण काय बोलतो आहोत त्यावर त्यांचा स्वतःचाही विश्वास बसत नसावा.

"त्या उंचीवरून पडल्यानं तर त्याला मरण आलं नसावं?'' कपाळावरून ओघळणारा घाम पुसण्याचा यत्किंचितही प्रयत्न न करता राजेशनं विचारलं.

"अरे, पण तसं असतं तर एखादं हाड मोडल्याची खूण नको! त्याच्या अंगावर तर तसं काहीच नाही. साधं खरचटल्याचीही खूण नाही. अगदी मुका मार बसल्यानं कातडीवर काळ्यानिळ्या रंगाचा चट्टा उठतो, तोही नाही. काहीही नाही. ठीक आहे, तुम्हाला ही बॉडी न्यायला हरकत नाही.'' शेवटचं वाक्य त्यांनी त्या सफाई कर्मचाऱ्यांना उद्देशून उच्चारलं होतं.

"पण मग तो मेला कशानं?''

"वरून खाली पडताना त्याला हृदयविकाराचा जबरदस्त झटका आला असावा. असाच तर्क मी करू शकतो.'' त्यांचा सूर मात्र असा होता की त्यांना स्वतःलाही ते पटलेलं नाही, हे त्यावरून स्पष्ट होत होतं.

"घेऊन जाऊ ना आम्ही ही बॉडी, इन्स्पेक्टर?'' त्या कर्मचाऱ्यांनी राजेशला विचारलं. त्यानं मान हलवून मूकपणेच आपली संमती दिली. ते निघून गेल्यावर मात्र त्यानं डॉक्टरांना विचारलं,

"त्या दोघांपैकी कोण खरा जगन्नाथ वसू होता, असं तुम्हाला वाटतंय, डॉक्टर?''

क्षणभर डॉक्टर काहीच बोलले नाहीत. विचारात गढून गेल्यासारखा त्यांचा आविर्भाव होता. मग खांदे उडवत ते म्हणाले,

"ते तर तुझं काम आहे, राजेश. इट इज इन युअर ज्युरिसडिक्शन. माझं काम मृत्यू कसा झाला हे सांगणंच आहे. या दुसऱ्या मृत्यूबद्दल तेही नेमकेपणानं सांगणं अशक्य आहे. तर मग कोण कोण हे मी कसं सांगणार?''

"थट्टा राहू दे, डॉक्टर. आय ॲम सीरियस. मी चक्रावून गेलोय अगदी. तेव्हा प्लीज–'' काकुळतीला येत राजेश म्हणाला.

"नक्की नाही सांगता यायचं. खरं तर दोघेही. जगन्नाथ वसूच्या उजव्या गालावर पूर्वीच्या एका जखमेचा व्रण होता. या दोन्ही बॉडीजच्या उजव्या गालावर तसाच व्रण होता. मी बारकाईनं तपासलंय. तेव्हा त्या बाबतीत शंकेला जागाच नाही.''

"पण हे कसं शक्य आहे? आपलं शहर काही एवढं मोठं नाही, की जगन्नाथ वसूचा कोणी जुळा भाऊ असल्याचं कोणालाच माहिती नसावं. जुळा भाऊच कशाला अगदी हुबेहूब त्याच्यासारखा दिसणारा हमशकल किंवा डबल याच शहरात राहत असता, तर आजवर काहीजणांना तरी दिसला असता ना?''

"खरं आहे तुझं म्हणणं. पण यातला खरा जगन्नाथ वसू कोण, हे ओळखून काढण्याचा एक मार्ग आहे. त्याची जेनेटिक फिंगरप्रिंट. एकविसाव्या शतकातच

जेव्हा ह्युमन जीनोमचं संपूर्ण वाचन झालं त्या वेळी टेररिझम, इल्लीगल इमिग्रेशन, खोटं मतदान वगैरेंसारखे अनेक प्रॉब्लेम्स होते. त्यामुळे प्रत्येकाची निर्विवाद ओळख पटवण्यासाठी प्रत्येकाच्या जीनचा आराखडा नोंदवून ठेवण्याची प्रथा सुरू झाली. प्रत्येकजण जन्माला येताच त्याची नोंद रजिस्ट्रारच्या ऑफिसात केली जाते. मी या दोघांचाही जेनेटिक फिंगरप्रिंट तपासण्यासाठी त्यांच्या शरीरातून सॅम्पल घेतलेलं आहे. हे बघ.'' आपल्या पांढऱ्या कोटाच्या खिशातून एक छोटीशी कुपी काढून ती राजेशसमोर नाचवत डॉक्टर म्हणाले.

''आणि त्या पहिल्या मु—, आय मीन बॉडीचं सॅम्पल?''

''ते त्याच वेळी घेतलं होतं. त्याचं ॲनॅलिसिसही झालेलं आहे. तो फिंगरप्रिंट माझ्या ऑफिसात आहे. तू असं कर. रजिस्ट्रारच्या ऑफिसात जाऊन जगन्नाथ वसूच्या तिथं नोंद करून ठेवलेल्या फिंगरप्रिंटची कॉपी घेऊन ये. तोवर मी या सॅम्पलचं ॲनॅलिसिस करून ठेवतो. त्या तिन्ही फिंगरप्रिंटची तुलना केली, की खरं काय ते समोर येईलच. द ट्रुथ वुईल आऊट, ॲज दे से.''

शीळ घालतच राजेश तिथून निघाला. निदान एक रहस्य तरी आता उलगडलं जाईल, अशी त्याची खात्री पटली होती. त्या समाधानातच तो तिथून तडक रजिस्ट्रारच्या ऑफिसात जाऊन दाखल झाला. तिथल्या त्या फिंगरप्रिंटची कॉपी त्याच्या हातात पडायलाही फार वेळ लागला नाही. तिथून थेट डॉक्टरांच्या ऑफिसात येत त्यानं ती त्यांच्या स्वाधीन केली. आणि त्यांना ती पुरती पाहायलाही वेळ न देता अधीरतेनं विचारलं,

''वेल डॉक्टर? कोण होता जगन्नाथ वसू?''

''दोघेही ऑर रादर तिघेही?''

''काय बोलताय काय तुम्ही, डॉक्टर? व्हॉट द हेल आर यू सेईंग?''

''तू स्वतःच बघ ना.'' ते तिन्ही फिंगरप्रिंट एकाशेजारी एक रचून ठेवलेल्या समोरच्या छोटेखानी टेबलाकडे बोट दाखवत डॉक्टर म्हणाले.

पुढे होत राजेशनं त्या तिन्हींकडे नजर टाकली. ते संपूर्णपणे एकसारखे होते. आयडेन्टिकल. त्यानं रजिस्ट्रारच्या ऑफिसातून एकाऐवजी तीन कॉपी आणल्या असत्या, तर त्या जशा दिसल्या असत्या तशा.

''डॉक्टर, तुम्ही त्या सॅम्पलची अदलाबदल तर नाही ना केली? किंवा अशीच काही गल्लत?''

''मुळीच नाही. प्रत्येक बॉडीतून मी एकच सॅम्पल घेतलं होतं. पहिल्या बॉडीकडून घेतलेल्या सॅम्पलचं ॲनॅलिसिस करेतो ते संपूनच गेलं होतं. आत्ताचं दुसरं. त्यामुळे काही गल्लत होण्याची शक्यताच नाही. आणि अदलाबदलीचं म्हणशील तर समजा तशी झाली तरी त्यामुळे काय फरक पडतो! हे तिन्ही

फिंगरप्रिंट अगदी एकसारखे आहेत, हे तर तू बघतोसच आहेस."

थोडा वेळ काहीही न बोलता दोघेही स्वतःच्या विचारांमध्येच गढून गेले. त्या शांततेचा भंग राजेशनंच केला. तो म्हणाला,

"मला वाटतं ही माहिती आपण ताबडतोब कमिशनरसाहेबांच्या कानी घातली पाहिजे."

"यू आर राईट. चल मीही येतो तुझ्याबरोबर."

आणि त्यांनी ती माहिती दिल्यानंतर कमिशनरांच्या चेहऱ्यावर जे भाव उमटले, ते पाहता डॉक्टर आपल्याबरोबर आले ते योग्यच झालं, याची राजेशला ग्वाही मिळाली.

डॉक्टर आणि राजेशचं म्हणणं मात्र त्यांनी शांतपणे ऐकून घेतले. समोरच्या खिडकीबाहेर पाहत काही वेळ त्यांनी विचारात घालवला. आणि मग मनाशी काही तरी ठाम निर्णय झाल्यासारखे ते उठून म्हणाले,

"मला वाटतं आता हे सगळं आपल्या सेक्टरच्या डायरेक्टर जनरलच्या कानांवर घातलंच पाहिजे. परिस्थिती हाताबाहेर जाण्याची चिन्हं आहेत. अशा वेळी आपल्याला केवळ आपल्याच हिमतीवर ती हाताळत न बसता एक्सपर्टची मदत घेतली पाहिजे. सेक्टर हेडक्वार्टर्समधून कोणा तरी सीनियर माणसाला आपण बोलावून घेतलं पाहिजे. इन्स्पेक्टर राणे तूही माझ्याशी सहमत होशील, असं मला वाटतं."

राजेशची स्थिती अवघडल्यासारखी झाली होती. तरीही धीर करून तो म्हणाला,

"तुमच्या म्हणण्याला कबुली देणं, म्हणजे मी ही परिस्थिती हाताळायला असमर्थ आहे किंवा इन्कॉम्पिटन्ट आहे असं कबूल करण्यासारखं आहे, सर. तरीही मी तुमचं म्हणणं मान्य करतो. खरं तर मीच तुम्हाला तसं सजेस्ट करणार होतो. कारण हे सगळंच इतकं विलक्षण आहे, की मला काहीही सुचत नाही. एकाच व्यक्तीचा दोनदोनदा कसा मृत्यू होऊ शकतो? एकदा मेल्यावर आणि त्याचा मृतदेह जाळून टाकल्यावर तीच व्यक्ती जिवंत कशी होऊ शकते? मलाच काय पण डॉक्टरांनाही या प्रश्नांची उत्तरं देता येत नाहीयेत. तेव्हा–"

"खरं आहे तुझं म्हणणं. तुझ्या प्रश्नांची उत्तरं मीही देऊ शकत नाहीए. तू इन्कॉम्पिटन्ट आहेस म्हणून आपण वरची मदत घेतो आहोत, असं नाही. कदाचित हे प्रकरण वाटतं तितकं साधं नसावं, त्यापाठी काही तरी अधिक विखारी डाव असावा, असाही संशय मला येतो आहे. त्यामुळेच आपण वेळेवरच हेडक्वार्टरला सावध करून त्यालाही आपल्याबरोबर घेतलं, तर तो डाव हाणून पाडायला आपल्याला मदतच होऊ शकेल.'''

कमिशनरांनी मीटिंग संपल्याची खूण करताच राजेश आणि डॉक्टर दोघेही उठले. डॉक्टर परत जाण्यासाठी वळले पण राजेश जागच्या जागीच उभा होता. त्याच्या मनात कसलातरी विचार आला होता. तो बोलून दाखवावा की नाही, याविषयी त्याचा निश्चय होत नव्हता. शेवटी धीर करून तो बोलला,

"सर, पूर्वी कधी तरी विसाव्या-एकविसाव्या शतकाचा इतिहास वाचत असताना क्लोनिंग म्हणून काही तरी वाचल्याचं मला आठवतंय. जनावरांच्या अगदी हुबेहूब म्हणजे फोटोकॉपी असाव्यात अशा कॉपीज बनवण्याचं काही तरी टेक्निक त्या वेळी डेव्हलप झाल्याचं मी वाचलं होतं. त्याचाच हा प्रकार तर नसेल?"

कमिशनरही थोडा वेळ बुचकळ्यात पडले. मग मान हलवत ते म्हणाले, "आय डोन्ट थिन्क सो. त्या वेळीही शेळ्यामेंढ्यांचे आणि उंदरासशांचे तसे क्लोन तयार केले गेले होते. पण माणसाचा नाही. तसा करण्यावर बंदी घालण्याचाच त्या वेळच्या सरकारचा विचार होता. एका-दोघांनी आपण तसे क्लोन जन्माला घातल्याचा दावाही केला होता. पण त्यात फारसं तथ्य नसल्याचंच दिसून आलं होतं. डॉक्टर, यू माईट नो मोअर अबाऊट धिस."

दारात पोचलेले डॉक्टर उलटे फिरून परत राजेश होता तिथं आले.

"यू आर राईट, सर. तशी बंदीही एकविसाव्या शतकात घातली गेली. त्यानंतर कोणी तसा प्रयत्न केल्याचं माहिती नाही. शिवाय जरी अशा कॉपी जन्माला घातल्या गेल्या, तरी मूळ आणि कॉपी एकाच वयाचे असत नाहीत. त्यांच्यात काही वर्षांचं, जवळजवळ एका पिढीचं अंतर असतं. फर्दरमोअर, त्या वेळी ज्या शेळ्यामेंढ्यांचे क्लोन केले गेले होते, तेही अर्ध्या वयातच मरण पावल्याचं, त्यांना फार लवकर म्हातारपण आल्याचं त्या वेळी दिसून आलं होतं. तेव्हा जगन्नाथ वसूचे असे क्लोन तयार केले गेले असल्याची शक्यता जवळजवळ नाहीच असं म्हणायला हवं."

"पण क्लोन नसतील तर दुसरं कोणतं मशीन तशा कॉपीज तयार करण्याची काही शक्यता आहे का?"

"म्हणजे जगन्नाथ वसूनं असा काही प्रयोग करून पाहिला असेल, अशी शंका आहे का तुला?"

"फर्गेट इट, राजेश." डॉक्टर म्हणाले, "इट इज इम्पॉसिबल. माणूसच काय पण कीडामुंगी किंवा झाडपालाही असा कोणत्याही यंत्राच्या मदतीनं तयार करता येत नाही. त्यासाठी सजीवामध्ये म्हणजेच लिव्हिंग ऑरगॅनिझममध्ये चालणाऱ्या जिवंत प्रोसेसचीच मदत घ्यावी लागते. ती प्रोसेसेस शरीराबाहेर व्यवस्थित चालावी म्हणून लागणारं वातावरण, परिस्थिती निर्माण करण्यासाठी मशीन्स जरूर उपयोगी पडतात; पण नुसती मशीन्स ती प्रोसेसेस पार पाडू शकत नाहीत. जगन्नाथ वसू तर सोडच पण खरीखुरी इन्व्हेन्शन्स तयार करणारा तो मधुकर उकिडवेही हे करू शकणार नाही."

"दॅट सेटल्स इट देन." कमिशनर म्हणाले. "आता तो एक्सपर्ट डिटेक्टिव्ह येईल. त्याला सगळी केस समजण्यासाठी आवश्यक ते पेपर्स व्यवस्थित तयार करून ठेव."

कमिशनरांच्या ऑफिसातून राजेश निघाला तो थेट जगन्नाथच्या दुकानातच

गेला. तिथं देशमुख अजूनही पहारा देत होता. तिथं कोणीही आलं गेलं नाही याची ग्वाही त्यानं दिली. त्याला आपल्याबरोबर घेत मग राजेशनं सारं दुकान पिंजून काढलं. आक्षेपार्ह पुस्तकांचा शोध त्या दोघांनी घेतला. ते अतिशय किचकट आणि वेळखाऊ काम होतं. कारण अशा पुस्तकांना साधी बाळबोध कव्हरं घातली जात. एवढंच काय पण काही हुषार मंडळी तर त्यातली पहिली-दुसरी प्रकरणंही निरुपद्रवी भासावीत अशीच ठेवत. त्यामुळे जवळजवळ एकेक पान पाहून मगच ते पुस्तक कशा प्रकारचं आहे, हे ठरवावं लागत होतं.

तीन-चार तास घालवूनही राजेशच्या हाती काहीच लागलं नाही. आक्षेपार्ह असं पुस्तक तर तिथं त्यांना मिळालं नाहीच. पण पूर्वी कधी तसं एखादं पुस्तक विकल्याची किंवा तिथं ते असल्याचीही काही खूण मिळाली नाही. राजेशनं जगन्नाथच्या घरीही तसाच शोध घेण्यासाठी दुसरी एक तुकडी पाठवली होती. त्यांनाही तिथला कानाकोपरा धुंडाळून काहीही मिळालं नाही. जगन्नाथ खरोखरच त्या प्रकारच्या पुस्तकांचा साईड बिझिनेस करत होता की काय, अशी शंका त्याला आता येऊ लागली होती.

तेवढ्यात त्याला कसलीशी आठवण झाली. म्हणून जगन्नाथच्या घरची माहिती मिळवणाऱ्या तुकडीला त्यानं परत फोन लावला आणि विचारलं,

"तिथं तुम्हाला एक छोटेखानी लेथ मिळालं का? लहान आणि नाजुक काम करण्यासाठी त्याचा वापर करता येईल असं लेथ?"

"नाही बा. छोटंमोठं कसलंच लेथ नाही मिळालं. घराला जोडून एक वर्कशॉप आहे इथं. पण तिथं तसलं कोणतंही मशीन नाही. निरनिराळ्या धातूंच्या आणि प्लॅस्टिकसारख्या काही पदार्थांच्या पट्ट्या, गोळे वगैरे माल मात्र पडला आहे तिथं. सर, आता आम्ही इथं किती वेळ थांबायचं? की घराला सील ठोकून इथून निघू आता आम्ही?"

"नाही. तुम्हाला रिलीव्ह करायला कोणाला तरी पाठवतो मी. तो येईपर्यंत तिथंच थांबा."

रिसिव्हर खाली ठेवून राजेश पाठी वळला तो त्याला समोरच देशमुख दिसला. तोही गेले सतरा-अठरा तास ड्यूटी करतोय, याची जाणीव त्याला झाली. तेव्हा त्याला उद्देशून तो म्हणाला,

"देशमुख तूही जा आता. मात्र जाता जाता स्टेशनवर जाऊन इथं आणि जगन्नाथ वसूच्या घरीही कोणाला तरी पाठवून दे. मला रिलीव्ह करायला तो येईपर्यंत मी थांबतो इथं. तू नीघ आता."

एकटाच राहिल्यावर परत राजेशच्या डोक्यातलं विचारांचं चक्र सुरू झालं. पण ते नुसतंच वांझोटं गरगर फिरत राहिलं. त्यातून काहीच निष्पन्न होत नव्हतं.

लोक त्या शेरलॉक होम्सचं एवढं गुणगान करतात; पण त्याच्यापुढे कधी असा पाच निरनिराळ्या तऱ्हेनं मृत्यू आलेला मुडदा आला होता का? किंवा दोनदा वेगवेगळ्या प्रकारे मरण पावलेली व्यक्ती?

त्यात त्या मधुकरनं दिलेल्या माहितीचाही काही उपयोग झाला नाही. त्यानं सांगितलेल्या आक्षेपार्ह यादीतल्या पुस्तकांचा कसून शोध घेतल्यानंतर तसलं एखादं पुस्तक तर सोडाच पण त्या पुस्तकातलं एखादं पानही हाती लागलेलं नाही. त्यालाच जाऊन याचा अर्थ विचारावा का? ते पुस्तकही नाही आणि त्यानं ज्याचं एवढं वर्णन केलं होतं ते लेथही नाही. ते लेथ कुठं गायब झालं असावं? आणि का? तेही समजत नव्हतं. मधुकरकडूनच कदाचित त्याचा उलगडा झाला तर झाला. त्याला परत जाऊन भेटायलाच हवं; पण जगन्नाथ वसूच्या मित्रांपैकी फक्त त्याचीच भेट घेतली होती आत्तापर्यंत. इतरांचं काय? त्यांनाही भेटायला हवं. खासकरून प्रोफेसर रावत्यांना तर भेटायलाच हवं.

रावत्यांचं नाव आल्याबरोबर राजेशच्या मरगळत चाललेल्या मनात एकदम जान आली. ती प्रोफेसर रावतेंची भेट होणार या कल्पनेनं आली होती की कल्याणी रावतेची भेट होणार या कल्पनेनं आली होती, हे नसतं सांगता आलं. पण राजेशनं ताबडतोब रावतेंच्या घरचा फोन फिरवला हे मात्र खरं.

"ओहो राजेश, बोल."

"कशी आहे तब्येत आता डॅडींची?"

"चांगलीच आहे. ते भलतेच तरतरीत वाटताहेत. उद्याच युनिव्हर्सिटीमध्ये जायचं म्हणताहेत."

"मग आज संध्याकाळी भेटू शकतील का मला? फारच महत्त्वाचं काम आहे माझं त्यांच्याकडे?"

"त्यांच्याकडेच?" मिष्कील स्मित ओठांवर खेळवत कल्याणीनं विचारलेल्या त्या प्रश्नानं राजेशच्या काळजाचे किती तरी ठोके चुकवले. कसंबसं स्वत:ला सावरत तो म्हणाला,

"दोघांकडेही. पण प्रथम त्यांच्याकडे."

"आय सी! पण काय रे काय दशा झाली आहे तुझी? जेवलास की नाही?"

"जेवण? ओह माय गॉड, सकाळपासून असा काही या तिढ्यात अडकलोय, ब्रेकफास्टसुध्दा घेतला नाही मी. आठवणच राहिली नाही बघ."

"वाटलंच होतं मला. कामापुढे तुला कशाची शुद्ध राहील तर ना! तूही डॅडींचाच अवतार आहेस. ते काही नाही ताबडतोब घरी ये पाहू. मी शिजवते तोवर काहीतरी."

"हे एवढं–"

"एवढं नाही अन् तेवढं नाही. असशील तसा नीघ. नाही तर कधीच येऊ नकोस."

आणि तिनं सरळ फोन ठेवूनच दिला.

हातातल्या फोनकडे पाहत हसत राजेशनंही रिसिव्हर ठेवला, तोच बाहेरच्या दरवाजावर कोणीतरी टकटक केल्याचा आवाज त्याला ऐकू आला. पुढे होत त्यानं दुकानाचं दार उघडलं.

बाहेर कॉन्स्टेबल जोशी उभा होता.

"जोशी, देशमुखनंच पाठवलं ना तुला?"

"येस, सर. तो म्हणाला की जर काही झालं—काय होणार आहे, सर?"

"काहीही नाही. रुटीन गार्ड ड्यूटी आहे. इथं थांबायचं आणि कोणालाही आत येऊ द्यायचं नाही. की इथली कोणतीही वस्तू इकडे-तिकडे होऊ द्यायची नाही."

"बाय द वे जोशी, मी सकाळपासून ऑफिसच्या बाहेरच अडकलोय. तिथं काय झालंय किंवा बाहेर काय होतंय याचा पत्ताही नाही मला. दिवसभरात काही विशेष?"

"तसं काही विशेष नाही, सर. पण, पण विचित्र आहे, सर."

"विचित्र? म्हणजे काय आहे?" एकदम सावध होत राजेशनं विचारलं.

"आज दिवसभरात जिकडूनतिकडून रिपोर्ट येत राहिले सर, की काहीजण लोकांना चिथावणी देणारी प्रक्षोभक भाषणं करताहेत. लॉ ॲन्ड ऑर्डर बिघडतील अशी भाषणं. चौकामध्ये उभं राहून हातात लाऊडस्पीकर घेऊन केली जाणारी भाषणं. त्याशिवाय त्याच प्रकारच्या ई-मेल सतत येत राहिल्याचे रिपोर्टही आलेत. त्या ई-मेलबद्दल काय करायचं, हे आम्हाला कळत नव्हतं, सर. पण भाषण देणाऱ्यांना मात्र पकडून ठेवलंय. संध्याकाळपर्यंत सोडून देऊ."

"प्रक्षोभक भाषणं? म्हणजे कशा प्रकारची? कोणती चिथावणी देणारी भाषणं?"

"पलीकडच्या सेक्टरमधल्या लोकांविरुद्ध भडकावणारी भाषणं. ते उपरे आहेत, ते परके आहेत आणि तरीही आपल्यावर मनमानी करताहेत. त्यांना ठारच मारायला हवं, असं सतत कानीकपाळी ओरडणारी भाषणं."

"काय म्हणालास? त्यांना ठारच मारायला हवं, असं सांगत होते ते सगळेजण?"

"येस सर. दर दोन मिनिटांनी प्रत्येकजण हेच वाक्य उच्चारत होता असेच सर्व रिपोर्ट सांगताहेत. काहीजणांना तर आमच्यापैकी काहीजणांनी प्रत्यक्षच ऐकलं होतं. त्यांचाही तोच रिपोर्ट आहे."

"प्रत्येकजण? म्हणजे असे किती वेडेपीर निघाले?"

"नऊजणांना तर आम्ही पकडलंय. पण आणखी एक-दोघे तरी निसटले असावेत, असं वाटतंय."

कमाल होती. शहराच्या निरनिराळ्या भागात एकाच वेळी अशी भाषणं करून लोकांच्या भावना भडकवण्याचा प्रयत्न करणारे लोक निघावेत. एकदोन नाही तर जवळजवळ एक डझन. एखादी तशीच ऑर्गनायझेशन तर नाही? शेजारच्या

सेक्टरशी वैर करायला शिकवणारी? लोकांना शांतीच्या मार्गापासून ढळायला लावणारी? पूर्वी अशा असायच्या असं त्यानं इतिहासात वाचलं होतं; पण आता सगळीकडे शांतता प्रस्थापित झाल्यापासून हे हेवेदावे, वैर, लढाया सगळं बंद झालं होतं. मग आत्ताच नेमके हे कोठून उपटले? आणि तेही ही जगन्नाथ वसूच्या मृत्यूची भानगड झालेली असतानाच? या दोन्हींचा संबंध तर नाही? पोलीस खात्याला सतावून बदनाम करायचं कारस्थान तर नाही?

आणि हो, काय म्हणत होते ते वक्ते? त्यांना ठारच मारायला हवं. आपण कुठं तरी ऐकलंय हे वाक्य यापूर्वी. कुठं ऐकलं होतं? ते वाक्य ओळखीचं असल्यासारखं का वाटतंय?

राजेश चक्रावून गेला होता. अंग ठसठसत राहावं पण कुठं नेमकं दुखतंय, नेमकं काय होतंय याचा छडा मात्र लागू नये, अशी त्याची स्थिती झाली होती. ते वाक्य त्याआधी कुठं तरी, केव्हा तरी ऐकलंय, याविषयी त्याची खात्री होत चालली होती. पण कुठे आणि केव्हा हे काही केल्या आठवत नव्हतं. जसजसा विचार करावा तसतसं अधिकाधिक बेचैन व्हायला होत होतं.

त्याच मनःस्थितीत तो प्रोफेसर रावत्यांच्या घरी गेला. तिथं कल्याणीला पाहिल्यावर मात्र तो साऱ्या काळज्या विसरला. आपण ज्याला गहन गूढ समजतोय ती एखादी साधी सरळ कहाणी असावी, असं त्याला राहून राहून वाटू लागलं. आणि आपल्याला जे रहस्य वाटतंय त्याचं साधं सरळ एक्सप्लनेशन असावं, असाही विचार त्याच्या मनात येऊ लागला. आता उद्या तो स्पेशल एक्सपर्ट डिटेक्टिव्ह येऊन त्यानं तेच सांगितलं, साऱ्याचा उलगडा केला तर मग आपल्याला लोक कसे हसतील, आपला कसा फालुदा होईल, या विचारानं मात्र तो परत एकदा काळजीत बुडून गेला. तिथं कल्याणी होती म्हणून बरं. नाही तर त्या चिंतीत अवस्थेत त्यानं काय केलं असतं, हे सांगणं कठीण होतं.

- ५ -

"व्हिजिफोनवर दिसली त्याहूनही तुझी वाईट दशा आहे रे? पोटात तर काही घेतलेलं नाहीसच तू; पण इतर काय काय धंदे करत होतास?" त्याला पाहताच कल्याणीनं विचारलं. तिचा सूर वरवर थट्टेचा, हेटाळणीचा असला तरी त्याच्याआड तिला वाटत असलेली काळजीच दडलेली आहे, याची जाणीव राजेशला झाल्यावाचून राहिली नाही.

कसनुसं हसत तो म्हणाला, "अंधारात डोळे मिटून आणि हातपाय बांधून घेऊन चोरशिपाईचा खेळ खेळत होतो मी."

"गुड. मग तू कोण होतास? चोर?"

त्यावर मोठ्यानं हसत राजेश समोरच्या खुर्चीत कोसळलाच. कल्याणी आत वाढायची तयारी करायला गेल्याचं पाहून त्यानं आपल्या ऑफिसला फोन लावला. इन्स्पेक्टर राठोड आता ड्यूटीवर होता. त्याच्याकडून खबरबात घ्यावी असा त्याचा विचार होता.

व्हिजिफोनवर राजेशला पाहताच राठोड उद्गारला,

"भले, आमच्या गळ्यात हे झेंगट अडकवून देऊन तुम्ही मजा मारताहात."

"अरे, पण झालं काय एवढं वैतागायला? आणि तुला हवी असेल तर ड्यूटी एक्स्चेंज करू आपण."

"नको रे बाबा! आहे हे लफडंच पुरेसं आहे. तुझ्यापाठची कटकट मुळीच नको. पण तुला सांगू वेड लागलंय रे सगळ्यांना. पागलपणाची साथ आली आहे, असं वाटतंय. एखादा व्हायरस असेल का रे?"

"डॉक्टरांना विचारायला हवं. पण तू जर त्या भाषणं ठोकणाऱ्या माथेफिरूंबद्दल बोलत असशील तर–"

"दुसऱ्या कोणाबद्दल बोलणार? त्याच डझन वेड्यापीरांबद्दल बोलतोय मी."

"डझन? नऊजणांनाच पकडलंय ना? तो जोशी सांगत होता."

"आम्ही नऊजणांनाच पकडलं होतं; पण उरलेले तिघेजण आपणहोऊन सरेन्डर झालेत. ते नसते सापडते तर बरं, असं म्हणायची वेळ आणलीय त्यांनी. वेड लागेल मला अशानं."

"पण कशामुळे? तिथं येऊनही तीच भाषणं ठोकताहेत की काय ते? की आपला गुन्हा नाकारतायत ते?"

"तेही परवडलं असतं. पण ते तर चक्क कन्फेसच करताहेत. आपण ती भाषणं ठोकल्याचं नाकारणं तर सोडाच. पण ती केल्याचं ठासून सांगताहेत. तशी नोंद रेकॉर्डमध्ये व्हावी असा आग्रह धरताहेत."

"दॅट इज स्ट्रेंज. पण का? कशाला हवी त्यांना तशी नोंद."

"तू तिथं आरामात बसलेला दिसतो आहेस मला म्हणून सांगतो. कारण त्याचं कारण ऐकशील ना तर तू बेशुद्धच पडशील. ते म्हणताहेत की त्यांना तशी भाषणं करायला तू सांगितलंस. तू त्यांना रिक्रुट केलंस. प्रत्येकाला शंभर शंभर क्रेडिट पॉईंट द्यायचं कबूल करून तू त्यांना ते काम करायला लावलंस."

"म्हणजे मला शंका येत होती, तसंच दिसतंय हे प्रकरण. आपल्याला, पोलीस खात्याला बदनाम करण्याचं कारस्थान रचतंय कोणीतरी. अतिशय हुषारीनं."

"तुझ्या म्हणण्यातही पॉईंट आहे, राजेश. माझ्या लक्षातही आलं नव्हतं ते."

"थांब मीच येतो तिथं. माझ्या तोंडावर तसा आरोप करण्याची शामत आहे का

कुणाची तेच पाहतो.''

''त्याची काही गरज नाही. खरंच सांगायचं तर तुझ्या तोंडावरही ते तसं सांगायला कमी करणार नाहीत. अशा पागलांचं बोलणं ऐकायचं असतं का कधी? ते खोटं सांगताहेत हे तर स्पष्टच आहे.''

''कशावरून?''

''ए मॅटर ऑफ टायमिंग. त्यांच्या म्हणण्यानुसार त्यांना तू काल दुपारी भेटलास आणि ती ऑफर दिलीस. सर्वचजण त्या वेळेबाबतीत ठाम आहेत; पण काल दुपारी तर तू आणि देशमुख तिथं त्या जगन्नाथ वसूच्या दुकानात त्याच्या खुनाची चौकशी करण्यात गुंतला होतात हे सगळ्यांनाच माहिती आहे. तिथं डॉक्टर साळुंकेही होते. आणखीही कोणी असेल. तेव्हा तू त्यांना भेटणं कसं शक्य आहे?''

''शक्यच नाही. खरंही नाही ते.''

''मला माहिती आहे ना ते. फर्गेट इट. इथं येण्याचा विचारही करू नकोस. या माथेफिरूंची कटकट कमी होती म्हणून की काय, दुसरंच एक प्रकरण उभं राहिलंय. मोनिका बेदी नाहीशी झालीय.''

''मोनिका बेदी? म्हणजे कमिशनरसाहेबांची सेक्रेटरी?''

''तीच. आज सकाळी ती कामावर आली नाही. म्हणून तिच्या घरी चौकशी केली. तर ती काल संध्याकाळीच घरातून बाहेर पडलीय असं सांगितलं गेलं. खरं तर घरचीच मंडळी ऑफिसात चौकशी करणार होती. त्यामुळं कमिशनरसाहेब पेटलेत. आम्हाला तर त्यांनी अक्षरश: धारेवर धरलंय. आकाशपाताळ एक करा पण मोनिका सापडलीच पाहिजे, असा सज्जड दम भरलाय. तेही त्या वसू मर्डर केसनं पार वैतागून गेले आहेत. आपणच या सर्व घोटाळ्याला जबाबदार आहोत, असंच मानताहेत ते. बरं त्या वसूला एकदा मरून भागण्यासारखं नव्हतं? काल एकदा साग्रसंगीत खून झाला होता ना त्याचा? मग आज परत मरायला कशाला पाहिजे होतं त्या मुडद्याला?''

''अरे, कमिशनरसाहेब झाले तरी माणूसच आहेत ना! शिवाय त्यांनाही त्यांच्या बॉसला जाब द्यायचाच असेल की.''

''खरं आहे. पण काय रे कालचा आणि आजचा, खरा वसू कोणता?''

''ते नाही सांगता यायचं. काही तरी उलगडा होत नाही तोवर आपण त्यांना वसू आणि पुनर्वसु असंच म्हणूया. डॉक्टरांनी अगदी जेनेटिक फिंगरप्रिंटचीही साक्ष काढली आणि शपथेवर सांगितलं, की दोन्ही मुडदे जगन्नाथ वसूचेच होते.''

''अरे, पण कसं शक्य आहे?''

''का शक्य नाही? एकच माणूस जर एकाच वेळी पाच निरनिराळ्या प्रकारे मरू शकतो, तर मग तो दोनदा का नाही मरू शकत?''

"ठार पागलपण आहे हे." आपलं डोकं दुखत असल्यासारखं गच्च दाबून धरत राठोड म्हणाला, "आता हे प्रकरण म्हणजे एक प्रचंड विनोदच आहे, असं वाटायला लागलंय मला." फोन बंद करत राठोड म्हणाला.

राठोडच्या त्या बोलण्यानं त्याच्यावरचा ताण थोडासा निवळला आणि राजेश मोठमोठ्यानं हसायलाच लागला. इतका की त्याच्या डोळ्यांमध्ये पाणीच आलं. तेवढ्यात जेवण वाढल्याचं सांगायला कल्याणी तिथं आली. तिला जेव्हा राजेश असा वेड्यासारखा हसत सुटल्याचं दिसलं तेव्हा काहीही न बोलता तिनं त्याला हात धरून उठवलं आणि तसंच ओढत नेऊन डायनिंग टेबलावर बसवलं.

पुढ्यातल्या जेवणाचा सुगंध नाकात शिरल्याबरोबर राजेशला आपल्याला सपाटून भूक लागल्याची जाणीव झाली. काहीही न बोलता तो त्या अन्नावर तुटून पडला. कल्याणीही न बोलता त्याला वाढत राहिली. तीन वेळचं जेवण हादडल्यावरच राजेश थांबला. हात धुवून परत टेबलापाशी येऊन बसला. आपण एकटेच जेवत होतो, कल्याणी किंवा तिचे डॅडी तिथं नव्हते हे प्रथमच त्याला जाणवलं. त्याबरोबर ओशाळवाणं हसत तो कल्याणीला म्हणाला, "अग, तू आणि डॅडी? तुमचं जेवण?"

"फार लवकर आठवण झाली तुला. डोन्ट वरी. आम्ही केव्हाच जेवलोय. डॅडी जरा आपल्या रूममध्ये पडलेत. तू आल्यावर उठव असं सांगितलं होतं त्यांनी. पण तुझी दशा पाहिल्यावर तुझं जेवण झाल्याशिवाय त्यांना उठवायला जायचं नाही असं ठरवलं मी. आता बोलावतेच त्यांना."

प्रोफेसर रावते बेडरूममधून बाहेर आले आणि राजेशला पाहताच म्हणाले, "काय रे आजारी आहेस की काय? की उपाशी?"

"उपाशी? आणि हा? बकासुराच्याही वरताण करत जेवलाय आता."

"माझ्याशी बोलायचं होतं असं कल्याणी सांगत होती. त्या जगन्नाथ वसूबद्दलच असणार, खरं ना?"

"यू आर राईट, सर. या वसू मर्डर केसनं चक्रावून सोडलंय. त्याच्याबद्दल माहिती असणारे एक मधुकर उकिडवे आणि दुसरे तुम्ही. उकिडवेला कालच भेटलो."

प्रोफेसरांच्या समोरच्या खुर्चीत बसत राजेश म्हणाला. कल्याणी आपल्या वडिलांच्या खुर्चीच्या हातांवर रेलून बसली. त्या पोझमध्ये ती इतकी सुंदर दिसत होती की आपण तिथं कशासाठी आलो आहोत, तेच राजेश क्षणभर विसरला. पण लगेच स्वत:ला सावरत त्यानं प्रोफेसर रावतेंना विचारलं,

"त्या जगन्नाथ वसूच्या मेन बिझिनेसबद्दल आम्हाला माहिती आहे; पण त्याचा आणखी एक साईड बिझिनेसही होता अशी माहिती आम्हाला मिळाली आहे."

"खरं आहे ते. पण त्याचा आणि त्याच्या खूनाचा काही संबंध असेल, असं मला वाटत नाही. बंदी घातलेली पुस्तकं भाड्यानं वाचायला देत असे तो. ती

विकत असे असं मला नाही वाटत. खरं तर मी हे सांगायला नको. तसं वचन दिलं होतं मी जगन्नाथला; पण आता तोच या जगात नाही, तेव्हा सांगायला हरकत नसावी. निदान मी ती माहिती लपवून ठेवली म्हणून त्याच्या खुन्याचा शोध लागला नाही, असं व्हायला नको.''

राजेशला गंमत वाटली. काल मधुकर उकिडवेही असंच बोलला होता. जवळजवळ हेच शब्द वापरत.

''आणि तुला म्हणून सांगतो, ऑफ द रेकॉर्ड. मला तो वरचेवर अशी पुस्तकं देत असे. मी त्याच्याकडची बरीच पुस्तकं वाचली आहेत.''

''तुम्ही? तुम्ही अशी पुस्तकं वाचता?''

''अरे, मी प्रोफेसर म्हणजेच एक शिक्षक आहे हे विसरतोय तू. शिक्षकाला मोकळ्या मनानं सगळ्या प्रकारचं वाचन करावं लागतं. कोणत्याही एका थेअरीनं वाहवून न जाता सर्व पर्यायांचा अभ्यास करून मग स्वत:चं मत तर्कसंगतरित्या बनवावं लागतं. आमच्या युनिव्हर्सिटीमधले पुष्कळसे प्रोफेसर तशा प्रकारची पुस्तकं वाचतात. त्यात काहीही वाईट नाही. त्याच्याकडची नारिंगी लिस्टमधली बरीच पुस्तकं वाचली आहेत मी. अशा प्रकारच्या पुस्तकांच्या वाचनानं काही धोका संभवतो, असं मला वाटत नाही.''

रावत्यांनी नारिंगी लिस्टचा उल्लेख केल्याचं ऐकून राजेशची अस्वस्थता कमी झाली. त्या लिस्टमधली पुस्तकं जवळ बाळगणं हा काही तितकासा गंभीर गुन्हा नव्हता. लाल लिस्टमधली पुस्तकं आपण वाचली आहेत, असं जर प्रोफेसर म्हणाले असते, तर मग अडचण निर्माण झाली असती.

''कदाचित कमकुवत मनाच्या कोणीतरी ती वाचली तर ती व्यक्ती भारावून जाणं शक्य आहे, नाही असं नाही; पण कणखर मनाच्या कोणावरही त्यांचा फारसा परिणाम होण्याची अजिबात शक्यता नाही.''

''आणि डॅडींचं मन कणखर आहे हे तर तू ओळखतोसच.'' कल्याणी म्हणाली, ''म्हणून तर त्यांनी कणखरपणे मला ती कधीच वाचू दिली नाहीत.''

''तू वाचलंयस की नाही असं एखादं पुस्तक, राजेश?''

''नाही सर. कसं शक्य आहे? कधी एखाद्या झडतीत तसलं पुस्तक सापडलंच तर ते ताबडतोब सील करून हेडक्वार्टर्सला पाठवायची ऑर्डरच आहे आम्हाला. आणि तिथंही ते पोचताच त्याची केवळ नोंद ठेवून ते ताबडतोब जाळूनच टाकतात.''

''मग हिप्नॉटिझम म्हणजे काय, माईन्ड कन्ट्रोल म्हणजे काय याची कल्पनाच नसणार तुला.''

''माईन्ड कन्ट्रोल? म्हणजे काय? आणि ते कशासाठी करायचं?''

''माईन्ड कन्ट्रोल म्हणजे माणसाच्या मनातले व्यवहार एका नियंत्रित रूपात

करण्याचे प्रयत्न. तसे प्रयत्न राजकीय फायद्यासाठी करण्याचे प्रयोग विसाव्या शतकात झाले. जॉर्ज ऑरवेल नावाच्या एका लेखकानं १९४८ सालीच 'नाईन्टीन एटी फोर' म्हणजे 'एकोणीसशे चौऱ्यांऐंशी' अशी एक कादंबरी लिहिली होती. त्यात त्यानं थॉट पोलीस ही एक कल्पना मांडली होती. म्हणजे कोण काय आणि कसा विचार करतो आहे यावर नजर ठेवून जर एखाद्याच्या मनात त्या वेळच्या राज्यकर्त्यांविरुद्ध काही विचार आला, तर त्याचा बंदोबस्त करण्याची जबाबदारी त्यांच्यावर टाकली गेली होती. त्याचबरोबर सर्व नागरिक एकाच प्रकारचा विचार करतील, यासाठी त्यांच्या मनांवर नियंत्रण करण्याचीही व्यवस्था केली गेली होती.''

''पण—पण—हे कसं शक्य आहे? हाऊ इज इट पॉसिबल?''

''वेल, त्यासाठी अनेक सायंटिफिक प्रिन्सिपल्सचा वापर करण्याचे प्रयोग झाले आहेत. आपल्या मेंदूचं काम विद्युतरासायनिक संदेशांद्वारे चालतं, हे समजल्यापासून त्या संदेशांना वेठीला धरता येईल किंवा आपल्याला हवे तसेच संदेश पास केले जातील, बाकीचे दाबले जातील, अशी व्यवस्था काही विद्युतचुंबकीय लहरींद्वारे करता येईल की काय, याचाही वेध घेतला गेला आहे. बहुतेक प्रयोग काही प्रमाणात यशस्वी झाले; पण व्यापक क्षेत्रांवर त्यांचे प्रयोग झाले नाहीत. किंवा फसले. त्यानंतर तर त्यांच्यावर बंदीच घालण्यात आली आहे. त्या सर्वांचा सैद्धांतिक इतिहास या नारिंगी लिस्टमधल्या काही पुस्तकांमध्ये आहे. त्यातल्याच एकामध्ये हिप्नॉटिझमची सविस्तर माहिती दिलेली आहे. माईन्ड कंट्रोलसाठी जास्तीतजास्त उपयोगी पडलेली किंवा यशस्वी झालेली ती एक प्रणाली आहे.

''तिची सुरुवात अठराव्या शतकातच मेस्मेर नावाच्या एका सायंटिस्टनं केली होती. त्यानं असं दाखवून दिलं होतं, की काही तंत्रांच्या मदतीनं दुसऱ्या व्यक्तीच्या मनाचा ताबा घेता येतो. त्यानं कशा प्रकारे विचार करावा याचं निर्देशन करता येतं. एक प्रकारे त्याच्यावर मोहिनी घालता येते. त्यानं सांगितलेल्या तत्त्वांच्या आधारे मग त्या प्रणालीचा विकास करण्यात आला. पुढच्या म्हणजे एकोणिसाव्या शतकात त्या प्रणालीचा वापर मोठ्या प्रमाणावर विशेषत: मेडिसिनमध्ये करण्यात येऊ लागला. काही मानसिक विकार तर त्या प्रणालीचा उपयोग करून संपूर्ण बरे करण्यातही यश मिळालं. पण काही प्रकारच्या शारीरिक व्याधींवरही तिचा उपयोग होतो, हे दिसून आलं. शस्त्रक्रियेसाठी ॲनेस्थेशियाचा वापर न करता हिप्नॉटिझमचा वापर करता येतो, हेही दाखवून दिलं गेलं. काही ऑपरेशन्समध्ये त्याचा वापरही झाला.''

''पण त्यात काय वाईट होतं? त्यावर मग बंदी का घालण्यात आली?''

''बंदी घालण्यात आली ती एकविसाव्या शतकात. मध्यंतरीच्या काळात

ॲन्टिबायोटिक्ससारखी प्रभावी औषधं शोधण्यात आली. ह्युमन जीनोमच्या वाचनानंतर टेलरमेड औषधं तयार करण्यात येऊ लागली. तसंच सर्जरीसाठीही लेझरचा, सूक्ष्मदर्शकांचा, कॉम्प्युटरचा वापर मोठ्या प्रमाणात होऊ लागला. त्यामुळे प्रभावी हेल्थ केअर मिळायला लागली. मेडिसिनसाठी हिप्नॉटिझमचा वापर कमी कमी होऊ लागला. काही थोड्या सायकिॲट्रिक डिसऑर्डरसाठीच त्याचा मर्यादित प्रमाणावर वापर होत राहिला. तरीही या सर्वांमध्ये फक्त एकाच व्यक्तीच्या मनावर अशी संमोहिनी घालता येत होती. तीही काही मर्यादित काळापुरती. त्याच्या मनातले त्याच्या व्याधीसंबंधीचे किंवा वेदनेसंबंधीचे विचार, त्यांची जाणीव हीच बोथट करण्यासाठी किंवा घालवून देण्यासाठीच त्या प्रणालीचा वापर केला जात होता. मोठ्या जनसमुदायावर अशा प्रकारे संमोहिनी घालणं शक्य झालं नव्हतं.''

''तरीही त्याच्यावर बंदी का घातली गेली, डॅडी?'' कल्याणीनं विचारलं.

''कारण एकविसाव्या शतकाच्या उत्तरार्धात या मेस्मेरिझमचं किंवा हिप्नॉटिझमचं पुनरुज्जीवन झालं. विशेषत: न्यूरोबायॉलॉजीनं एकदम झेप घेतल्यानंतर आपल्या मेंदूच्या कार्यपद्धतीबद्दलचं आपलं ज्ञान बरंच वाढलं. त्यामुळे मग मेंदूच्या कामात पद्धतशीररित्या बदल कसे करता येतील याविषयीचं संशोधन सुरू झालं. त्या वेळी हिप्नॉटिझमचा त्यासाठी उपयोग होऊ शकेल असं वाटलं. त्या दिशेनं काही मंडळींनी काम सुरू केलं. त्या काळात संशोधनासाठीचा बहुतेक पैसा सरकारकडूनच उपलब्ध होत असे. त्यामुळे त्यावर सरकारचं नियंत्रण असे. जर या हिप्नॉटिझममुळे एकाच वेळी एकापेक्षा अधिक व्यक्तींवर संमोहिनी घालता आली तर तिचा उपयोग राजकीय लाभासाठी करता येईल अशी अटकळ काही राजकीय मंडळींनी बांधली. त्यांनी त्या प्रकारच्या संशोधनाला उत्तेजन दिलं. त्यातूनच मग मोहिनीचक्राचा शोध लागला.''

''मोहिनीचक्र?'' राजेश आणि कल्याणी दोघांनीही एकदम विचारलं.

''सायंटिफिक लँग्वेजमध्ये त्याला न्यूरोकंट्रोल व्हर्लिंग मिरर्स असं नाव आहे. पण त्याचा उल्लेख नेहमीच मेस्मेरव्हील असाच केला जात असे. त्या चक्रापाठची थेअरी नारिंगी लिस्टमधल्या पुस्तकांमध्ये सापडते; पण ते नेमकं कसं बनवायचं, याची सारी इत्थंभूत माहिती मात्र लाल लिस्टमधल्या पुस्तकांमध्येच असावी.''

''पण हे मोहिनीचक्र लोकांवर संमोहिनी घालायचं कसं?''

''हो, आणि ते दिसायचं कसं, डॅडी?''

''तुम्ही कदाचित काही जुन्या व्हिडिओ क्लिपिंगमध्ये पाहिलं असेल. त्या वेळची तुमच्यासारखी तरुण मंडळी एकमेकांच्या संगतीत नाचायला जात असत. डिस्को डान्सिंग असं नाव होतं त्याला. त्या ठिकाणी एक विशिष्ट प्रकारची प्रकाशयोजना केलेली असायची. अतिशय वेगानं बदलत जाणाऱ्या

रंगांच्या प्रकाशाचे झोत तिथं पडत असत. ते झोत जरी दीप्तीमान असले तरी त्यांची व्याप्ती मात्र छोटीच ठेवली जायची. परिणामी, आजूबाजूला असलेल्या गडद अंधारात मधूनच तेवढा प्रकाशाचा झोत अंगावर पडून चमकून जायचा. त्याला सायकेडेलिक लायटिंग असं म्हणतात. कारण त्या प्रकारे सतत बदलत राहणाऱ्या प्रकाशाच्या झोतांमुळे मन स्थिर न राहता उत्तेजित होतं असं दिसून आलं होतं. त्या प्रकारच्या मन:स्थितीत मग काही विशिष्ट विचार बिंबवणं किंवा सारासार विवेक बाजूला ठेवून एखादी कृती करायला लावणं सोपं जातं. याच तत्त्वाचा वापर त्या मोहिनीचक्रात केला होता. त्याचबरोबर विद्युतचुंबकीय लहरींद्वारा मेंदूतले विचार पकडून ते प्रसृत करण्याचं तंत्रज्ञानही त्या वेळी विकसित झालं होतं. त्याचाही उपयोग या मोहिनीचक्रात केला गेला होता. साधारणपणे डोक्यावर घालायच्या हेल्मेटसारखं ते चक्र होतं.

"त्याच्या माथ्यावर वेड लागल्यासारखे गरागरा फिरणारे काही आरसे बसवलेले होते. त्या आरशांवरून परावर्तित होणाऱ्या प्रकाशाचे कवडसे समोरच्या माणसाच्या डोळ्यांवर पडत. ते आरसेही निरनिराळ्या रंगांच्या काचांचे बनवलेले असत. त्यामुळे पडणाऱ्या प्रकाशाचा रंगही वेगानं आणि सतत बदलत राही. त्यापायी समोरच्या माणसाची मनोवस्था संमोहित होऊन जाई. त्या स्थितीत मग त्या वेगानं फिरणाऱ्या आरशांच्या चक्रातच बसवलेल्या ॲन्टेनाकडून ते हेल्मेट घालणाऱ्या व्यक्तीच्या मनातले विचार प्रक्षेपित केले जात. एखाद्या टेलिव्हिजनच्या सिग्नलप्रमाणे. ते सिग्नल्स त्या कवडशांबरोबर माणसाच्या डोळ्यांवर पडले, की तिथं ते रिसीव्ह केले जाऊन त्या माणसाच्या मनाचा ताबा घेत. या प्रकारे न बोलताही आपले विचार माणूस इतरांकडे पोचवू शकत असे. टेलिव्हिजनवरूनही अशा प्रकारे फार मोठ्या समुदायावर मोहिनी घालता येते, हे लक्षात आल्यावर तर मग त्या तंत्राचा वापर आपल्या फायद्यासाठी करून घेण्याचा विचार मोठ्या प्रमाणावर मूळ धरू लागला. सुरुवातीला काही औद्योगिक उत्पादनांच्या जाहिरातीसाठी, विक्रीसाठी त्याचा उपयोग होऊ लागला; पण नंतर नंतर विशिष्ट राजकीय विचारसरणी प्रसृत करण्यासाठी त्याचा वापर करावा, असं वाटू लागलं. तसे थोडेफार प्रयोगही काही निवडणुकांमध्ये झाले. त्याचा फायदा जरी सगळ्याच राजकारणी मंडळींना होण्याची शक्यता होती, तरी मानवजातीच्या सुदैवानं काही सूज्ञ मंडळींनी त्यातला धोका वेळीच ओळखला. त्या तंत्राविरुद्ध जोरदार मोहीम काढून प्रचार सुरू केला. अण्वस्त्रविरोधी प्रचार जसा सुरुवातीला त्याच्या निर्मितीसाठी हातभार लावलेल्या शास्त्रज्ञांकडूनच सुरू झाला होता, तसा या तंत्रज्ञानाच्या विकासाला मदत करणाऱ्या शास्त्रज्ञांनीच त्याच्या वापरावर बंदी घालण्याची मोहीम राबवायला सुरुवात केली. होती त्यापेक्षा अधिक मोहिनीचक्रं तयार केली जाणार नाहीत, अशी शपथ आपल्या सभासदांना घ्यायला

लावली. वापरात असलेली चक्रं शोधून ती नामशेष करण्याची मोहीमही आखली. त्यांना राजकारणी मंडळींकडून अपेक्षित असा जोरदार विरोधही झाला. ही मंडळी राष्ट्रद्रोही असल्याची हाकाटी करण्यापर्यंत मजल गेली. परत मानवजातीचं सुदैव असं की त्या वेळी अनेक राष्ट्रांच्या सरकारात, काही ठिकाणी तर प्रमुखपदी, वैज्ञानिक होते. त्यांनी या शास्त्रज्ञांच्या मोहिमेला पाठिंबा देऊन जगभर त्या तंत्रज्ञानावर बंदी घालण्याचं सत्र आरंभलं. तोवर जग एकत्र येत चाललं होतं. हेवेदावे, वैर, दुजाभाव यांना सोडचिठ्ठी देण्यात येऊ लागली होती. त्या वर्ल्ड फेडरेशनचा, शांततापूर्ण सहजीवनाचा सर्वांनाच फायदा होतो आहे, हे दिसून येऊ लागलं होतं. त्यामुळे त्या मोहिनीचक्रावर बंदी घालण्याच्या मोहीमेला अधिकाधिक पाठिंबा मिळत गेला. शेवटी जगभर त्याच्यावर बंदी घातली गेली. होती ती मोहिनीचक्रं शोधून काढून ती नामशेष करण्यात आली.''

''बाप रे! केवढा भयंकर प्रकार होता तो. फ्यू! असं एखादं चक्र जर कोणा वेड्यापीराच्या हाती लागलं तर–''

''–तर तो काहीही करू शकेल. अक्षरश: काहीही. म्हणजे कोणाचा तरी खून करू शकेल. आणि मग त्याची डेड बॉडी पाहणाऱ्या पाच निरनिराळ्या व्यक्तींना त्याचा मृत्यू पाच वेगवेगळ्या प्रकारे झाल्याचं भासवू शकेल. काहीही.''

राजेशच्या ओठांमधून त्याच्या नकळत एक शीळ बाहेर पडून गेली.

''येस. आणि मग अतिशय सज्जन, पापभीरू अशा मंडळींकरवी लोकांना भडकवणारी, भलतीच चिथावणी देणारी भाषणं करायला भाग पाडू शकेल.''

''चिथावणी देणारी भाषणं? लोकांना भडकवणारी भाषणं? काय बोलतोयस काय तू, राजेश? ही काय नवी भानगड आणखी?''

पण तोवर राजेश बाहेर पडण्यासाठी उठलाही होता. दाराकडे चालूही लागला होता. कल्याणीकडे पाठ करूनच तो म्हणाला,

''आता वेळ नाही सारं पुराण सांगायला. उद्यापरवा केव्हा तरी सांगेन. आता मला ताबडतोब गेलं पाहिजे.''

अन् मग काही तरी आठवल्यासारखा झर्रकन् वळून त्यानं प्रोफेसर रावत्यांना विचारलं,''पण डॅडी, त्या मोहिनीचक्राविषयी आणखी काही माहिती नाही ना तुमच्याकडे.''

''नाही. आठवली ती सर्व सांगितली. मीही हे वाचल्याला बरीच वर्षं झाली. त्या चक्रांवर बंदी येऊन तर काही शतकं झाली. तुला त्याची कल्पनाही नव्हती, यावरूनच ती बंदी किती परिणामकारक ठरलीय, हे दिसतंच आहे.''

''हो ना. ते चक्र कसं तयार करायचं याची माहिती असलेली पुस्तकं म्हणूनच तर लाल लिस्टमध्ये टाकली गेली असणार. पण आता एक आयडिया आली

मनात. त्या वसूकडे अशी लाल लिस्टातली काही पुस्तकं तर नव्हती ना? त्यातलंच एखादं या मोहिनीचक्राविषयी माहिती देणारं कोणाच्या तरी हाती लागलं आणि त्यांनी ते चक्र बनवलं असलं तर? तुम्हाला काय वाटतं?''

क्षणभर प्रोफेसरांनी विचार केला. आणि मग आपले खांदे उडवत ते म्हणाले, ''शक्य आहे. थिअरॉटिकली इट इज पॉसिबल; पण जगन्नाथ वसू नारिंगी लिस्टातली पुस्तकं जरी ठेवत होता, तरी लाल लिस्टातली पुस्तकंही त्याच्याकडे होती की काय, याबद्दल मला माहिती नाही. माझ्याजवळ तो त्यांच्याबद्दल कधीच बोलला नाही. बोलला असता तर मी पोलिसांना ताबडतोब तसं कळवलं असतं, याबद्दल त्याला खात्री होती. त्यामुळे तशी असती तरी तो माझ्याकडे त्याविषयी बोलला नसता. आणि हे बघ राजेश, तुझ्या त्या त्रांगड्याचं हेच सोल्युशन आहे, असं समजून चालू नकोस. मला आपली एक पॉसिबिलिटी वाटली म्हणून मी बोलून दाखवली. जगन्नाथचा खून आणि त्यानंतरचे तुमचे अनुभव हे सगळे त्याच मेस्मेरव्हीलचेच प्रताप आहेत, असं मी ठामपणे सांगू नाही शकणार. इट इज जस्ट अ पॉसिबिलिटी. वन पॉसिबिलिटी. दॅट्स ऑल!''

''थँक्यू, डॅडी. एकच असली तरी त्यामुळे मला आशेचा एक किरण तरी दिसलाय. आत्तापर्यंत अंधारात वांझोटंपणे चाचपडण्याखेरीज मी, आम्ही काहीच करू शकत नव्हतो. आता या दिशेनं तरी प्रयत्न करता येतील. निदान ते तसं नाही असा पुरावा मिळेपर्यंत तरी.''

पुढच्याच क्षणी तो तिथून बाहेर पडला.

ऑफिसात त्यानं पाऊल ठेवताच त्याला राठोडच्या सरबत्तीला तोंड द्यावं लागलं. राठोड जास्तीच वैतागला होता. जास्तीच एक्साईट झाला होता.

''पागलपणाची हद्द होत आलीय, राजेश. हे एक नवीनच आलंय. ऐकायचंय?''

''सांगून टाक. त्या पाच प्रकारे आणि दोनदा मेलेल्या जगन्नाथ वसूपेक्षा आणखी विचित्र काय असणार आहे?''

''मग ऐकच. काल देशमुखनं ती बॉडी सगळ्यात प्रथम पाहिली ना? आणि मग तुझ्याबरोबरही तो तिथं होता ना?''

''ऑफ कोर्स! देशमुखचीच बीट होती ती. तिथून जाताना त्यानं वसूच्या दुकानातून पिस्तुलाची गोळी उडाल्याचा ठो ठो असा आवाज ऐकला. म्हणून तो धावत आत गेला, तर तिथं वसूची बॉडी पडलेली.''

''आय सी! पण आत्ताच हाती आलेल्या या रिपोर्टप्रमाणे देशमुख त्या वेळी जनरल हॉस्पिटलमध्ये ट्रीटमेंट घेत होता. घरून निघताना त्याला मायनर ॲक्सिडेंट झाला, उजव्या पायाच्या घोट्याला मायनर फ्रॅक्चर झालं, त्यावर तो ट्रीटमेंट घेत होता. संध्याकाळी डिस्चार्ज मिळाल्यावर तो थेट घरीच गेला. हॉस्पिटलमधूनच हा

रिपोर्ट आलाय डायरेक्ट आपल्याकडे. देशमुखची रजा सॅन्क्शन करण्यासाठी.''

''हाऊ इज इट पॉसिबल? तो रिपोर्ट मरू दे. देशमुख स्वत: काय म्हणतोय? त्याला विचारलंस?''

''ऑफ कोर्स! देशमुख आपणच ती बॉडी पाहिलीय, असं ठासून सांगतोय. तुझ्याबरोबर तो तिथंच होता, असंच त्याचं म्हणणं आहे.''

''मग झालं तर.''

''नाही, तेवढ्यावर भागत नाही. तो सांगतो ते खरं असेल तर मग आज तो का लंगडतोय याचं एक्सप्लनेशन आहे त्याच्याकडे? मी छेडलं त्याला त्याबद्दल. तर म्हणतो आज पाय जरा मुरगळलाय.''

''असेलही. दॅट कॅन हॅपन. एनी वे मी करेन चौकशी त्याबद्दल. ते पकडलेले डर्टी डझन कुठं आहेत? मला भेटायचंय त्यांना.''

''ते भाषणं ठोकणारे वेडेपीर? त्यांना सोडून दिलं मी.''

राजेशचा स्वत:च्या कानांवर विश्वासच बसेना. तो अचंब्यानं राठोडकडे बघतच राहिला. त्याच्या तोंडून काही वेळ शब्दही फुटला नाही.

''सोडून दिलंस? यू मीन त्यांना फ्री केलंस?''

''हो. मला वैताग आला होता. आणि त्यांच्यावर चार्ज तरी काय ठेवायचा?''

''लोकांना चिथावणी देणारी भाषणं देणं हा चार्ज नाही? तो असताना त्यांना चौकशीविना असं सोडता कसं येईल?''

''मी सोडलं त्यांना. काय म्हणायचंय? माझी ड्यूटी आहे आत्ता. मी इनचार्ज आहे. माझ्या अखत्यारीत मी त्यांना सोडलं. माझ्यावर काय ॲक्शन घ्यायची असेल कोणाला ती घेऊ दे.''

''अरे पण—''

''अरे पण नथिंग. काय चुकीचं सांगत होते रे ते? नाही तरी हे शेजारच्या सेक्टरमधले लोक फारच माजले आहेत. सगळी मलई तेच लुटत आहेत. आपण मरमर मेहनत करायची आणि सगळा मलिदा त्यांनी लाटायचा. परत वर आपल्या सेक्टरमध्ये येऊन दादागिरी करायची. उपरे असूनही इथं सत्ता गाजवायला बघायची. ते काही नाही, त्यांना हाकलूनच दिलं पाहिजे. त्यांचा नायनाटच करायला हवा. त्यांना ठारच मारायला हवं. ते सांगत होते ते ठीकच होतं. मग त्यांच्यावर चार्ज कसला ठेवायचा? आणि त्यांना अटक तरी कशाला करायची?''

राजेश आ वासून राठोडकडे पाहतच राहिला. राठोडचा हा अवतार त्याला नवा होता. अशा प्रकारचे विचार यापूर्वी त्यानं राठोडच्या तोंडून कधीच ऐकले नव्हते. एक हॅपी गो लकी असाच त्याचा आजवरचा लौकिक होता. आणि आत्ताच एकदम त्याला काय झालं? त्या पकडलेल्या वेड्यापीरांनी इथंही आपली भाषणं त्याला

सतत ऐकवली नाहीत ना? की दुसरंच कोणी तरी?

"राठोड, आज टेलिव्हिजनवर काही खास कार्यक्रम होता का रे?" सहज कॅज्युअली विचारावं तसा तो प्रश्न त्यानं विचारला. पण राठोड त्याचं काय उत्तर देतो याची तो अधीरतेनं वाट पाहत होता.

"म्हणजे तू पाहिलाच नाहीस तो! अरे, आपले डॉक्टर साळुंके होते टीव्हीवर. सगळ्या चॅनेलवरून तो एकच कार्यक्रम टेलिकास्ट होत होता. एकाएकी कोणीही न लावता टीव्ही आपोआप ऑन झाला आणि साळुंकेंच भाषण सुरू झालं. तू कसं पाहिलं नाहीस ते? कदाचित तू इथं यायला निघाला असशील त्या वेळी. वाटेत असशील म्हणून चुकलं तुला ते भाषण."

"काही खास बोलले का डॉक्टर? म्हणजे पलीकडच्या सेक्टरबद्दल? ते उपरे असल्याबद्दल?"

"हो ना तेच तर सांगत होते. त्यांनीच त्या बदमाषांच्या कारस्थानाचा उलगडा केला. त्यांचा बंदोबस्त केल्याशिवाय भागणार नाही. ही विषवल्ली अशी फोफावू देता कामा नये. तिला वेळच्या वेळीच ठेचून काढायला हवं. त्यांना ठारच मारायला हवं."

ही सारी वाक्यं आपण यापूर्वी कधी तरी ऐकली आहेत, असं परत एकदा राजेशला वाटू लागलं. पण कुठे आणि केव्हा हे काही त्याला आठवेना. तरीही राठोडच्या वागण्यात एकदम असा बदल कसा झाला, हे रहस्य आता उलगडलं होतं. तो त्या मोहिनीचक्राच्या प्रभावाखाली आला होता. साळुंक्यांनी त्या चक्राचा वापर केला असणार. किंवा साळुंक्यांवर कोणी तरी दुसऱ्यानंच तो प्रयोग केला असणार आणि त्या इफेक्टखाली साळुंक्यांनी ते भाषण केलं असणार.

प्रोफेसर रावते म्हणत होते ते आता त्याला पटत चाललं होतं. त्यांनी फक्त 'ए पॉसिबिलिटी' असं म्हटलं होत; पण आत्ताच्या पुराव्यावरून ती सर्टनटीं वाटत चालली होती. प्रश्न एवढाच होता की आणखी कितीजण त्या चक्राच्या प्रभावाखाली आले होते. राठोड, साळुंके यांच्यासारख्या मंडळींमध्येही असा बदल होऊ शकतो, तर मग इतरांची काय कथा! आता आपल्याला जलद हालचाल करायला हवी.

"आणखी काही सांगितलं का रे साळुंक्यांनी?"

"सांगितलं तर. उद्या जाहीर सभा बोलावली आहे टाऊन स्क्वेअरमध्ये. ठीक साडेदहा वाजता. सगळ्या नागरिकांनी जमायचं आहे. तिथं आपल्याला इन्स्ट्रक्शन्स दिल्या जातील पुढच्या ॲक्शनबद्दल. मी जाणार आहे. गेलंच पाहिजे. तूही येणार आहेस ना?"

"मी ना? हो तर. मलाही यायलाच हवं ना." राजेश म्हणाला. आपल्या बोलण्याचा खरा अर्थ राठोडच्या लक्षात आला नसावा अशी आशा करत त्यानं तिथून काढता पाय घेतला.

- ६ -

आता हळूहळू सारं चित्र स्पष्ट होत चाललं होतं. राठोड नक्कीच त्या मोहिनीचक्राच्या प्रभावाखाली आला होता. त्यामुळेच तो असं बोलत होता. त्याच्याशी वाद घालण्यात काहीच अर्थ नव्हता. कारण काही समजण्याच्या, स्वतंत्रपणे विचार करण्याच्या पलीकडे तो गेला होता. शिवाय त्याच्याशी बोलत बसला असता, तर कदाचित राजेशही त्या चक्राच्या प्रभावाखाली आला असता. कारण राठोड केवळ संमोहित अवस्थेत असल्यामुळे तसं बोलत होता, की तोच ते चक्र डोक्यावर बसवून बोलत होता, हे सांगणं कठीण होतं. ते चक्र साध्या डोळ्यांना दिसतच नाही; कारण ते भन्नाट वेगानं फिरत असतं. साधा डोक्यावरचा पंखाही वेगानं फिरू लागला की दिसेनासा होतो ना, मग ते चक्र तर त्याहीपेक्षा भयानक वेगानं फिरतं, असंच तर डॅडी सांगत होते.

ऑफिसच्या बाहेर पडून राजेश पायीच चालत घरी निघाला. एरवी या वेळी रस्त्यावर चिटपाखरूही दिसत नसे. पण आज रस्त्यावर गर्दी होती. लोक गटागटानं चालत होते. ते कुठं विशिष्ट ठिकाणी जात होते असं नाही; पण रमतगमत जावं तसे ते जात होते. निमूटपणे. इतकी मंडळी रस्त्यावर असूनही कुठूनही आवाज येत नव्हता. कुजबूजही ऐकू येत नव्हती. रस्त्यांवरचे दिवे विझवलेले होते की ते चालूच केले गेले नव्हते? जर त्या दिव्यांची जबाबदारी असणाऱ्या वीज कंपनीतले कर्मचारीही असे रस्त्यांवरून भटकत असतील, तर मग ते दिवे लावण्याचंही विसरून गेले असणार.

राजेशला त्या अंधारात आणि चंद्रप्रकाशात आसपास गर्दी असल्याचं जाणवत होतं. चालणाऱ्या माणसांच्या पावलांचा आवाज ऐकू येत होता. पण तेवढाच. बाकी कोणाच्याही तोंडून शब्दही निघत नव्हता. इतक्या रात्री इतकी मंडळी घराबाहेर का असावीत? राजेशनं मनगटावरच्या ॲटॉमिक घड्याळातली वेळ पाहिली. रात्रीचे अडीच वाजून गेले होते. इतक्या रात्री इतकी मंडळी घराबाहेर? निश्चितच काही तरी विचित्र होतं. कदाचित उद्या सकाळच्या मध्यवर्ती चौकातल्या त्या मीटिंगसाठी आत्तापासूनच जागं राहत असतील ही मंडळी. किंवा आत्तापासूनच जागं राहण्याचा आदेशच दिला गेला असेल त्यांना. त्याचंच निमूट पालन करत असतील ही मंडळी.

पण एरवी कोणीही दोघंजण भेटले की काही तरी बोलणं सुरू होतं. मग आजच ही मंडळी अशी तोंडाला कुलूप लावून गप्प का? साधी कुजबूजही का करत नाहीयेत? त्या रात्रीसारखी?

कोणत्या रात्रीसारखी?

एकदम राजेशला त्या रात्रीचं ते स्वप्न आठवलं. केव्हापासून त्याची आठवण

करण्याचा तो प्रयत्न करत होता. 'त्यांना ठारच मारायला हवं' हे राठोड परत परत उच्चारत असलेलं वाक्य आपण कुठं ऐकलंय, याची आठवण करण्याचा तो प्रयत्न करत होता; पण जंग जंग पछाडूनही त्याला ते आठवत नव्हतं. आणि आत्ता एकदम आठवलं. त्या रात्रीही रस्त्यावर अशाच लोकांच्या झुंडीच्या झुंडी होत्या. त्याही काही न बोलता चालत राहिल्या होत्या. मात्र सर्वजण एकाच दिशेनं चालत होते. आणि रात्रीच्या अंधाराला जिभा फुटल्या होत्या. त्या काळोखातून रात्रीचे हुंकार ऐकू येत होते. निरनिराळे आदेश स्पष्टपणे कानी पडत होते.

"त्या पलीकडच्या सेक्टरमधली मंडळी उपरी आहेत. परकी आहेत. सर्व सुखसोई त्यांना मिळतात. ते आपल्याला लुटताहेत. वर इथं येऊन त्यांची लुटालूट चालली आहे. त्यांना हाकलून लावलं पाहिजे. त्यांना ठारच मारायला हवं. तिथं जाऊन सीमेपलीकडे जाऊन त्यांना ठारच मारायला हवं."

सर्व काही स्वच्छ आठवलं तशी राजेशला जाणीव झाली, की ते स्वप्न नव्हतं. त्या दिवशी ते प्रत्यक्षात घडलेलं होतं. स्वप्न आणि जागृती यांची बेमालूम सरमिसळ करण्यात आली होती. सत्य आणि आभास यांचं मिश्रण करण्यात आलं होतं. खरोखरच आपण घरातून बाहेर पडून रस्त्यांवरून चाललो होतो. इतर लोकांसारखे. झपाटल्यासारखे. एखाद्या निमूटपणे दिलेली आज्ञा पाळणाऱ्या यंत्रमानवासारखे. आपलं डोकं त्या वेळी गहाण पडलं होतं. स्वतंत्र विचार करण्याची, सारासार विवेक बाळगण्याची क्षमता आपण गमावून बसलो होतो. एक यांत्रिक बाहुलं झालो होतो आणि कठपुतळीप्रमाणे नाचवले जात होतो, नाचत होतो, ते स्वप्न म्हणूनही भयानक होतं. पण ते सत्य असेल तर त्याची भयानकता सांगता न येण्यासारखी होती. दुष्टपणाचा तो कळस होता.

जो काही कट रचला जात होता त्यामानानं एका यःकश्चित दुकानदाराचा खून म्हणजे किस झाडकी पत्ती होती. त्या गुन्ह्यानंच आपण इतके हादरलो होतो; पण हा मामला तर त्याच्या शतपटीनं भीषण आहे. त्या खुनानं समाजमन विचलित झालं असतं. स्वतःच्या सुरक्षिततेबद्दल प्रत्येकाला भीती वाटली असती. पण या कटामुळं समाजाची पाळंमुळंच खणून काढली जाण्याची शक्यता आहे. त्यापायी संपूर्ण समाजव्यवस्थेवर आणि परिणामी राज्यव्यवस्थेवर घाला पडण्याची शक्यता आहे. आज जगात जी शांतता नांदते आहे तिलाच तडा जाण्याची शक्यता आहे. हा कट यशस्वी झाला तर त्यापायी जो आगडोंब उसळेल, त्यात या शांततापूर्ण जगाची राखरांगोळी व्हायला वेळ लागणार नाही. इतिहास हेच सांगत आला आहे. ज्या ज्या वेळी अशी हेव्यादाव्याची पेरणी केली गेली होती, आपला-परका असा पराकाष्ठेचा भेदभाव केला गेला होता, आपणच तेवढे श्रेष्ठ आणि बाकीचे सारे तुच्छ अशा भावना रुजवल्या गेल्या होत्या, आपल्याव्यतिरिक्त इतरांची मोठ्या

प्रमाणावर कत्तल करण्याचं आवाहन ज्या ज्या वेळी केलं गेलं होतं, त्या त्या वेळी जग आगयामोहोळात अडकलं होतं. जळून खाक झालं होतं. त्या विचारधारेतून मुष्कीलीनं हे जग बाहेर आलं आहे. सारी मानवजात तेवढी एक या कल्पनेला मान्यता मिळाली आहे. मानवजातीची निरनिराळ्या गटांमध्ये, जातीपातींमध्ये, वंशांमध्ये विभागणी करण्याच्या कल्पनांना गाडून टाकलं गेलं आहे. आता परत एकदा गाड्याची चाकं उलटं फिरवण्याची खेळी खेळली जात आहे. एकदा का ते अग्निकुंड धडाडून पेटलं की त्यात आपलीही आहुती पडायला वेळ लागणार नाही, हे या झुंडीला कळतच नाही. अशी हिंसक क्रांती लासवट असते, ती आपल्याच अपत्यांना खाते, हेही इतिहास सांगतो. त्याचा विचारच या मंडळींना शिवत नाहीये.

कसा शिवावा! कारण त्यांची मनं त्यांच्या ताब्यात राहिलेली नाहीयेत. मेंदू या मंडळींचा आहे; पण तिच्यामध्ये सळसळणाऱ्या विद्युतलहरी दुसऱ्यांनी प्रक्षेपित केलेल्या आहेत. म्हणूनच तर त्या हिंसक आणि आत्मघातकी इतिहासाची पुनरावृत्ती करण्याचा प्रयोग चालला आहे. उद्या सकाळच्या मीटिंगच्या यशाची तयारी चालली आहे. त्या वेळी हे झपाटलेपण अधिक तीव्र व्हावं यासाठी तयारी केली जात आहे.

रस्त्यावरची झुंड एका दिशेनं वळत असल्याचं राजेशला जाणवलं. तिकडून काही आवाजही येत होता. कोणीतरी भाषण देत असल्यासारखं वाटत होतं. राजेशला राठोडनं पकडलेल्या – आणि नंतर काहीही चार्ज न ठेवता सोडून दिलेल्या – त्या डझनभर वक्त्यांची आठवण झाली. काय प्रकार आहे हे पाहावं म्हणून तोही त्या दिशेनं वळला.

एका कोपऱ्यावरच्या बाकड्यावर उभा राहून कोणीतरी तावातावानं भाषण करत होता. त्याच्याभोवती श्रोत्यांचं कोंडाळं झालं होतं. सगळी मंडळी निमूटपणे त्याचं भाषण ऐकत होती. पण त्यावरची कोणतीच प्रतिक्रिया कोणाच्याही चेहऱ्यावर उमटत नव्हती. सर्व मंडळी निर्विकार होती. जणू तो वक्ता कोणती तरी अगम्य भाषा वापरत होता. तरीही त्याची उक्ती खोलवर मनात घर करून राहत होती. तो सांगत होता,

"किती काळ हा अन्याय सहन करायचा आपण? आणि का म्हणून? सर्वच बाबतीत आपण त्या पलीकडच्या लोकांपेक्षा श्रेष्ठ आहोत. त्या लोकांची लायकी ती काय? पण आज तीच मंडळी सगळी मोक्याची ठिकाणं बळकावून बसली आहेत. जगाच्या कारभारात त्यांचीच चलती आहे. त्यांनाच सगळ्या सुखसोयी मिळत आहेत. मेहनत आपण करायची, मलिदा मात्र त्यांनी चाखायचा. वर आपल्याच सेक्टरमध्ये येऊन आपल्यावरच दादागिरी! हे आता चालू दिलं जाणार नाही. आपण आता ते चालवून घेता कामा नये. आपण त्यांना धडा शिकवायलाच हवा. त्यांना इथून हाकलून द्यायला हवं. त्यांना ठारच मारायला हवं."

राजेशला आणखी ऐकवेना. त्याला राहावलं नाही. त्याचा हात त्याच्या

नकळत त्याच्या कंबरेला लटकावलेल्या तलवारीकडे गेला. पुढे होऊन त्यानं त्या वक्त्याचं लक्ष आपल्याकडे वळवत म्हटलं,

"हे देअर, तू, तुला मी–"

पण पुढचं 'अटक करतो आहे' हे वाक्य पूर्ण करणारे शब्द राजेशच्या तोंडून बाहेर पडलेच नाहीत. त्याचं कारण त्याच्या अंगावर तो वक्ता धावून येऊ पाहत होता, हे नव्हतं. तो त्याला भीत नव्हता. झटापट झालीच असती, तर त्याला त्याची तयारी होती. शिवाय त्याच्याकडे त्याची तलवार होती. त्या वक्त्याची जीभ कितीही धारदार असो, बाकी तो नि:शस्त्रच होता. शिवाय असा काही झगडा झालाच असता, तर निदान काहीजणांची तरी त्या संमोहित अवस्थेतून सुटका झाली असती. तेव्हा प्रश्न तो नव्हता.

राजेश एकदम गप्प बसला कारण तेवढ्यात त्याला त्या वक्त्याच्या शेजारीच युनिफॉर्म घातलेली एक व्यक्ती दिसली. देशमुख होता तो. तो त्या वक्त्याच्या बाजूनं उतरला असता, याबद्दल राजेशला शंका नव्हती. शिवाय त्या वेळी स्टेशनवर ड्यूटी राठोडची होती. या वक्त्याला राजेशनं अटक केली असती, तरी राठोडनं त्याच्यावर चार्ज ठेवायला नकार दिला असता. त्याला सोडून दिलं असतं. कदाचित राजेशलाच अटक केली असती. त्याच्याकडची तलवार काढून घेतली असती. तसं झालं असतं तर मग सगळंच बिघडलं असतं.

राजेश मागे फिरला तसा तो वक्ताही आपल्या जागेवर गेला. खंडित झालेलं आपलं व्याख्यान त्यानं पुढं सुरू केलं. सगळे श्रोतेही माना फिरवून परत त्याचं ऐकू लागले. कळ दाबून तोंडं फिरवलेल्या यांत्रिक बाहुल्यांसारखे. जणू मध्ये काही व्यत्यय आलाच नव्हता.

राजेश तिथून निघाला. पण आता स्वस्थ बसून चालणार नाही, हे त्याला पटलं होतं. ताबडतोब या परिस्थितीची जाणीव आपल्या वरिष्ठांना करून द्यायला हवी, हेही त्याला पटलं होतं. कमिशनरसाहेबांना फोन करून सारं काही सांगितलं पाहिजे, हे त्याला जाणवलं.

पण हे सारं प्रकरणच इतकं गंभीर होतं आणि त्याची व्याप्ती इतकी विस्तृत होती, की कमिशनरही स्वत:च्या अखत्यारीत त्याबाबत निर्णय घेऊ शकले नसते. त्यांनाही सारी माहिती डायरेक्टर जनरलना कळवून त्यांचा विचार घ्यावा लागला असता. त्यांनाही कदाचित सेक्टर गव्हर्नरांची संमती मिळवणं आवश्यक होऊन बसलं असतं. सुदैवानं या वेडेपणाची लागण इतर कोणत्याही सेक्टरला झालेली असण्याची शक्यता कमी होती. तेव्हा इथल्या इथंच काय तो निर्णय होऊ शकला असता. पण असं मजल दरमजल करायला आता वेळ नव्हता. तेव्हा थोडीफार हिंमत करून आपणच थेट डायरेक्टर जनरलशी बोललं पाहिजे. हो, तसंच

करायला पाहिजे.

मनाशी निर्णय होताच राजेश जवळच्याच रेस्टॉरंटमध्ये शिरला. ते ओस पडलं होतं. कोणी गिऱ्हाईक तर नव्हतंच, पण वेटर्स. स्वयंपाकी वगैरेही कोणी नव्हतं. सगळेजण त्या झुंडींमध्ये असणार याची राजेशला खात्री वाटली. तो रिकाम्या असलेल्या व्हिजिफोनच्या बूथमध्ये शिरला. डायरेक्टर जनरलना लाँग डिस्टन्स फोन करण्यासाठी त्यानं बटनं दाबली.

समोरचा स्क्रीन उजळला. पण त्यावर डायरेक्टर जनरल किंवा त्यांची सेक्रेटरी यांची छबी उमटण्याऐवजी एका टेलिफोन ऑपरेटरची छबी राजेशला दिसली.

"मला लाँग डिस्टन्स फोन करायचाय. अर्जंट. लाईटनिंग."

"सॉरी सर. सगळ्या आऊटगोईंग लाँग डिस्टन्स लाईन्स बंद ठेवण्याच्या ऑर्डर्स मिळालेल्या आहेत आम्हाला. निदान त्या वेळेपर्यंत तरी."

"कोणत्या वेळेपर्यंत?"

"सॉरी सर! कोणतीही माहिती द्यायची नाही अशाही ऑर्डर्स आहेत आम्हाला."

आता तर हे सगळं कारस्थान असल्याचं अधिकच स्पष्ट झालं होतं. तसं असल्याशिवाय इतका विचारपूर्वक बंदोबस्त केलाच गेला नसता. प्रोफेसर रावत्यांशी बोलून यातून मार्ग काढण्याचा काही उपाय त्यांना सुचतोय का हे त्याला विचारावंसं वाटू लागलं. त्याबरोबर त्यानं वेळ न घालवता त्यांचा फोन फिरवला.

पलीकडे रिंग वाजत राहिली, वाजतच राहिली.

"उचल तो फोन, कल्याणी, उचल तो फोन. उगीच वेळ घालवू नकोस." ब्लँक स्क्रीनला उद्देशून राजेश त्वेषानं म्हणाला; पण पलीकडून कोणीही फोन उचलला नाही. कल्याणी आणि डॅडी बहुतेक गाढ झोपले असावेत.

तेवढ्यात एका अभद्र शंकेनं त्याच्या मनात दबकत दबकत पाऊल ठेवलं. कल्याणी आणि डॅडीही घराबाहेर पडून या झुंडींमध्ये सामील झाले तर नाहीत ना? तसं असेल तर मग तेही या मोहिनीचक्राच्या प्रभावाला बळी पडले असावेत. तसं झालं असेल तर मग संपलंच सगळं. मग कसा निभाव लागायचा?

आता ही फोनाफोनी बस्स झाली. आता वेळ दवडून चालणार नाही. आपण स्वतःच राजधानीच्या शहरी जाऊन डायरेक्टर जनरलना समक्षच सारी हकीकत सांगितली पाहिजे. त्यानं ताबडतोब पोलीस व्हेईकलच्या मुख्याला फोन लावला. तो स्क्रीनवर दिसता क्षणीच त्यानं त्याला सांगितलं.

"आपलं सगळ्यात वेगवान यान आहे ते तयार ठेव. मी तिकडेच येतोय. मला तिथं पोचायला फार फार तर वीस मिनिटं लागतील. टेक ऑफ घेण्याच्या स्थितीत तोवर ते यान असलं पाहिजे."

"सॉरी सर! पण तुमच्याकडे खास परवानगी आहे का कमिशनरसाहेबांची?"

"माझी रँक कोणती आहे माहिती आहे ना? मला तशी परवानगी लागत नाही, हेही तुला माहिती आहे. यापूर्वीही मी ते यान वापरलेलं आहे."

"यापूर्वीची गोष्ट वेगळी आणि आत्ताची गोष्ट वेगळी आहे, सर. पूर्वी तुम्ही ते वापरलं असेलही; पण आता त्यांची खास परवानगी असल्याशिवाय कोणालाही ते यान, खरं तर कोणतंच यान उडवता येणार नाही. किंबहुना, सगळीच यानं ग्राऊंड करायची ऑर्डर आहे. कोणालाही इथून बाहेर जाता येणार नाही. निदान त्या वेळेपर्यंत."

"कोणत्या वेळेपर्यंत?" असा प्रश्न राजेशच्या ओठांपर्यंत आला होता; पण तिथूनच त्यानं तो गिळून टाकला. त्याचं उत्तर काय मिळेल याची कल्पना तोवर त्याला आली होती. ते ऐकण्यात वेळ घालवण्यात अर्थ नव्हता. सगळ्या बाजूंनी अशी कोंडी झाली होती. आता डायरेक्टर जनरलना ही माहिती वेळेवर मुळीच मिळणार नाही, याची त्याला खात्री वाटायला लागली होती. आता तिकडून काहीही मदत मिळण्याची शक्यता उरली नव्हती. आता जे काही करायचं ते त्याचं त्यालाच करावं लागणार होतं.

पण तो काय करू शकत होता?

काहीही करू शकत नव्हता. कोणाचीही मदत त्याला मिळण्यासारखी नव्हती. अगतिकतेनं त्यानं आपल्या हातावर हात आपटला. त्याच्या उजव्या हाताचं बोट त्याच्या डाव्या मनगटावरच्या घड्याळावर आपटलं आणि त्याला झिणझिण्या आल्या. कळवळून त्यानं ते बोट घट्ट पकडलं आणि घड्याळाकडे तो पाहू लागला. पहाटेचे साडेचार वाचले होते. केवळ सहा तास उरले होते त्या टाऊन स्क्वेअरमधल्या मीटिंगला. ती मीटिंग व्यवस्थित पार पडली की मग सारं संपलंच. त्यानंतर सगळेच त्या चक्राच्या प्रभावाखाली संमोहित अवस्थेत जातील. मग काहीही करणं अशक्य होईल. त्याआधीच काही तरी करायला हवं. त्यानं परत एकदा वेळ पाहिली. चार बत्तीस झाले होते.

अकस्मात त्याला आठवण झाली. काल डायरेक्टर जनरलना कमिशनरांनी एका एक्सपर्ट डिटेक्टिव्हला पाठवून देण्याविषयी सांगितलं होतं. तो आज सहा वाजता येणार होता. त्याच्यावर या मोहिनीचक्राचा कोणताही प्रभाव पडलेला नाही. त्या गरगर फिरणाऱ्या आरशांच्या मायावी जाळ्यात तो अडकलेला नाही. त्याला जर आपण सर्वांची कल्पना दिली तर तो काहीतरी मार्ग शोधून काढू शकेल. आपण मग एकटे असणार नाही. एकाला दोघेजण असू. साथीसाथीनं आपल्याला काही तरी करता येईल.

राजेशनं परत घड्याळाकडे नजर टाकली. चार एकोणचाळीस झाले होते. अजूनही तो स्पेसपोर्टवर पोचू शकत होता. पण त्या यानाला उतरू दिलं जाईल

ना? इथून जाणाऱ्या सर्व यानांची उड्डाणं रद्द केली गेली आहेत; पण येणाऱ्या यानांचं काय? की त्यांनाही उतरू दिलं जाणार नाही? त्यांना दुसरं कुठंतरी तर पाठवण्यात येणार नाही? स्पेसपोर्टवर काही तरी अडचण आल्याची हूल उठवून ते बंद तर करण्यात येणार नाही?

राजेश धावतधावतच त्या व्हिजिफोनपर्यंत गेला. त्यानं स्पेसपोर्टचा नंबर फिरवला. तिथल्या ॲडमिनिस्ट्रेटरशीच त्यानं संपर्क साधला. तो व्हिजिफोनवर दिसताच त्यानं थेट मुद्द्यालाच हात घातला.

"आज राजधानीहून एक खास यान येणार आहे. त्यातून एक सीनियर पोलीस ऑफिसर काही महत्त्वाच्या कामासाठी येणार आहेत. त्यांच्या यानाच्या लँडिंगसाठी व्यवस्था करण्यात आलेली आहे ना? कोणत्या गेटवर त्यांचं यान येणार आहे?"

"येस, शुअर. कालच आम्हाला सूचना मिळाल्या होत्या. त्यानुसार त्या यानाच्या लँडिंगची व्यवस्था करण्यात आली आहे. त्याला प्रायॉरिटी देण्याच्या इन्स्ट्रक्शन्सही देण्यात आल्या आहेत. गेट अजून माहिती नाही; पण येत्या अर्ध्या तासात ते निश्चित होईल. मात्र ते इथं लँड झाल्यानंतर कमिशनरांच्या खास परमिशनविना त्याला परत टेक ऑफ करता येणार नाही. त्या वेळेपर्यंत तरी.

त्या वेळेची बातमी तो तिसऱ्यांदा ऐकत होता. ती वेळ कोणती हे विचारण्याची गरजच भासली नाही त्याला. त्या एक्सपर्ट डिटेक्टिव्हचं यान काहीही अडचण न होता लँड होणार आहे, एवढं त्याला पुरेसं होतं. त्यातून तो डिटेक्टिव्ह येणार आहे, त्याच्या येण्याची सारी व्यवस्था केली गेली आहे ही बातमीच त्याला ऐकायची होती. ती त्याला मिळाली होती. तो एकदा इथं उतरल्यानंतर त्याला परत जायला मिळालं नाही म्हणूनही काही बिघडणार नव्हतं. उलट तो वेळेवर परतला नाही तर राजधानीहूनच त्याची चौकशी करण्यात येईल आणि जी बातमी इतर जगापासून लपवून ठेवण्याची पराकाष्ठा करण्यात येत आहे, ती आपोआपच उघड होईल. तेव्हा एकदा उतरल्यानंतर ते यान बंदिस्त करण्यात आलं म्हणून काळजी करण्याचं काहीच कारण नव्हतं.

राजेश घाईघाईनं स्पेसपोर्टकडे निघाला.

वाटेत ठिकठिकाणी त्याला लोकांचे घोळके तसंच कुठल्यातरी चबुतऱ्यावर उभं राहून त्या घोळक्यासमोर आगखाऊ भाषणं ठोकणारे वीर आढळले. त्याला आश्चर्य वाटलं. इतक्या मोठ्या संख्येनं लोक कसे काय त्या संमोहनाला बळी पडू शकतात. अगदी देशमुख, राठोड किंवा डॉ. साळुंकेही याला अपवाद ठरले नाहीत. तेही त्या चक्राच्या प्रभावाखाली आले आहेत. यातून कोणीतरी सुटला असेल का? आपल्याशिवाय? का आपण एकटेच आहोत त्या संमोहनाला बळी न पडलेले? आणि आपण एकटेच असलो तर मग आपण कसे मोकळे राहिलो? का मोकळे

राहिलो? अशी काय खासियत आपल्यात आहे की आपल्यावर त्या मोहिनीचक्राचा प्रभाव पडत नाही?

पण हेही खरं नाही. त्या मोहिनीचक्राचा प्रभाव आपल्यावर पडत नाही, हे काही तितकंसं खरं नाही. कारण ज्या वेळी आपण जगन्नाथ वसूचा पहिला मृतदेह पाहिला, त्या वेळी तरी निश्चितच आपण संमोहित अवस्थेत होतो. नाही तर आपल्याला तो डोकं चिरलेल्या स्थितीत दिसलाच नसता. तसंच आपल्याला ते अभद्र स्वप्न पडलं त्या रात्री आपणही इतरांसारखेच घराबाहेर पडून भटकत होतो. म्हणजे त्या वेळी आपल्यावर त्या मोहिनीअस्त्राचा प्रभाव पडला होता. मग आत्ताच का नाही?

की आत्ताही प्रभाव पडलेला आहे, पण आपल्याला तसं वाटत नाही. किंबहुना, आपण त्या प्रभावापासून मोकळे आहोत, स्वतंत्र आहोत, हाही एक भ्रमच. त्या संमोहित अवस्थेतून जोपासायला लावण्यात आलेला. तसं असेल तर मग आपण करत असलेले हे प्रयत्नही व्यर्थच जाणार आहेत. कशासाठी करायचा मग हा आटापिटा?

छे, छे मनाचा कसा गोंधळ उडालाय! हाही त्या संमोहित अवस्थेचाच परिणाम आहे काय? नाही, तसा असणार नाही. कारण संमोहित अवस्थेत मनाचा असा गोंधळ उडतच नाही. त्या अवस्थेत मनात एकच एक विचार येत राहतो. तिथं रुजवला गेलेला. मग आपल्याही मनात हा सारा बनाव हाणून पाडण्याचा एकमेव विचारच येतोय. तोही त्या संमोहित अवस्थेचाच परिणाम असावा काय?

कोठून तरी थंड वाऱ्याची एक झुळुक राजेशच्या अंगावर येऊन आदळली. त्याच्या सर्वांगातून एक शिरशिरी दौडत गेली. त्याबरोबर त्याचं डोकंही जरा भानावर आलं. त्या मोहिनीअस्त्राचा प्रभाव जबरदस्त आहे हे तर खरंच; पण त्याला विरोध करता येत नाही, हे काही खरं नाही. तसं असतं तर त्याच्यावर बंदी घालणं शक्यच झालं नसतं. त्या चक्रांचा शोध घेऊन त्यांचा नायनाट करताच आला नसता. असे दोन चक्रधारी एकमेकांविरोधात उभे ठाकल्यानंतर कदाचित त्यांनी एकमेकांच्या प्रभावाला सुरूंग लावण्याची कामगिरी पार पाडली असेल, नाही असं नाही. पण निदान शेवटचं अस्त्र ज्याच्या हाती– किंवा ज्याच्या माथ्यावर म्हणा हवं तर– होतं त्याचा निःपात करण्यासाठी तरी त्या अस्त्राचा प्रभाव पडू न देण्याची खबरदारी घ्यावीच लागली असणार. आणि त्या वेळी जर ती घेतली गेली होती, तर आताही तसा काही तरी उपाय करता येणं शक्य आहे. म्हणजेच मग आपली सारी धडपड वायाच जाणार असं नाही. आपल्याला तो ते अस्त्र निकामी करण्याचा उपाय शोधून काढला पाहिजे. त्यासाठी अर्थात कोणातरी अधिकारी व्यक्तीची मदतही घ्यावी लागणार आहे.

राजेश दुप्पट वेगानं स्पेसपोर्टकडे जाऊ लागला. तिथल्या टर्मिनल इमारतीशी

पोचेतो आकाशातून ते पांढरंशुभ्र यान उतरत असल्याचं त्याला दिसलं. त्याबरोबर धावतच तो तिकडे निघाला. टर्मिनल इमारतीच्या दाराजवळ उभ्या असलेल्या गार्डला ढकलूनच तो धावत त्या यानाकडे निघाला.

यानाजवळ तो पोचेपर्यंत यान थांबलं होतं आणि त्याचं दारही उघडलं गेलं होतं. त्यातून एक लहानखुरी आकृती बाहेर पडत होती. जमिनीवर उतरून ती आकृती राजेशजवळ पोचली आणि तिनं विचारलं,

"इन्स्पेक्टर राजेश राणे?"

राजेशला तो प्रश्न स्पष्टपणे ऐकू आला. तरीही त्याचं उत्तर त्यानं दिलं नाही. कारण तोवर त्या आकृतीला रूप, आकार, घाट आला होता. त्या आकृतीची एक व्यक्ती म्हणून ओळख पटली होती. तिच्या उजव्या गालावरचा जो जखमेचा व्रण राजेशच्या नजरेवर आघात करत होता. राजेश अवाक् झाला होता. स्वतःच्या डोळ्यांवर विश्वास न बसून तो तिच्याकडे पाहतच राहिला होता.

ती व्यक्ती मग आपणच पुढे होऊन म्हणाली,

"तुम्हाला छळणाऱ्या एका केसची खास चौकशी करण्यासाठी मला डायरेक्टर जनरलनी पाठवलं आहे. माझं नाव जगन्नाथ वसू."

- ७ -

हे मात्र अतिच झालं होतं. माणूस आश्चर्याचे, संभ्रमाचे किती धक्के सहन करू शकतो याला मर्यादा असतात. इन्स्पेक्टर राजेश राणे हाही माणूसच होता. हाडामांसाचा माणूस पोलीस खात्यात राहून असे धक्के सहन करण्याची त्याची मर्यादा कदाचित अधिक विस्तृत झाली असेल. तरीही त्या मर्यादेचीही सीमा होतीच. तीच आता गाठली जात होती.

माणसानं किती म्हणून सहन करायचं? मरून पडलेल्या एका बॉडीबद्दलचे पाच पाच निरनिराळे 'आँखो देखे हाल' त्यानं पचवले होते. तीच मेलेली व्यक्ती परत जिवंत होऊन तिनं पाचसहा साक्षीदारांच्या डोळ्यांदेखत उडी टाकून आत्महत्या केल्याची बाबही पचवली होती. आणि आता तीच दोनदा मेलेली व्यक्ती परत एकदा जिवंत होऊन आपल्याच मरणांच्या चौकशीसाठी त्याला मदत करायला आली होती.

अशा वेळी माणसाचं भान हरपलं, त्याचा सारासार विवेक गळून पडला तर त्याला दोष कसा द्यायचा? या घटनांवरची त्याची प्रतिक्रिया अनपेक्षित झाली तर त्याचं उत्तरदायित्व त्याच्यावर कसं टाकायचं? अशा वेळी माणूस वेगळा विचार करणारच. राजेशच्या तळपायाची आग त्या वेळी मस्तकात गेली हा त्याचा दोष नव्हता. अगतिकतेचं रूपांतर जळजळत्या संतापात झालं होतं. त्या भरात त्यानं

पाठीपुढे न पाहता आपल्या उजव्या हाताची मूठ वळून समोरच्या व्यक्तीवर सर्व सामर्थ्यानिशी हाणली.

समोर जर खरी व्यक्ती हजर नसून केवळ आभासी प्रतिमा असती तर त्याची मूठ हवेतच फिरून आली असती. पण तसं झालं नाही. त्याच्या मुठीचा एका हनुवटीशी सामना झाल्याचं त्याला जाणवलं. त्याचा अर्थ तिथं खरीखुरी व्यक्तीच होती असाच नसता करता आला. आपल्या नजरेच्या संवेदनेवर जशी संमोहिनी घालण्यात आली आहे, तशीच स्पर्श संवेदनेवरही संमोहिनी घालण्यात आली असावी. तसं असेल तर मग त्या मुठीला कसलातरी स्पर्श झाल्याचा भास आपल्याला होणं शक्य आहे.

पण त्याच वेळी समोरची उभी असलेली ती व्यक्ती खाली पडल्याचं त्याला दिसलं. आपल्या तोंडावर ती व्यक्ती आपटली होती. खाली कोसळण्यापूर्वी आपल्या चेहऱ्यावरचं ते स्मित पुसून टाकण्यासाठी मात्र तिला वेळ मिळाला नव्हता. घाईघाईनं खाली वाकून राजेशनं त्या खाली पडलेल्या व्यक्तीच्या गळ्याजवळची शीर चाचपली. अजूनही ती धडधडत होती. म्हणजे स्वतःला जगन्नाथ वसू म्हणवणारी ती व्यक्ती मेली नव्हती. अजून जिवंत होती. थँक गॉड! राजेशच्या तेवढ्या धडपडीतून तोंडावर पडलेली ती व्यक्ती उलटी होऊन पाठीवर पडती झाली. तिचा चेहरा आता राजेशच्या दिशेनं वळला होता. तो दिसताच आपले डोळे मिटून घेऊन राजेशनं तो चेहरा चाचपून पाहिला. उजव्या गालावरच्या त्या व्रणाचा स्पर्श त्याच्या तळव्यांना होताच त्यानं उभं राहून तिथून निघून जाण्याचा निश्चय केला. शेजारीच एक वेगवान वाहन उभं होतं. सगळी वाहनं जमिनीवरच अडकवण्यात आल्याचं त्याला सांगण्यात आलं होतं; पण ते जर खोटं असेल तर हे वाहन चालवायला काहीच हरकत नव्हती.

एका उडीत त्या वाहनात शिरून त्यानं ते सुरू करण्याचा प्रयत्न केला; पण ते सुरूच होईना. तोच त्याला टर्मिनलच्या दारावरचा तो गार्ड आणखी एका साथीदाराला घेऊन त्याच्याच दिशेनं येत असल्याचं दिसलं. त्याबरोबर त्या वाहनाच्या दुसऱ्या दरवाजातून बाहेर पडत राजेशनं पलीकडच्या कुंपणाकडे धावायला सुरुवात केली. त्या कुंपणातून विजेचा प्रवाह खेळवण्यात आलेला आहे याची माहिति राजेशला होती; पण सर्व यानं आणि वाहनं बंद करण्यासाठी विद्युतप्रवाहच जर बंद ठेवण्याचा उपाय अवलंबण्यात आला असेल, तर मग ते कुंपण ओलांडून जाणं आपल्याला शक्य व्हावं, असाही विचार त्याच्या मनात आला.

त्याबरोबर त्याचा धावण्याचा वेगही वाढला. कुंपणाजवळ पोचताच त्यानं बिचकत बिचकत हात लावून चाचपणी केली. विद्युतप्रवाह बंद होता. त्याबरोबर कुंपणावर चढून त्यानं पलीकडे उडी मारली. ते पाहताच त्याचा पाठलाग करणारे

ते दोन गार्ड थबकले. आणि उलटे वळून त्या यानाजवळ बेशुद्ध पडलेल्या त्या इसमाकडे जाऊ लागले.

आता खरं तर धावण्याची तशी गरज नव्हती. तरीही राजेश काही वेळ धावतच राहिला. एका उद्यानापर्यंत पोचेतो तो धावतच होता; पण तोवर त्याला धापही लागली होती आणि आता थोडा वेळ विश्रांती घेतली नाही तर आपण दमूनभागून इथंच कोसळून पडू, हे त्याच्या लक्षात आलं. समोर दिसल्या त्या बाकावर त्यानं बैठक मारली.

आपण केवळ शरीरानंच नाही तर मनानंही थकलो आहोत याची जाणीव राजेशला झाली. हे एवढं भीषण कारस्थान रचलं गेलंय आणि आपण त्याबद्दल काहीही करू शकत नाही. कोणालाही सांगू शकत नाही. किंबहुना, असं काही कारस्थान रचलं गेलंय हे आपल्याशिवाय कोणालाही माहिती नाही. त्यामुळे ते हाणून पाडण्यासाठी काही करायचं असेल तर आता ते केवळ आपल्यालाच करता येणं शक्य आहे; पण आपण काहीही करू शकत नाही. हताश होऊन आपण इथं या पार्कमधल्या बाकड्यावर बसलो आहोत. आता तासाभरात हे कारस्थान रचणारा तो खलनायक त्या चौकात जाऊन पोचेल. आपलं जहरी, विखारी भाषण ठोकेल. ते ऐकून भडकून उठलेले सर्व नागरिक जोषात पलीकडच्या सेक्टरवर चाल करून जातील. तिथल्या नागरिकांना उपरं ठरवून त्यांना ठार मारून टाकायला सरसावतील. दंगाधोपा, हाणामारी, रक्तपात यांना ऊत येईल. मोठ्या प्रयासानं जगभर प्रस्थापित केलेल्या शांततेचा भंग होईल. एकदा का हे लोण आपल्याच या शहरांच्या सीमांतर्गत न राहता इतरत्र पसरलं, दुसऱ्या सेक्टरमध्ये पोचलं, की मग ते आणखी दूरदूर पसरणार नाही, याची शाश्वती कशी देता येईल? इथं पडलेल्या ठिणगीतून उडालेला वणवा वेगानं सगळीकडे पसरत जाईल. साऱ्या जगाची राखरांगोळी व्हायला वेळ लागणार नाही. त्या राखेवरच आपली सत्ता गाजवता येईल त्या खलनायकाला; पण त्याला तरी त्याची कल्पना कुठे आहे! हे इथले सारे नागरिक त्याच्या विचारांच्या प्रभावाखाली आपली सद्सद्विकबुद्धी हरवून बसले आहेत; पण त्याची स्वत:ची तरी स्वतंत्र सद्सद्विकबुद्धी कुठं जागृत आहे? असीम सत्तालालसेपोटी तीही हरवलीच आहे. म्हणून तर आपल्या कारवाईच्या भीषण परिणामांची जाणीवही त्याला होत नाहीये.

म्हणून तर त्याला थोपवायला हवं. पण कसं? त्याहीपूर्वी तो कोण आहे, याची तर ओळख पटायला हवी. ती कशी पटणार? तो तर ते हेल्मेट घालूनच वावरतोय. म्हणून तर तो दिसूनही त्याची ओळख पटत नाहीये. कारण त्याच्यावर नजर पडताच त्या मोहिनीचक्राचा आणि त्यात बसवलेल्या ट्रान्समीटरचा उपयोग करत तो त्याला पाहिजे त्याचा विचारांची रुजवात प्रत्येकाच्या मेंदूत करतो आहे.

त्यामुळे त्याची खरी प्रतिमा कोणाच्याही डोळ्यांच्या पडद्यावर पडतच नाहीये. ती दुसऱ्याच कोणाची तरी असते.

ती कोणाचीही असल्यानं बिघडत नाही; पण त्याच्या डोक्यावरचं ते हेल्मेट आपल्याला दिसणार नाही अशीही व्यवस्था करण्यात तो यशस्वी होतो आहे. ते दिसत असूनही ते तिथं नाहीच आहे, असा विचार आपल्या मनात रुजवण्याची व्यवस्थाही तो त्याच मोहिनीचक्राद्वारे आणि त्यातल्या ट्रान्समीटरद्वारे करत आहे.

आपले विचार आता योग्य दिशेनं होत आहेत, याची राजेशला खात्री वाटू लागली. काही करून ते हेल्मेट कोणाच्या डोक्यावर आहे, याचा शोध घेतला पाहिजे. त्यासाठी त्या मोहिनीचक्राचा प्रभाव पडणार नाही, अशी काही तरी व्यवस्था करावी लागणार आहे. ती केली तर मग ते हेल्मेट आपल्याला दिसेल आणि ते दिसलं की मग ते जिथं आहे तिथं आपल्याला हमला करावा लागणार आहे.

ते अशक्य आहे असं त्याचं एक मन त्याला सांगत होतं; पण ते अशक्य असतं तर मग पूर्वी तरी त्याचा समूळ बंदोबस्त कसा करता आला असता! कारण त्या वेळीही ज्याच्या डोक्यावर ते होतं तो इतरांना सतत गुंगारा देऊ शकला असता. ते दिसणारच नाही अशी व्यवस्था करण्यात यशस्वी झाला असता. तसा तो झाला नाही हे तर उघडच आहे. तेव्हा आपल्यालाही तसं करण्यात का आडकाठी यावी?

तो बसला होता तिथं समोरच एक मुलांचं खेळण्यातलं भिरभिरं पडलं होतं. वाऱ्यावर ते गरागरा फिरत होतं. त्याच्या मनातल्या विचारचक्रासारखं. ते भिरभिरं आपल्याला दिसू शकतं. त्याच्याकडे एकटक पाहत राहिलं तर आपलंही भान क्षणभर हरपू शकतं. त्या वेळी ते भिरभिरं आपल्याला दिसत नाही. पण मधून निमिषभर जरी त्याच्या त्या गरगर फिरण्यावरची आपली दृष्टी हलली तरी त्याचा प्रभाव नाहीसा होऊन ते आपल्याला दिसू लागतं. या मोहिनीचक्राची स्थितीही फारशी वेगळी नाही. निमिषभर जरी आपल्याला वेगळ्याच किरणांच्या मदतीनं पाहता आलं तर – तर – मग ते आपल्याला निश्चित दिसेल. आता ते आपल्याला दिसत नाहीये कारण आपण त्याच्याकडे आपल्या नेहमीच्या ओळखीच्या 'तानापिहिनिपाजा' या रंगांच्या बनलेल्या प्रकाशाच्या मदतीनंच पाहत असतो. पण वर्णपटाच्या त्या तुकड्यांपलीकडेही प्रकाश आहे. जंबुपार किरणांचा वापर करून अणुरेणूंना पाहण्याचं कौशल्य शास्त्रज्ञांनी हस्तगत केलं आहे. इन्फ्रारेड किरणांच्या मदतीनं जिथं उष्णता आहे अशा वस्तू पाहता येतात. त्याचाच वापर करून अंधारातही शत्रूच्या रणगाड्यांना पाहणं शक्य झालं आहे. तशीच काही व्यवस्था नाही का करता येणार? नक्कीच येईल. नक्कीच येईल. पण नेमकी कशी?

आपल्याला या प्रश्नाचं उत्तर माहिती आहे, असं राजेशचं मन त्याला सांगू लागलं. आपल्याला अशी काही तरी माहिती आहे की जिच्यात या प्रश्नाचं उत्तर

दडलेलं आहे, असं त्याला वाटू लागलं. काय ते मात्र त्याला नीटसं आठवत नव्हतं. आपल्या आठवणीची हीच तर खासियत आहे. समोरचा चेहरा ओळखीचा वाटतो. आपण त्याला पूर्वी कधी तरी पाहिलेलं आहे याची खात्री असते; पण काही केल्या त्या चेहऱ्याला असलेलं नाव आठवत नाही. अशा वेळी ओशाळवाणं व्हायला होतं. पण त्या लपाछपी खेळणाऱ्या आठवणीला पकडण्यासाठीच्या युक्त्याही मानसशास्त्रज्ञांनी शोधून काढल्या आहेत. त्यांचाच उपयोग करून अशा वस्ताद आठवणीला जागेवर आणता येतं. आत्ताही तेच करायला हवं.

आणि अकस्मात राजेशला ते आठवलं. त्याबरोबर तिथून तो ताडकन् उठला. आपल्या ऑफिसच्या दिशेनं धावू लागला. त्यानं घड्याळात पाहिलं. साडेनऊ झाले होते. म्हणजे अजून तासभर शिल्लक होता. टाऊन स्क्वेअरमधली मीटिंग सुरू होण्यापूर्वी आपण आपल्याला हवं तिथं जाऊन चौकात हजर राहू शकू असं त्याला वाटू लागलं. त्याबरोबर उत्साहित होत तो अधिक वेगानं पळू लागला.

राजेशला दिसलं की बहुतेक रस्ते ओस पडले आहेत. सर्व मंडळी केव्हाच त्या मध्यवर्ती चौकात पोचल्याची ती खूण होती. काही रस्त्यांवर तुरळक वाहतूक होती. काही जरासे उशिरा जाणारे काहीजण अजून रस्त्यांमध्येच होते; पण ते सर्व राजेश जात होता त्याच्या उलटच्या दिशेनं जात होते. राजेश एकटाच त्यांच्या विरुद्ध दिशेनं जात होता. खरं तर ते पाहून त्या सर्वांना आश्चर्य वाटायला हवं होतं. हे काय रहस्य आहे हा सवाल त्यांच्या मनात उठायला हवा होता; पण तसं होत नव्हतं. त्यांच्या मनात केवळ एकाच विचाराचा पगडा असल्यानं दुसरा कोणताही विचार करणं त्यांना जमतच नव्हतं. तसा विचार करण्याची त्यांची क्षमता जागृत झाली असती, तर मग त्यांच्यावरचं ते संमोहन हटलं असतं. पण तसं होण्याची कोणतीच चिन्हं नव्हती. तसं होणं त्या खलनायकाला परवडण्यासारखं नव्हतं. त्यामुळे तो ते होऊच देणार नव्हता. राजेश कदाचित या रस्त्यावरच्या इतरांना दिसतही नसेल. ती मंडळी त्याच्या आरपार बघू शकत असतील. काहीही असलं तरी राजेशच्या ते पथ्यावरच पडणारं होतं. उगीच कोणीतरी आपण इकडे कुठे चाललो आहोत असं विचारत आपल्याला हटकावं, असं त्याला वाटत नव्हतं. त्याची समजूत घालून आपल्याला आपल्या वाटेनं जाता आलं असतं, राजेशला त्याबद्दल शंका नव्हती. पण त्या साऱ्या सव्यापसव्यात वेळ गेला असता. आणि ते परवडणारं नव्हतं. त्यामुळे या इतरांचं आपल्याकडे दुर्लक्ष होतंय, हे ठीकच आहे.

आपलं ठिकाण जसजसं जवळ येत चाललं तसतसा राजेशचा उत्साह वाढतच गेला. आपल्या ऑफिसजवळ तो पोचला तेव्हा दहा वाजायला एकदोन मिनिटंच उरली होती; पण आपल्या ऑफिसकडे न वळता तो तसाच पुढं जात राहिला. थोड्याच अंतरावर असलेल्या त्या जागेकडे येताच त्यानं सावधगिरी

बाळगण्यासाठी दोन्ही दिशांकडे दृष्टिक्षेप टाकला.

रस्ता निर्मनुष्य होता.

कॉन्फिडन्टली तो पुढं सरसावला. खिशातला खास किल्ल्यांचा जुडगा काढून त्यानं ते बंद केलेलं दार उघडलं. आणि मधुकर उकिडवेच्या वर्कशॉपमध्ये प्रवेश केला. समोरच्या बेंचवरच आपल्याला हवी ती वस्तू असल्याचं पाहून त्याला आनंद झाला. झपकन् पुढे होत त्यानं तो स्पेशल गॉगल उचलला. आपल्या डोळ्यांवर चढवला. त्याला काहीच दिसेना. तेवढ्यात त्याला आठवण झाली की त्या भिंगांवर एक वायपर बसवलेला आहे आणि तो चालू करायला हवा.

तो चालू होताच त्याला त्या भिंगांमधून दिसायला लागलं. पण ते वायपर इतक्या वेगानं फिरत होते की एक क्षणभरच त्यातून दिसत होतं आणि परत सगळा अंधार होत होता. शिवाय दिसत होतं तेही अंधुक होतं. पण बाहेर भरपूर उजेड असणार होता. आणि ते हेल्मेट असं क्षणभर दिसलं तरी ते पुरेसं होतं. कारण एकदा का ते कोणाच्या डोक्यावर आहे याचा छडा लागला, की मग ते दिसलं नसतं तरी काहीही फरक पडणार नव्हता. ते घालणारी व्यक्ती एकदा दिसली, की मग त्या हेल्मेटच्या दिसण्या न दिसण्यानं काहीही फरक पडणार नव्हता. मग डोळे बंद करूनही त्या व्यक्तीवर हल्ला करता आला असता. डोक्यावरचं ते हेल्मेट मग आपल्या तलवारीपासून त्याचं रक्षण करू शकलं नसतं.

डोळे बंद करूनही त्या व्यक्तीवर हल्ला करता आला असता? खरं तर डोळे बंद करूनच हल्ला करायला हवा. डोळे उघडे ठेवले तर कदाचित उचललेली ती तलवार खाली आणेपर्यंतच्या क्षणादोन क्षणांच्या कालखंडात त्या मोहिनीचक्रानं आपला प्रताप दाखवला असता. वर उचललेली ती तलवार कदाचित आपल्याच मानेवर खाली आली असती. ते व्हायला नको होतं.

तो गॉगल खिशात टाकून राजेश बाहेर पडला. मध्यवर्ती चौकाच्या दिशेनंच सारेजण जात होते. तोही त्यांच्यातच सामील झाला. चौक लोकांनी ओसंडून वाहत होता. चौकाच्या एका अंगाला असलेल्या कॉर्पोरेशनच्या भव्य इमारतीच्या बाल्कनीवर मायक्रोफोनची व्यवस्था करण्यात आली होती. तिथूनच भाषण केलं जाणार हे स्पष्ट होतं. राजेशला त्या बाल्कनीच्या जितक्या जवळ जाता येईल तितकं जायचं होतं. तिथून भाषण करणाऱ्या व्याख्यात्याच्या डोक्यावर ते हेल्मेट असण्याची शक्यता सर्वांत जास्ती होती. जर तसं ते नसेल तर मग या साऱ्याचा खलनायक अतिशय हुषार होता, यात शंका राहिली नसती. कारण मग त्या व्याख्यात्याला आपल्या प्रभावाखाली आणून आपले विचार त्याच्या तोंडून तो वदवणार होता; पण तसं करण्यासाठीही त्या व्याख्यात्याच्या नजरेला आपण सतत पडू याची व्यवस्था त्याला करणं भाग झालं असतं. म्हणजे परत तो हेल्मेटधारी त्या बाल्कनीच्या

जवळपासच असला पाहिजे हे उघड होतं.

राजेश त्या समूहातून वाट काढत हळूहळू पण निश्चितपणे बाल्कनीच्या दिशेनं पुढं सरकत होता. वाटेत त्याला किती तरी ओळखीची माणसं दिसली. पण कोणीही त्याला ओळख दिली नाही. साधं ओळखीचं स्मितही केलं नाही. साहजिकच होतं त्यांना तो दिसतच नव्हता. अनिमिष नेत्रांनी सर्वजण बाल्कनीकडे लक्ष देऊन होते. आणखी पुढं जाताच त्याला देशमुख आणि राठोडही दिसले. त्यांच्या शेजारीच डॉ. साळुंकेही होते. त्यांच्या पलीकडेच कल्याणी आणि तिचे वडील प्रोफेसर रावते होते. कल्याणीनं त्याच्याकडे पाहून एक अस्फुटसं स्मित केल्याचं त्याला जाणवलं, की तोही भासच होता? कारण कल्याणीच्या त्या आविर्भावात त्याची पुसटशी ओळख असल्याचाच आव होता. तसं तिनं जाणूनबुजून केलं होतं, की तीही त्या संमोहित अवस्थेत गेली होती, हे राजेशला त्या क्षणी तरी सांगता नसतं आलं. बाल्कनीवर कोणी तरी येऊन उभं राहिल्याचं दिसताच राजेशनं आणखी जवळ जाऊन तिकडे पाहिलं.

आणि तो पाहतच राहिला.

कमिशनर तिथं आले होते. तेच आता सर्वांना उद्देशून भाषण करणार होते. कमिशनर! त्याला तसं कोणी सांगूनही खरं वाटलं नसतं. खुद्द कमिशनरच हा उठाव करण्यामागे असतील, अशी कल्पनाही त्याच्या मनात कधी डोकावली नव्हती.

आता एकच आशा होती. त्यांच्या डोक्यावर ते हेल्मेट आहे की काय, हे बघायला हवं होतं. जर असेल तर मग तेच या साऱ्या कारस्थानाच्या मुळाशी आहेत, याविषयी कसलीही शंका राहिली नसती. पण जर ते नसेल तर मग तेही कोणाच्या तरी आदेशावरून हे सगळं करताहेत, हे स्पष्ट झालं असतं. आणि मग त्या कर्त्या करवित्याचा शोध घ्यायला लागला असता.

राजेशनं घाईघाईनं तो गॉगल काढून डोळ्यांवर चढवला. आणि त्याला एकदम दिसेनासंच झालं. डोळ्यांसमोर अंधार पसरला. तेवढ्यात त्याला त्या वायपर्सची आठवण झाली. डोक्यावर चाचपडत त्यानं त्या वायपर्सना गती देणाऱ्या मोटरचं स्विच दाबलं. वायपर भन्नाट वेगानं चालू झाले. क्षणभर प्रकाशाचा कवडसा चमकून जावा तसं होऊ लागलं. त्या निमिषार्धातच त्याला बघता येत होतं. त्यानं आजूबाजूला पाहिलं. देशमुख, राठोड वगैरे दिसले. त्या अनुरोधानं त्यानं आपली नजर बाल्कनीकडे वळवली. आता कमिशनर त्याच्या दृष्टिक्षेपात आले होते. त्या वेळच्या कवडशात त्याला ते स्वच्छ दिसले. तिथंच त्यानं आपलं लक्ष केंद्रित केलं. पुढच्या वेळी परत एकदा त्या गॉगलची प्रकाशाची खिडकी उघडली तेव्हा त्याला कमिशनरांच्या डोक्यावर ते हेल्मेट दिसलं. आणि त्यावर गरगर फिरणारं ते आरशांचं चक्र. तो पाहत राहिला तशी त्या चक्राची गती कमी होत ते स्थिर

झाल्याचं त्याला दिसलं. ते चक्र फिरण्याचा का थांबलं, असा विचार त्याच्या मनात येतो, तोच त्याच्या लक्षात आलं की चक्र थांबलेलं नाही. तसं आपल्याला वाटतंय; कारण आता वायपर्सचा फिरण्याचा वेग आणि त्या चक्राच्या फिरण्याचा वेग एकसारखा झाला असला पाहिजे. त्यापायी होणाऱ्या स्ट्रोबोस्कोपिक इफेक्टमुळेच आपल्याला ते थांबल्यासारखं वाटतं आहे; पण आता त्याचा विचार करत बसण्यात अर्थ नव्हता. तो तसाच पाठी हटत त्या गर्दीतून बाहेर पडला. कार्पोरेशनच्या इमारतीच्या मेन गेटकडे धावत सुटला. त्या गेटवरच्या वॉचमननं त्याला अडवण्याचा प्रयत्न केला.

"हे, आत कोणीही जायचं नाही असा–"

पण ते वाक्य तो पूर्ण करूच शकला नाही; कारण तोवर राजेशच्या हातातल्या तलवारीची चपटी बाजू खाडकन त्याच्या डाव्या कानशीलावर आपटली होती. काहीही न बोलताच तो खाली कोसळला होता. बेशुद्ध झाला होता. त्याच्याकडे लक्षही न देता राजेश पुढं सरकला.

आत सामसूम होती. त्या एकट्या वॉचमनशिवाय आणखी कोणीही पहाऱ्यावर नव्हतं. हे विचित्र होतं. पण आत कोणीही येणार नाही अशी कमिशनरांना खात्री वाटत असावी. एका वेळी तीनतीन पायऱ्या चढत राजेश बाल्कनीपर्यंत पोचला.

आपल्यापाठी काही तरी गडबड होते आहे, हे लक्षात येताच कमिशनर गर्रकन वळले. तलवार उगारलेला राजेश आपल्याच दिशेनं धावत येत असल्याचं त्यांना दिसलं. त्याच्या डोळ्यांवर आता गॉगल नव्हता. धावताना किंवा त्या वॉचमनबरोबरच्या झटापटीत तो कुठं तरी पडला होता. आपल्याला वाचवण्यासाठी कमिशनरांनी हात वर करण्याचा प्रयत्न केला.

धावत येणाऱ्या राजेशला आता समोर कमिशनर दिसत नव्हते. तिथ कल्याणी उभी होती आणि ती राजेशला आपल्याला न मारण्याची विनवणी करत होती.

पण आता राजेश फसणार नव्हता. हा सारा आभास आहे हे ते जाणून होता. आपल्याला रोखण्यासाठी कमिशनरांनी कल्याणीची छबी उभी करण्याचा प्रयत्न केला होता. पण कल्याणी असती तरी राजेश पाठी हटला नसता. जे कोणी तिथं होतं त्यानं डोक्यावर ते मोहिनीचक्रधारी हेल्मेट घातलं होतं आणि त्याचा नायनाट करायलाच हवा होता.

अंगातलं सारं बळ एकवटत डोळे मिटून घेतलेल्या राजेशनं ती तलवार त्या डोक्यावर मारली. धातूवर धातू आपटल्याचा आवाज झाला. पुढच्याच क्षणी खळ्ळकन् काच फुटल्याचाही आवाज झाला. आणि मग कोणीतरी जमिनीवर आपटल्याचा जोरदार आवाजही झाला. त्यानंतरच राजेशनं डोळे उघडले.

त्या हेल्मेटचे दोन तुकडे होऊन जमिनीवर पडले होते. त्याच्या आसपास

सगळीकडे आरशांच्या काचांचे रंगीबेरंगी तुकडे विखुरलेले होते. आणि त्यांच्या मध्ये तो देह पडला होता; पण तो कमिशनरांचा नव्हता. कल्याणीचाही नव्हता. तिसरंच कोणीतरी होतं.

पुढे होऊन राजेशनं पाहिलं. उजव्या गालावरच्या जखमेच्या त्या व्रणानं सर्वप्रथम त्याचं लक्ष वेधून घेतलं. त्यामुळे डोक्यावरच्या वारानं मरून पडलेल्या त्या व्यक्तीची ओळख पटायला राजेशला मुळीच त्रास झाला नाही. तो जगन्नाथ वसू होता. आणि आत्ताची डेड बॉडी मात्र त्याचीच आहे, याविषयी राजेशच्या मनात शंका राहिली नव्हती.

- ८ -

"ओ हो तू राजेश! अरे, आम्हाला वाटलं की आमचा निरोप न घेताच तू निघून जाणार आहेस. आत्तापर्यंत तू शहर सोडून गेलाही असशील, असंच आम्ही समजत होतो. केव्हा जाणार आहेस?"

राजेश आल्याचं पाहून प्रोफेसर रावत्यांनी विचारलं. त्यांचं बोलणं ऐकून आत गेलेली कल्याणीही बाहेर आली. तिच्या अंगावर खरचटल्याचीही जखम झालेली नाही, हे पाहून राजेशचा जीव भांड्यात पडला.

"अजून तरी काहीच ठरवलं नाही. कदाचित मी जाणारही नाही."

"जाणार नाहीस? अरे तुझं कमिशनर म्हणून प्रमोशन झालंय ना? आणि तू जाणार का नाहीस?"

त्याचं उत्तर देण्याऐवजी राजेशनं कल्याणीकडेच पाहिलं. ती लाजून लालेलाल झाली आणि मग स्वतःची गोंधळलेली अवस्था लपवण्यासाठी ती राजेशला म्हणाली,

"त्या मास मीटिंगनंतर तू भेटलेलाही नाहीस. त्यामुळे तुझ्या तोंडून सारी हकीकत ऐकण्याचं राहूनच गेलं. तसं बातम्यांमध्ये सांगितलंय बरंचसं; पण तरीही अनेक सवाल अनुत्तरितच राहिले आहेत. सांग ना काय काय झालं ते."

"काय सांगायचं! डॅडींना आलेला संशयच खरा ठरला. जगन्नाथ वसूच्या हाती एक लाल लिस्टमधलं पुस्तक पडलं. त्यात ते मोहिनीचक्र कसं बनवायचं याचा सविस्तर आराखडा होता. तो वापरून त्यानं एक चक्र आणि ते हेल्मेट बनवलं. ते वापरल्यावर आपण इतरांवर माईन्ड कंट्रोलचा प्रयोग करू शकतो, हे त्याच्या लक्षात आलं. त्यामुळे मग त्याची आसुरी महत्त्वाकांक्षा जागृत झाली. त्याच्या मनात कुठंतरी विकृतीची मुळं सुरुवातीपासूनच होती. म्हणून तर डॅडींना काय किंवा मधुकर उकिडवेला काय, तो विक्षिप्तच वाटला होता. इतर कोणाशीही त्याचे फारसे चांगले संबंध नव्हते, याचं कारणही हेच होतं."

“पण त्यानं नेमकं केलं काय?”

“त्यानं पहिल्यांदा कमिशनरांचा खून केला आणि आपण त्यांची जागा बळकावली. त्यामुळे त्याच्या हातात बरीच सत्ता आली. त्याचाच उपयोग करून त्यानं कमिशनरांची बॉडी आपल्याच दुकानात ठेवली आणि ती आपलीच असल्याची बतावणी करायला सुरुवात केली. हॉस्पिटलमध्ये असलेल्या देशमुखच्या जागी तो स्वत:च हजर झाला. आम्हाला म्हणजे मला, डॉ. साळुंक्यांना आणि त्या दोन सफाई कर्मचाऱ्यांना त्यानं व्हिजिफोनवरून इथं यायला सांगितलं होतं ते कमिशनरांच्या भूमिकेतून. त्या वेळी आणि नंतर देशमुखच्या भूमिकेतून आमच्याशी बोलताना त्यानं त्या एकाच मुड्ड्याची पाच वेगवेगळी रूपं आमच्या मनावर बिंबवली. आणि मी मग त्या पाच वेगवेगळ्या तऱ्हेनं मेलेल्या व्यक्तीच्या खूनाचा तपास कसा करतो, याची गंमत पाहत तो राहिला.”

“पण देशमुखनं तर आपण तिथं होतो असं सांगितलं होतं ना?”

“बरोबर; पण ते तो हॉस्पिटलमध्ये असताना कमिशनरांच्या भूमिकेतून वसूनं त्याची भेट घेतल्यानंतर. त्या भेटीच्या वेळी त्यानं देशमुखच्या मेंदूत आपण ती बॉडी पाहिल्याची आठवण रुजवली. त्यामुळे देशमुखलाही आपण तिथंच होतो असं वाटू लागलं.”

“पण मग त्या दुसऱ्या वसूचं किंवा तुझ्या भाषेतल्या पुनर्वसूचं काय?”

“ती मोनिका बेदी होती, कमिशनरांची सेक्रेटरी. तिनं इतकी वर्षं खऱ्या कमिशनरांबरोबर काम केलं होतं. त्यामुळे त्यांच्या जागी बसलेल्या या बनावट कमिशनरांबद्दल तिला काहीतरी शंका आली असणार. ती तिनं उघडपणे बोलून दाखवण्यापूर्वीच वसूनं तिचा काटा काढला. आणि मग तिची बॉडी त्या पहिल्या मजल्यावरच्या खिडकीतून खाली फेकली; पण तसं करताना तिनं आपणहून उडी मारल्याची तिला पाहणाऱ्या सर्वांची समजूत करून दिली. एवढंच नाही तर ती बॉडी मोनिकाची नसून आपलीच असल्याचा भासही त्यानं निर्माण केला.”

“आणि त्या स्पेशल डिटेक्टिव्हचं काय?”

“आमची फजिती करण्याची आणि गंमत पाहण्याची त्याची आणखी एक खेळी. त्यानंच कमिशनरचं सोंग घेतलं होतं. त्यामुळं त्यानं डायरेक्टर जनरलना काही कळवलंच नव्हतं. तशी निव्वळ बतावणी केली. आणि मग आपल्याच खुनाचा तपास लावण्यात आम्हाला मदत करण्यासाठी तो स्वत:च हजर झाला. मला तर त्या वेळी वेडच लागायचं बाकी राहिलं होतं.”

“खरोखरीच साऱ्या जगावर सत्ता गाजवायची होती त्याला, असं वाटतं तुला?”

“कोणी सांगावं? आता या प्रश्नाचं उत्तर आपल्याला कधीच मिळणार नाही. पण जसजसा एकेक प्रयोग यशस्वी होत गेला तसतसे त्याच्या महत्त्वाकांक्षेला

धुमारे फुटू लागले हे मात्र खरं. त्या पहिल्या रात्री त्यानं लोकांना घराबाहेर पडायला प्रवृत्त केलं. पलीकडच्या सेक्टरच्या दिशेनं मार्च करायला भाग पाडलं; पण मग अर्ध्या वाटेवरून त्यानं त्यांना परत पाठवलं. त्या वेळी मोठ्या जमावावर आपण नियंत्रण करू शकतो, याची त्याला खात्री पटली. त्यामुळे तो अधिकच चेकाळला.''

''पण राजेश—'' कल्याणी म्हणाली. ''तू या माईन्ड कंट्रोलमधून बाहेर कसा राहिलास? तुझ्यावर त्याचा फारसा परिणाम कसा झाला नाही?''

''मलाही त्याचं कोडं पडलेलं आहे. कदाचित डॉ. साळुंक्यांचं टीव्हीवरचं भाषण मी ऐकलं नाही, त्याचा परिणाम असावा. कदाचित माझी कशी फजिती होतेय हे पाहण्यात वसूला विकृत आनंद मिळत असावा, म्हणून मला त्यानं मोकळं सोडलं असेल. कदाचित मी थोडासा भंगड माणूस आहे, त्यामुळे माझे विचार तिरपागडेच चालतात. त्यामुळेही माझं मन संपूर्णपणे कंट्रोल करणं त्याला जड गेलं असेल. मात्र त्या मास मीटिंगच्या वेळी त्या गॉगलनं मला हात दिला. तो नसता तर कठीण होतं. तो होता म्हणून तर बाल्कनीवरून कमिशनरांच्या रूपात भाषण देणाऱ्या वसूच्या डोक्यावरचं ते हेल्मेट आणि त्यावरचं ट्रान्समीटरधारित चक्र मला स्पष्टपणे दिसलं.''

''पण तू त्याच्यावर वार करायला गेलास त्या वेळी तुझ्या डोळ्यांवर तो गॉगल नव्हता. मग त्या वेळी त्यानं तुझ्यावर आपल्या माईन्ड कंट्रोलचा प्रयोग का केला नाही?''

'' कोण म्हणतो केला नाही? तसा प्रयत्न त्यानं जरूर केला. पण एक तर मी डोळे मिटून घेतले होते. त्यामुळे त्यानं ट्रान्समीट केलेले सिग्नल माझ्या मेंदूपर्यंत पोचलेच नाहीत. आणि तिथं कोणीही दिसो तो बदमाशच आहे, याबद्दल माझी खात्री झाली होती. तरीही माझी दिशाभूल करण्यासाठी त्यानं कोणाचं सोंग घेतलं होतं ठाऊक आहे?''

''कोणाचं?'' अधीर होऊन कल्याणीनं विचारलं.

''तुझं. पण ती तू नाहीस याची मला खात्री होती. आणि तिथं तू जशी उभी होतीस तशी तुला पाहण्याची कधीपासूनची माझी इच्छा होती. त्यामुळे माझी फसवणूक झालीच नाही.''

त्यावर कल्याणीनं त्याच्याकडे असा कटाक्ष टाकला की चक्राशिवायच राजेश संमोहित होऊन गेला.

■

नजरबंद

- १ -

या हिंदी सिनेमांमुळं ना काही काही मजेशीर, चपखल बसणारे शब्द, वाक्प्रचार आपल्या ओळखीचे होतात. ते ऐकले, वापरले ना, की मराठी अगदी मिळमिळीत वाटायला लागते. आजकाल किती तरी हिंदी मालिकांची मराठीत डब केलेली सोंगं टीव्हीच्या मराठी वाहिन्यांवर दाखवतात. त्यातले संवाद मनावर मुळातल्या हिंदीसारखा आघात नाही करत.

म्हणजे मराठी मृत्यूपंथाला लागलीय, या मताचा मी पाठपुरावा करतोय, असं नाही. पण काही काही शब्द अस्सल हिंदीतूनच आपल्या मनातली भावना चोख प्रकट करतात. आता हेच पहाना. नफ़रत! वाह! काय लाजवाब शब्द आहे! त्यातल्या जोशाचं वर्णन करायलाही लाजवाबसारखा दुसरा लाजवाब शब्द शोधूनही नाही सापडायचा. द्वेष म्हटल्यानं त्यातली धगधग तेवढी उत्कटतेनं नाही प्रकट होत. अगदी इंग्रजीची कुबडी घेऊन हेट म्हटलंत तरी नाही. त्यासाठी 'ही हेट्स युअर गट्स' असा लांबलचक वाक्प्रचार वापरावा लागेल. पण नुसतं नफरत म्हणा, अंगावर काटा उभा राहतो.

तसाच काटा माझ्या अंगावर उभा राहिला. माझ्याबद्दल कोणाला नफरत वाटत असेल, अशी शंका मला स्वप्नातसुद्धा आली नसती. कारण तशी संधीच मुळी मी कोणाला दिलीय, असं मला तरी आठवत नव्हतं. मी आपला नाकासमोर चालणारा, आपण बरं आपलं काम बरं, या नीतीचं पालन करणारा साधासुधा माणूस. कुणाच्या अध्यात ना मध्यात. मी काय कोणाचं घोडं मारलंय म्हणून कोणी तरी माझा असा तीव्र द्वेष करावा? अगदी नकळतही म्हणतात ना तसा मी कोणाच्या शेपटावर पाय दिलाय, असं काही मला वाटत नाही. तरीही कोणाला तरी माझ्याविषयी नफरत वाटावी, ना?

आत्ताच सांगितलं ना, की मी अगदी सीधासाधा माणूस आहे. माझ्याविषयी

प्रथमदर्शनीच अकारण कोणाला नफरत वाटावी, असा काही माझा थोबडा नाही. अगदी सहज नजर गेली तरी मुरडण्यासाठी नाकपुड्या फुरफुरायला लागाव्या, असा चेहरा काही मला मिळालेला नाही. उलट, पाहिल्या क्षणी पोरींनी लट्टू होऊन माझ्या गळ्यात पडावं, असं देखणेपणही काही लाभलेलं नाही. हो, तसं असतं तर मग द्राक्षं आंबट म्हणायची वेळ आलेल्या कोण्या कोल्ह्याला माझ्याविषयी नफरत वाटली असती; पण तशीही परिस्थिती नव्हती. अगदी चारचौघांसारखा चेहरा. उद्या, माझ्या कादंबऱ्यांमधले पोलीस विचारतात तसं कशासाठी तरी एखाद्याला माझं वर्णन करायला सांगितलंच असतं, तर त्याला ते कठीणच गेलं असतं. नाक, डोळे, जिवणी जागच्या जागी आहेत, या पलीकडे त्याला काही सांगता आलं नसतं.

आणि आता ओघाओघातच आलंय तेव्हा मी लेखक आहे, हेही तुम्हाला कळलंच असेल. तसा म्हटलं तर मी प्रथितयश का काय म्हणतात ना त्यातला लेखक आहे. म्हणजे काय, की माझ्या कादंबऱ्या छापण्यासाठी मला प्रकाशक शोधत बसावं लागत नाही. उलट तेच माझ्याकडे येतात, मला गळ घालतात, माझ्याकडून आवर्जून लिहवून घेतात, दुसऱ्या कोणा प्रकाशकाकडे माझं बाड जाऊ नये म्हणून मला चक्क ॲडव्हान्सही देतात. विसारा हो! तोही घसघशीत. कारण माझ्या कांदबऱ्यांवर वाचकांच्या उड्या पडतात, हे त्यांनी अनुभवलं आहे. नुकत्याच प्रकाशित झालेल्या माझ्या पुस्तकाची चौथी आवृत्ती अवघ्या तीन महिन्यातच काढावी लागली. वीस-पंचवीस हजार प्रती तर हातोहात खपतात. आता मराठीत वीसपंचवीस हजार म्हणजे गिनेस नसलं तरी गेला बाजार लिम्का बुक ऑफ रेकॉर्ड्‌समध्ये नोंद व्हायला हरकत नसावी. त्या कारणासाठी कोणी माझा आत्यंतिक द्वेष करत असेल, असं मला तरी वाटलं नव्हतं. कारण आपण थोडेफार यशस्वी लेखक झालो असलो तरी त्यामुळं कोणाच्या पोटावर पाय येत असेल, कोणाच्या लेखकपणावर गदा येत असेल, असं मला कधीच वाटलं नव्हतं. कारण तसे काही प्रयत्न ना मी केले होते, ना माझ्या प्रकाशकांनी केले होते. त्या आघाडीच्या गानलतिकेनं आपल्या कारकीर्दीच्या दरम्यानच काय, पण ती उताराला लागल्यावरही इतर कोणाही गायिकेला टिकूच न देण्याचा प्रयत्न केल्याचं ऐकलं होतं मी. तुमच्यासारखंच; पण मी कधी त्या फंदात पडलो नव्हतो आणि पडणारही नव्हतो. ती वृत्तीच नाही आपली!

खरं तर माझ्या लेखनाला अशी काही दाद मिळेल, असंही कधी मला वाटलं नव्हतं. कारण एक तर मी रहस्यकथा लिहीत होतो. मला त्या आवडतात म्हणून. सरस्वतीच्या दरबारात मानाचं पान मिळावं किंवा साहित्यविश्वाला हादरा देणारी खळबळ माजवावी, असा माझा कधीच उद्देश नव्हता. तशी कुवत आपल्याजवळ

आहे, असाही भ्रम मी बाळगत नाही. रहस्यकथा वाचायला मला आवडतात. त्या वाचता वाचता काही तरी नवं सुचत गेलं, ते लिहीत गेलो. आता वाचकांना नेमकं तेच आवडू लागलं, याचंही मला नवल वाटलं. पण एकदा का तुम्ही वाचकप्रिय झालात, की मग तुमची सुटका नसते. वाचकांची मागणी आहे म्हणून संपादक तुमचा पिच्छा पुरवतात. प्रकाशक तुमची पाठ सोडत नाहीत. त्यांच्या तगाद्यापायी तुम्हीही मग जात्यावर बसता आणि तुमच्या तोंडून तुमच्याही नकळत ओव्या ओघळायला लागतात. तसंच हे. तुमच्याही नकळत तुमचे हात कॉम्प्युटरच्या कीबोर्डवर फिरायला लागतात. अव्वल सतारियाची बोटं सफाईनं पडद्यांना कुरवाळत फिरावीत तसे.

पण माझ्या रहस्यकथा वाचकांना आवडत गेल्या. समीक्षकांनी त्यांची फारशी दखल घेतली नाही. निदान तशी त्यांनी घेतल्याचं मला तरी दिसलं नाही. पण मीही त्याची फारशी पर्वा केली नाही. मात्र वाचकांना माझं लेखन का आवडतं, याचं विश्लेषण करण्याचा माझा मीच प्रयत्न केला. माझ्या रहस्यकथाही तोपर्यंतची रुळलेली वाट चोखाळणाऱ्या नव्हत्या, हे तर स्पष्टच होतं. कारण माझ्या रहस्यकथा खरं तर विज्ञानकथाच होत्या. त्यातल्या गुन्हेगारांनीही विज्ञानातील नवनव्या अनोख्या आविष्कारांचा फायदा घ्यायचा प्रयत्न केला होता. आणि माझ्या कादंबऱ्यांचा हिरो असलेला खाजगी डिटेक्टिव्ह शेखर दिवाण हा तर वैज्ञानिकच होता. म्हणजे मुळात तो सायंटिस्ट होता. पण आता मात्र त्यानं पूर्णपणे डिटेक्टिव्हचा व्यवसाय पत्करला होता. पोलिसांबरोबरचे त्याचे संबंध मैत्रीचे असल्यामुळं त्याला आपलं काम करण्यात कोणतीही आडकाठी येत नव्हती. उलट त्याच्या या नवीन तंत्राची पोलिसांना मदतच होत असे.

हे एक वेगळंच, तोवर वाचकांना न सापडलेलं मिश्रण होतं. विज्ञान आणि रहस्य दोन्हीतला थरार वाचकांना अनुभवायला देण्याचा माझा प्रयत्न असे. त्यामुळंच कदाचित ते त्या कथांकडे ओढले गेले असावेत. काहीही असो. मी हे सगळं सव्यापसव्य केलं, ते वाचकांना नेमकं काय हवंय याचा अंदाज घेण्यासाठी. कारण मागणी तसा पुरवठा करता आला, की आपण वाचकांना समाधान देऊ शकतो, याचं समाधान मिळतं. समाजाची घडी बदलण्याचा किंवा सामाजिक परिवर्तन घडवून आणण्याचा गोवर्धन उचलण्याची आपली कुवत आहे, असा भ्रम मी कधीच बाळगला नव्हता. त्यामुळं तसं धाडस करण्याचं मला काहीच कारण नव्हतं.

म्हणूनच तर समीक्षक मला साहित्यिक म्हणून मान्यता देतात की नाही, याची फिकीर मला नव्हती. पोटापाण्याचा एक वेगळाच व्यवसाय आपल्याला सापडलाय आणि सध्या तरी आपल्याला त्यात प्रतिस्पर्धी नाही, एवढं मला पुरेसं होतं. त्यातच

मी खूष होतो.

त्यामुळंच तर जेव्हा मला साहित्यपरिषदेचं आमंत्रण आलं, तेव्हा मला आश्चर्यच वाटलं. माझी त्यांनी दखल घ्यावी, याचं तर आश्चर्य होतंच; पण मला त्यांनी माझ्या साहित्याबद्दल व्याख्यान देण्याची विनंती करावी, हेही नवलाचंच होतं. माझ्या साहित्याबद्दल किंवा निर्मितीप्रक्रियेबद्दल काही मौलिक विचार मी ऐकवू शकेन, अशी परिस्थिती नव्हती. तेव्हा बहुतेक माझी खिल्ली उडवण्याची एक संधी साधण्याचाच हा प्रकार असावा, असं मला वाटून गेलं. सध्या माझा पतंग आकाशात मस्त उडत होता. जमलं तर तो काटावा, निदान त्याचा मांजा किती कमकुवत आहे, याची मला जाणीव करून देता आली तर द्यावी, म्हणून मला बोलावलं गेलं असावं, असाच माझा समज झाला.

काही तरी सबब सांगून नकार द्यावा, जाऊच नये, अशीच माझी पहिली प्रतिक्रिया झाली. पण मग वाटलं, की आपल्या डोक्यात काही हवा गेलेली नाही, तेव्हा तो फुगा फोडण्याचा आनंद काही या मंडळींना मिळणार नाही. जाऊन बघूया तरी कोण कोण मंडळी आहेत ते. कदाचित काही ओळखी होतील. माणसांचे काही नवीन नमुने पहायला मिळतील. एखादा नवीन प्लॉट हाती येईल. कोणी सांगावं एखादी सुंदर पोरगीही भेटेल, आपली फॅन निघेल.

मी जायचं ठरवलं.

काय बोलायचं, याचा आराखडा तयार करू लागलो. माझ्या रहस्यकथा लिहिण्यापेक्षा हे काम अवघड आहे, हे प्रथमच जाणवलं. समीक्षकांचं काम किती कठीण असतं, याची कल्पना आली. कानाला खडा लावला, की जन्मात कोणाच्या लेखनाची समीक्षा म्हणून करायची नाही.

पण गेलो म्हणून तर पुढचं सगळं रामायण घडून आलं. तसं बरंही झालं, हेही कबूल करायलाच हवं. कारण गेलो नसतो तर मितालीची भेट कशी झाली असती? ही मिताली कोण? सांगतो, सांगतो. तसं पाहिलं तर माझी तरी कुठं ओळख करून दिलीय मी? किंवा धनंजय पराडकरांची?

तेव्हा माझ्यापासूनच सुरुवात करतो. मी मनोज मस्तकार. बाकी मी कोण आहे याची ओळख करून दिलीच आहे. माझं नाव सांगितलं नव्हतं. तेही आता सांगून टाकलंय. रहस्यकथाकारानं सुरुवातीलाच सगळा तपशील असा सांगायचा नसतो, असं म्हणाल तुम्ही. खरं आहे तुमचं म्हणणं. पण मी तरी कन्व्हेन्शनल रहस्यकथाकार कुठं आहे!

आता मिताली. पण तिची ओळख नंतर होणारच आहे. राहता राहिले धनंजय पराडकर. पण माझीही त्यांच्याशी पहिल्यांदा ओळख झाली, ती त्या परिषदेच्या कार्यक्रमाच्या वेळीच. म्हणजे तशा तोवर मी त्यांच्या रहस्यकादंबऱ्या वाचल्या

होत्या. सगळ्याच. मला त्या खूप आवडल्याही होत्या. माझ्या आवडत्या लेखकांपैकी ते एक होते. ॲगाथा ख्रिस्ती, अर्ल स्टॅनले गार्डनर, आर्थर कॉनन डॉयल यांच्याबरोबरच एरिक ॲम्बलर, ॲलिस्टर मॅक्लिन, जॉन ल कारे, यांच्यासारख्या इंग्रजी लेखकांबरोबर ज्यांच्या कादंबऱ्या मी आवर्जून वाचल्या होत्या ते धनंजय पराडकर. ॲगाथा ख्रिस्तीचा हर्क्यूल प्वॉरो किंवा गार्डनरचा पेरी मेसन किंवा कॉनन डॉयलचा शेरलॉक होम्स तसाच पराडकरांचा भारद्वाज माझ्या मनात घर करून बसला होता. ॲम्बलर किंवा मॅक्लिन यांचा असा कोणी कायमचा गुप्तहेर नव्हता. त्यांच्या रहस्यकथांची धाटणीच वेगळी होती. ललित साहित्याच्या मूळ प्रवाहाशी नाळ जोडणारं त्यांचं किंवा ल कारेचं नातं मराठीत पराडकरांनीच सांभाळलं आहे, अशी माझी धारणा होती. समीक्षकांनाही तसंच वाटत होतं की काय, याची मला कल्पना नाही. पण पराडकरांनी रहस्यकथेला मानसन्मान मिळवून दिला याबद्दल दुमत नव्हतं.

थोडक्यात काय मला पराडकरांबद्दल आदर होता. पण आजवर त्यांची प्रत्यक्ष भेट झाली नव्हती. त्यांच्या कार्यक्रमांना जाऊन तिथं त्यांची भेट घ्यावी, असा प्रयत्न मी कधी केला नव्हता. त्यांना हजारो फॅन्स भेटणार. त्यात आपली कुठं वर्णी लागायची, म्हणून मी गप्पच राहिलो होतो. पण त्या परिषदेतल्या माझ्या कार्यक्रमाच्या निमित्तानं ती संधीही चालून आली.

माझं व्याख्यान तसं व्यवस्थित पार पडलं. कोणीही माझी खिल्ली उडवण्याचा खटाटोप केला नाही. माझ्या लेखनाची प्रेरणा काय असा समीक्षकी थाटाचा सवालही कोणी उभा केला नाही, की 'कसे बाई तुम्हाला इतके नवनवीन प्लॉट सुचतात?', अशा लाडिक प्रश्नानं माझी भंबेरी उडवण्याच्या भानगडीतही कोणी पडलं नाही. बहुतेक मंडळींना आहे तरी कोण हा मनोज मस्तकार ते जाणून घेण्याचीच उत्सुकता होती. 'कथाकार तो आहे कसा आननी', हे पाहण्याचीच इच्छा होती. हाही एक चारचौघांसारखाच दोन हात, दोन पाय, नाकीडोळी नीटस असलेला इसम आहे, याची खात्री पटल्यानंतर बहुतेक त्यांचा माझ्यामधला इंटरेस्ट संपला असणार.

पण व्याख्यान संपल्यानंतरच्या अल्पोपहाराच्या वेळी माझी ओळख कोणीतरी पराडकरांशी करून दिली.

"हे धनंजय पराडकर. पण तुम्ही यांना ओळखत असालच."

काय बोलावं, हे पटकन मला सुचेना. मी फक्त हस्तांदोलनासाठी हात पुढं केला. त्यांनी तो हातात घेतला. पण अशा तऱ्हेनं की मी त्यांच्या हातात गिळगिळीत बोंबलांची जुडीच देत होतो. पटकन जाऊन त्यांनी नळावर आपले हात धुतले नाहीत एवढंच. बाकी आविर्भाव तसाच होता. आणि चेहऱ्यावर एक मख्खपणा.

"मी तुमचा एक चाहता आहे, पराडकरजी. तुमची सगळी पुस्तकं मी वाचली आहेत. अगदी आवडीनं."

"आणि तरीही तू तुझी ती चोपडी बाजारात आणण्याचं धाडस केलंस?" आता या उडाणटप्पू पोराला काय सांगावं, अशा सुरात पराडकर म्हणाले.

मला त्यांच्या स्वरातला तो उपरोध लक्षातच आला नाही. मी आपला हसतहसतच म्हणालो,

"म्हणजे काय आहे की संपादक पाठच सोडत नाहीत. प्रकाशकही फार मागे लागतात. त्यांना, वाचकांना माझ्या कथांचं वेगळेपण आवडतं, असं ते म्हणतात. म्हणजे काय आहे, की मी कन्व्हेन्शनल रहस्यकथा लिहीत नाही. त्यात आधुनिक विज्ञानाचा पुष्कळच सहभाग असतो. त्यातल्या सूत्रांचा मागोवा घेतघेतच माझ्या कथांमधले गुन्हेगार किंवा त्या गुन्ह्यांची उकल करणारा खाजगी डिटेक्टिव्ह शेखर–"

नुकत्याच दिलेल्या व्याख्यानानं माझ्या कथांविषयी असं काही बोलायचा धीर मला झाला होता. आपण असं बोलू शकतो, असा एक नवाच कॉन्फिडन्स आला होता; पण आपला हात उंचावत पराडकरांनी माझ्या उत्साहाला ब्रेक लावला.

"प्लीज, स्पेअर मी. खाजगी डिटेक्टिव्ह आणि सायन्स फिक्शन असले काही तरी न कळणारे शब्द वापरून तू या इथल्या गणंगांना इम्प्रेस कर पाहिजे तर. पण मला सांगू नकोस."

"पण आज वाचकांना ते आवडतंय असं मला–"

"वाचक, हॅऽऽऽ" पराडकरांच्या चेहऱ्यावर तुच्छतेची अशी काही पुटं चढली होती, की ती आता निथळायला लागतील की काय, असं मला वाटू लागलं. "व्हॉट द हेल डू दे नो अबाऊट लिटरेचर?"

यावर काय बोलावं हे न कळून मी काही क्षण गप्पच बसलो.

"वाचकांना खरं तर अस्सल साहित्य, दर्जेदार वाङ्मय म्हणजे काय, याची जाणीवच नसते. त्यांच्या आवडीनिवडी आपण त्यांना काय देतो, यावर तयार होत असतात. त्यांना तुम्ही स्वादिष्ट पक्वान्न खायला घातलंत, तऱ्हेतऱ्हेचे चवदार पदार्थ त्यांच्या तोंडी दिलेत, तरच त्यांना चव म्हणजे काय, याची ओळख होते. तुम्ही त्यांना नुसताच बेचव कडबा आणि पेंड खायला घातलीत तर खाद्य म्हणजे असंच असतं, अशीच त्यांची समजूत होते. अस्सल लोणकढं तूप आणि बनावट घी यातल्या फरकाची समज त्यांना उपजत येत नाही. ती करून द्यावी लागते. आता तुम्ही त्यांना कसला तरी केरकचराच खायला दिलात, तर तोच त्यांना आवडू लागेल. त्यात त्यांचा काय दोष? आणि नाही तरी माणसाला मधूनमधून बदल हवाच असतो. रोजरोज श्रीखंडपुरीचं किंवा

चिकन बिर्याणीचं जेवण घेतल्यानंतर अधूनमधून त्यांना साधी, झुणका भाकर किंवा पोळीभाजीही चवदार लागते. तुझ्यासारख्या मंडळींनी हे जे काही लेखन मार्केटिंगची नवी हातचलाखी वापरून त्यांच्या गळी उतरवलंय ना, त्यामुळं त्यांची दिशाभूल झालीय. आज जर अस्सल साहित्याला मागणी नसेल, तर त्याला तुझ्यासारखं चिटोर लिहिणारी मंडळी जबाबदार आहेत.''

या क्षणी मी चिडून हातातल्या ग्लासातलं उष्टं मद्य त्यांच्या तोंडावर फेकून मारलं असतं, तर मला तरी कोणी दोष दिला नसता. पण मी अजूनही त्यांच्याबद्दल वाटणाऱ्या आदराच्या नशेतून बाहेर आलो नव्हतो. किंवा मला तेवढी चढलीही नव्हती. त्यामुळं मी सामोपचारानंच घ्यायचं ठरवलं.

''माझ्यामुळं मराठी वाचकांचं एवढं नुकसान होत असेल, याची मला कल्पना नव्हती, पराडकर. आय ॲम सॉरी, पण माझा तसा उद्देश नव्हताच. माझा–''

''सॉरी? यू सेड सॉरी? तुला खरोखरीच पश्चात्ताप होत असेल, तर एक मेहरबानी कर. हातात परत कलम घेण्यापूर्वी, तुझे हे हात कलम करून टाक. किंवा कॉम्प्युटर वापरून लिहीत असशील, तर त्यातल्या कीबोर्डवर फिरण्यासाठी तुझी बोटं शिवशिवू लागली, की त्यांच्यावर सुरीच फिरव.''

''मला नाही वाटत असं काही करणं मला जमेलसं. मी तसा फारसा शूर इसम नाही.''

''लिहिण्याची खुमखुमी तुला स्वस्थच बसू देत नसेल, तर मग लिहून झाल्यावर दुसऱ्या कोणाची नजर जाण्यापूर्वीच ते बाड चुलीत घालून जाळून टाक. तुझ्या घरात चूल नाही, असं तर नाही ना म्हणायचं तुला?''

''चूल नाही पण कुकिंग रेंज आहे.''

''तीही चालेल. त्यात कागद जळतो. आणि नसलाच तर काडेपेटी असेलच तुझ्याकडे. त्यातली काडी ओढून पेटवून दे ते रटाळ चोपडं.''

''तसं नाही करता यायचं मला, पराडकर.'' माझ्या संबोधनातून 'जी' गळून पडला होता हे पराडकरांच्या लक्षात आलं की नाही, हे नाही मला सांगता यायचं. कारण ते काही ऐकून घेण्याच्या मन:स्थितीतच नव्हते.

''का?'' त्यांनी सैनिकांना ऑर्डर देणाऱ्या सार्जंटच्या आवाजात विचारलं.

''पापी पेटका सवाल है. पोट तर भरलं पाहिजे मला.''

''का?''

''जगण्यासाठी पोट भरावंच लागतं ना? जगायला तर हवं.''

''का?''

पराडकरांना आपल्या हेक्याशिवाय काहीच ऐकायचं नव्हतं, याची कल्पना मला कधीच आली होती. मी फक्त तिथून सटकायची संधी पाहत होतो. तेवढ्यात

माझी नजर पलीकडेच असलेल्या एका फटाकड्या पोरीवर गेली. शेखर दिवाणनं अशी संधी कधीच सोडली नसती. मीही माझ्याच मानसपुत्राचं अनुकरण करायचं ठरवलं. तोंडातल्या तोंडात काही तरी पुटपुटत मी तिथून पळ काढला आणि त्या फटाकडीला गाठलं. मिताली कोण म्हणून विचारत होतात ना. तीच मिताली.

ती माझी फॅनच निघाली. माझ्याशी बोलायला मिळावं, म्हणूनच ती माझ्या आसपास घोटाळत होती. पण पराडकरांबरोबर वाद घालण्यात माझं तिच्याकडे लक्षच गेलं नव्हतं. दुरून डोंगर साजरे म्हणतात ना. पण मितालीनं ती म्हण खोटी ठरवली. जवळून तर अधिकच सुंदर दिसत होती. तुमची ऐश्वर्या रॉयही तिच्याशी स्पर्धा नसती करू शकली, तर पराडकरांची काय बात!

मितालीलाही तिथल्या त्या कृत्रिम वातावरणाचा उबग आला होता. तीही तिथून पाय काढता घेण्याच्या तयारीतच होती. ती मला मग आपल्या घरीच घेऊन गेली. मिताली एकटीच राहत होती, पेईंग गेस्ट म्हणून. पण ती मला घरी घेऊन गेली, ती तिनं लिहिलेली कादंबरी मला वाचून दाखवण्यासाठी. टीव्हीवर ती फरार का काय नावाची कुठली तरी सीरियल येते म्हणे. त्यासाठी त्या कादंबरीची निवड व्हावी, अशी तिची इच्छा होती. खरं तर या टीव्ही सीरियलसाठी डोकं वापरून आणि मेहनत घेऊन लिहिलेलं काहीही चालत नाही, अशीच माझी समजूत होती. मी तेच तिला सांगणार होतो. पण तेवढ्यात तिनं वाचायलाच सुरुवात केली.

जेमतेम पाचदहा मिनिटंच मी तग धरू शकलो. त्यापुढं ते ऐकणं अशक्यच होतं. मला तिची कादंबरी बकवासच वाटली. आणि माझं दुर्दैव असं की मागचा-पुढचा विचार न करता मी तसं सांगूनही टाकलं.

त्यानंतर मितालीनं मला बाहेरचा दरवाजा दाखवला यात तिचा काही दोष होता असं तुम्ही म्हणाल?

- २ -

मध्यंतरी सहा-एक महिने गेले असतील. माझी आणि पराडकरांची गाठ पडली नव्हती. मितालीही परत भेटली नव्हती. पण मधूनच कधीतरी तिचा फोन यायचा. खरं तर तिचा पहिल्यांदा फोन आला, तेव्हा काय बोलावं हेच मला सुचेना. मी सॉरी वगैरे काही तरी म्हणणार, इतक्यात तीच बोलली. असंच इकडचं-तिकडचं. आणि मला 'गुड डे' विश करत तिनं फोन ठेवूनही दिला. पण तेवढ्यावरून ती माझ्यावर फारशी रागावलेली आहे, असं वाटलं नाही.

तर पराडकर परत भेटले, ते अशाच एक पार्टीमध्ये. कोणाची पार्टी होती, ते

आता आठवत नाही. तिथं पराडकर भेटतील, अशी माझी अपेक्षाही नव्हती. खरं तर मी त्यांना विसरूनही गेलो होतो. त्यामुळं माझ्याविषयी त्यांनी काढलेले उद्‌गारही माझ्या लक्षात राहिलेले नव्हते. माझं एक नवं पुस्तकही तोपर्यंत प्रकाशित झालं होतं. आणि वाचकांच्या त्यावर उड्या पडल्या होत्या. पंधरा दिवसांतच पहिली आवृत्ती संपली होती आणि राजमुद्राला, माझ्या प्रकाशकांना, घाईघाईत दुसरी आवृत्ती बाजारात आणावी लागली होती. नाही म्हटलं तरी त्या लोकप्रियतेच्या हवेवर मी तरंगत होतो. त्यामुळं खाली काय चाललंय, याची पर्वा करण्याचं मला काही कारणच नव्हतं. जगाकडे मी सोनेरी चष्म्यातूनच पाहत होतो.

तेवढ्यात समोर पराडकर आले. त्यांना टाळून पुढं जाणंही अशक्यच होतं. तसं करायचा विचारही मला शिवला नाही. नाही म्हटलं तरी, त्या माणसाबद्दल अजूनही मला आदर वाटत होता.

''नमस्कार!'' मी पुढं होत म्हटलं. ''काही महिन्यांपूर्वी साहित्य परिषदेच्या एका कार्यक्रमाच्या वेळी आपण भेटलो होतो.''

''आठवतंय मला. कुरूप भूत पाहिल्याचा प्रसंग माणूस सहसा विसरत नाही.''

त्यांच्या या कुजकट कॉमेंटकडं दुर्लक्ष करत मी विचारलं.

''माझं नवं पुस्तक पाहण्यात आलंय का तुमच्या?''

''तुझं नवं पुस्तक प्रकाशित झालंय? असेल. रद्दीवाल्याकडचा माल मी वाचण्यासाठी उचलत नाही कधी.''

मी समजून चुकलो. पराडकरांचा माझ्याबद्दलचा दृष्टिकोण बदलला नव्हता. तरीही मी धीर सोडला नाही. माझ्याऐवजी त्यांच्याबद्दल बोलण्याचं मी ठरवलं.

''तुमची काय हालहवाल? एखादं नवं पुस्तक? एनीथिंग इन द फायर?''

त्यांचा चेहरा एकदम काळाठिक्कर पडला. जणू तोच त्या फायरमधून बाहेर पडला होता. एकाएकी आवाजाला धार आणत ते म्हणाले,

''येस इन्डीड! माय न्यू बुक इज रियली इन द फायर.''

मला त्यांच्या बोलण्याचा अर्थच लागेना, बावळटासारखा चेहरा करून मी त्यांच्याकडे पाहतच राहिलो. मला वाटतं माझ्या तोंडाचाही आ वासला होता.

''तू हे मुद्दाम विचारतो आहेस, याची कल्पना आहे मला. दुर्दैवानं आजकाल वाचकांना सोनं आणि बेगडी पितळ यातला फरक कळेनासा झाला आहे. त्यांना उष्टं खरकटंच खाण्याची सवय लागली आहे. शेणाचीच चटक त्यांना लागली आहे. आणि त्याचा मुबलक पुरवठा करायला तुझ्यासारखी इतर काही मंडळी तयारच आहेत.''

पुढच्याच क्षणी गर्रकन वळून ते तिथून ताडताड पावलं टाकत निघूनही गेले.

मी त्यांच्याकडे पाहतच राहिलो होतो. तोच माझी बाही ओढत कोणीतरी माझं लक्ष वेधून घेतलं.

''मनोज, अजूनही तू आपली जीभ सैल सोडतोच आहेस तर? नेहेमी असं टॅक्टलेस वागल्याशिवाय तुला चैनच पडत नाही की काय?''

मिताली परत भेटल्याचा मला आनंद झाला होता. तिच्या त्या सुंदर चेहऱ्याकडे मी पाहत राहिलो होतो. त्यामुळं ती काय सांगत होती त्याकडे माझं लक्षच नव्हतं. तिचा तो हवाहवासा वाटणारा आवाज माझ्या कानांच्या पडद्यांवर झंकारत होता, तरी त्या आवाजातल्या संदेशाची दखल घेण्याची तसदी माझ्या मेंदूनं घेतली नव्हती.

''मिताली तू?'' एवढंच मी कसंबसं म्हणू शकलो.

''येस, मिताली. आणि तू मनोज. आहेस तसाच आहेस. कुठं काय बोलावं याचा पोच नसलेला.''

''ओहो, आय ॲम सॉरी. पण त्या दिवशी तू माझं खरंखुरं मत विचारलं होतंस म्हणून मी बोललो तुझ्या त्या कादंबरीबद्दल.''

''मी त्याबद्दल नव्हते बोलत. आता तू पराडकरांना काय विचारलंस?''

''त्यांच्या नव्या पुस्तकाबद्दल.''

''तेच म्हणतेय मी. एवढं कसं कळत नाही रे तुला? त्यांचं ते पुस्तक फ्लॉप गेलंय. आपण आपली सर्वश्रेष्ठ कलाकृती सादर करणार आहोत, असं सांगत फिरत होते ते. आज सहा महिने झाले. जेमतेम पन्नास प्रती खपल्या असतील. आणि त्याही त्यांनीच विकत घेतल्या असतील, अशी वदंता आहे. कोणत्याही नियतकालिकानं 'साभार पोच' या सदरातदेखील दखल घेतलेली नाही त्याची. आणि त्यांना तू विचारतोस एनीथिंग इन द फायर?''

''आय ॲम सॉरी. मला माहितीच नव्हतं हे. मी माझ्याच विश्वात वावरत होतो.''

''पण हे त्यांना कसं कळणार? तू जाणूनबुजून त्यांचा अपमान करण्यासाठी तसं विचारलंस, अशीच त्यांची समजूत होईल. आणि मग तुझा ते आणखीनच द्वेष करू लागणार.''

''द्वेष? माझा? अग माझी आणि त्यांची नीटशी ओळखही नाही.''

''तरीही ही हेट्स युअर गट्स. नफरत, नफ़रत वाटते त्यांना तुझ्याविषयी. इतर ठिकाणीही ऐकलंय मी त्यांना तसं बोलताना. आपल्या लोकप्रियतेला ओहोटी लागली त्याला तू जबाबदार आहेस, असं त्यांना वाटतंय. जगावरचा राग काढण्यासाठी त्यांना एखादा सोयीस्कर बकरा हवा होता. तुझ्या रूपानं तो त्यांना सापडलाय. त्यामुळं आपल्या मनातला सगळा राग, सगळी नफरत ते तुझ्यावर काढताहेत.

आणि तूही आपल्या फटकळपणापायी त्यांना जास्ती संधी देतो आहेस.''

"मी फटकळ?''

"मग फाटक्या तोंडाचा म्हणूया पाहिजे तर—''

माझा घसा कोरडा पडलाय, याची मला तीव्रतेनं जाणीव झाली.

"मिताली, आय नीड अ ड्रिंक बॅडली.'' मितालीचा हात धरून मी तिला ड्रिंक्स टेबलकडे ओढतच नेलं. जिन-जिमलेटचा भलाथोरला घोट घेतल्यावरच माझं गरगरणारं डोकं जरा थाऱ्यावर यायला लागलं.

मितालीनं सांगितलं त्यातला 'नफरत' हा शब्द माझ्या चांगलाच लक्षात राहिला. त्यातली धग मला चांगलीच जाणवली. थंडगार जिनजिमलेटनं ती कमी करण्याचाच मी प्रयत्न केला. तिथंच माझं चुकलं. कारण ती धग कमी होईपर्यंत मी पाच-सहा जिमलेट्स तरी जिरवली असतील. त्या स्थितीत परत पराडकरच समोर आले. लटपटत्या पायांनी उभं राहत मी माझे हात जोडण्याचा तीन-चार वेळा प्रयत्न केला. शेवटी हात न जोडताच मी म्हणालो,

"नमस्कार.''

माझ्याकडे एक तुच्छतापूर्ण नजर टाकत पराडकर नाकावर रुमाल धरत तिथून जायला निघाले; पण त्यांच्या सफारीची बाही पकडत मी त्यांना धरून ठेवलं आणि माझ्याकडे खेचत म्हणालो,

"तुम्ही ना बोअर आहात. बोअर!'' त्यांच्या छातीवर माझं बोट नाचवत मी त्यांना सांगू लागलो. "तुमच्या कथांमुळं वाचक बोअर होतात. तुमच्या गोष्टींमध्ये अशक्य, आय मीन शक, आय मीन अ श क्य गठना होतात. इम्पॉसिबल, नो नो नो इ म्पॉ सि ब ल'' एकेक अक्षर सावकाश उच्चारत मी बोलत होतो.

पराडकर वरकरणी तरी शांत होते. त्यांच्या मनात कसला वडवानल पेटला होता, याचा थांगपत्ता त्यांनी लागू दिला नाही.

माझ्याकडे पाहणारे त्यांचे डोळे धुक्यात दिसावं म्हणून लावलेल्या पिवळ्याजर्द सोडियम व्हेपरच्या सर्चलाईटसारखे दिसत होते.

मी परत बोट नाचवत म्हणालो,

"तुमचे ते बंद खोलीतले खून नाटकी वाटतात. खऱ्या दुनियेत तसलं काही होत नाय. खदीच णाय.''

"थँक यू फॉर युअर एक्सपर्ट ओपिनियन.'' थंड पण धारदार आवाजात पराडकर म्हणाले.

"डॅट्स ओके. नाईस टू हेल्फ. बंद खोलातला आय मीन खो ली त ला खू न! नॉट सायंटिफिक. लोकांना सायंटिफिक पायजे सगलं. म्हणून टे नाय वाचत. तुम्ही सायंटिफिक लिहायला लागा.''

"आय वुईल थिंक अबाऊट युअर सजेशन." पराडकर परत थंडपणे म्हणाले. पण त्यांच्या डोळ्यांतून अंगार ओकला जात होता.

मी आणखीही काही बोलत राहिलो होतो. पण तेवढ्यात परत मितालीच माझ्या मदतीला आली. तिनंच मला ओढून पराडकरांपासून दूर नेलं. त्या पार्टीमधूनच ती मला बाहेर घेऊन गेली. टॅक्सीमध्ये मला घालून ती मला आपल्या घरी घेऊन गेली; पण तिथंही मी माझा पराक्रम गाजवलाच. नशेतल्या लटपटत्या पायांनीच उभा राहत मी तिला माझ्या मिठीत घेऊन तिचं चुंबन घेण्याचा प्रयत्न केला.

आपणच पाळलेल्या पण छळण्याच्या मूडमध्ये आलेल्या मांजराला दाराबाहेर हाकलून दार बंद करून घ्यावं तसं मितालीनं मला बाहेर हाकललं.

- ३ -

माझ्या कानातच कोणीतरी सायरन आणून बसवल्यासारखा आवाज झाला, होतच राहिला. त्याचा पिच कमी होण्याऐवजी उलट वाढतच गेला. पापण्यांवरचं मणामणाचं ओझं कष्टानं उचलत मी डोळे उघडले. सायरन वाजतच होता.

मी डोळे चोळून बघितलं.

दारावरची बेल वाजत होती. डोळ्यांत परत उतरत चाललेली झोप मुष्कीलीनं आवरत मी जाऊन दार उघडलं. संजय गरुडे बेलवरचा हात काढत आत घुसला. संजय राजमुद्राकडे एडिटिंगचं काम करत असे. माझ्याबद्दल त्याला विशेष आस्था होती. त्यानंच पहिल्यांदा राजमुद्राच्या देशपांड्यांशी माझी ओळख करून दिली होती. आणि तेव्हांपासून देशपांड्यांनीही त्यालाच जणू माझा लायझॉन ऑफिसर नेमला होता. तोच माझ्याशी जास्तीतजास्त डील करत असे. माझं हस्तलिखित हाती आल्यापासून ते पब्लिश होईपर्यंतचे सारे सोपस्कार तोच करत असे.

जांभई आवरण्याचा यत्किंचितही प्रयत्न न करता मी त्याला विचारलं, "सकाळी सकाळी दुसऱ्यांच्या घरी घंटानाद करण्यासाठी राजमुद्रा पगार देते वाटते तुला?"

"सकाळी? किती वाजलेत कल्पना आहे का तुम्हाला, महाराज?"

"किती?"

"दुपारचे तीन वाजत आले आहेत. काल रात्री परत टाईट झाला होतास वाटतं?"

"हो रे. त्या पराडकरांनी डोकंच पिकवलं माझं. ते उतरवण्यासाठी पीत

बसलो. त्यानंतर परत पराडकरांशी काही तरी बोलाचाली झाली.''

''बोलाचाली झाली? म्हणजे काय झालं?''

''ते काही आता आठवत नाही; पण मितालीनं तिथून मला ओढूनच बाहेर काढलं, एवढं आठवतंय. त्या अर्थी काही तरी खास झालं असावं.''

''तरीच आज सकाळी सकाळी पराडकर देशपांड्यांना भेटायला आले होते. अल्टिमेटमच दिला त्यांनी.''

''देशपांड्यांना अल्टिमेटम? कसला?''

''त्यांनी त्यांना निवड करायला सांगितली. एक तर ते त्यांची पुस्तकं तरी प्रकाशित करतील किंवा तुझी. कोणा तरी एकाची निवड त्यांनी ताबडतोब करावी, असा हट्टच धरला.''

''मग?''

''मग काय? देशपांड्यांनी त्यांना समजावयाचा खूप प्रयत्न केला. एवढं ओढून धरण्याचं कारण नाही, असंही सांगितलं; पण त्यांचा हेका कायमच. आत्ताच्या आत्ता काय तो निर्णय घ्या, असे एकदम अटीतटीलाच आले.''

''देशपांडे काय म्हणाले मग?''

''ते काय म्हणणार! तुझी पुस्तकं इतकी भन्नाट खपत असताना तुला सोडायला देशपांडे काही दानधर्म करायला बसलेले नाहीत. शिवाय मुरब्बी माणूस आहे तो. पराडकर आता उतरणीला लागले आहेत, हे न समजण्याइतके दुधखुळे नाहीत ते. गेल्या वेळचं त्यांचं पुस्तक जुन्या ऋणानुबंधांना जागून त्यांनी प्रकाशित केलं. जेमतेम पन्नास प्रतीसुद्धा खपल्या नसतील. आणि त्याही–''

''त्यांनी स्वत:च विकत घेतल्या असाव्यात असा संशय आहे. मिताली सांगत होती मला.''

''झालं तर. तेव्हा पराडकरांचा अल्टिमेटम स्वीकारायला देशपांड्यांनी साफ नकार दिला.''

''मग पराडकरांचा पारा उतरला की नाही?''

''मुळीच नाही. इरेलाच पेटलाय तो गृहस्थ. तसाच तणतणत बाहेर गेला. यापुढं तुमच्या ऑफिसची पायरी चढणार नाही, अशी प्रतिज्ञा करून पाय आपटत निघून गेला.''

''आय फील सॉरी फॉर द पुअर चॅप.''

''अपयश पचवणारी फार थोडी माणसं पाहिलीत मी. आणि आपल्या अपयशाचं खापर ते आता तुझ्यावर फोडताहेत.''

''पण मी तर त्यांना मोजून दोनदाच भेटलो असेन. कालही त्यांनी विनाकारण माझं पित्त उठवलं नसतं, तर मी काही तरी गुडीगुडी बोलून त्यांच्या समोरून निघून

गेलो असतो.''

"जाऊ दे रे. तू नको उगीचच मनाला लावून घेऊ. प्रकाशन व्यवसायात हे नेहमीचंच आहे. आपल्याला नवीन प्रतिस्पर्धी आलेला कोणालाच खपत नाही. तूही उद्या कदाचित असाच वागायला लागशील; पण आत्ता तुझी लेखणी जोरात आहे, तर तू आपला तुझ्या नव्या पुस्तकावर कॉन्सेन्ट्रेट कर. काय, काही मस्ताड नाव सुचलं की नाही अजून?''

"एक सुचलंय. 'मरणमिठी'. कसं वाटतंय?''

"अंगावर शहारेच आले एकदम. तेव्हा तुफानच आहे. ॲडव्हान्स पब्लिसिटीसाठी तर एकदम कंडा. चलो आगे बढो. आता एकदम एक्स्प्रेस सूट. नॉनस्टॉप.''

-४-

मी संजयचं म्हणणं मनावर घेतलं. पुढचे तीन-चार महिने मी इतर कशाचाच विचार केला नाही, की बाहेर कुठं गेलो नाही. माझ्या लेखनात मी मला बुडवून घेतलं. त्यामुळं मितालीचीही भेट झाली नाही. त्याचं वाईट वाटत होतंच. पण तिचाही फोन आला नाही. त्यामुळं तिनं मला माफ केलेलं नाही, हे उघड होतं. चूक तिची नव्हतीच. मीच मवाल्यासारखा वागलो होतो. तिनं का माफ करावं मला!

संध्याकाळ होऊन दिवेलागणी झाली तरी मी कॉम्प्युटरपुढून उठलो नव्हतो. 'मरणमिठी'चा शेवट जवळ आला होता. एका क्लायमॅक्सच्या प्रसंगाशी मी झगडत होतो.

तिनं त्याच्या दिशेनं आपल्याला झोकून दिलं. अर्ध्यामुर्ध्याच अनुभवलेल्या त्याच्या कुरवाळणाऱ्या स्पर्शानं तिचं गात्र न् गात्र मोहरून उठलं होतं. एक मदहोश अंगडाई घेत तिनं मधाळ नजरेनं त्याला घायाळ करण्याचा प्रयत्न केला. तिच्या अंगावरचं उरलंसुरलं वस्त्रही पलीकडच्या उघड्या खिडकीतून आलेल्या थंड वाऱ्याच्या झुळकीनं उडून गेलं. आपल्या अंगावर उठलेले रोमांच त्या वाऱ्याच्या थंड स्पर्शाचे होते, की 'त्या'च्या स्पर्शाच्या अपेक्षेनं उठले होते, याचा निवाडा तिला नसता करता आला. शेखर मात्र थंडच होता. तिच्या विभ्रमांकडे अजिबात लक्ष न देता तो उठला, शेजारचं रिव्हॉल्व्हर त्यानं उचललं. त्याला बसवलेला सायलेन्सर चाचपून पाहिला. आणि पुढच्याच क्षणी नेम धरून त्यानं गोळी झाडली. तिच्या गुबगुबीत शरीरात ती अलगद शिरली. रक्तासाठी–''

बाहेरच्या दारावरच्या बेलच्या कर्णकर्कश आवाजानं कीबोर्डवरचा माझा हात

थरथरला. भलतीच की दाबली गेली. माझी तंद्री अशी भंग झालेली मला आवडलं नाही. तिच्या विभ्रमांकडे दुर्लक्ष करणाऱ्या शेखरप्रमाणे आपणही त्या बेलकडे दुर्लक्ष करत लिहीतच राहावं, असं वाटून गेलं; पण जो कोणी बाहेर होता, तो बेलवरचा हात काढायला तयारच नव्हता. ती वाजतच राहिली होती. आग लागल्यासारखी.

"ओ के. ओ के. आलोच मी. थोडा तरी धीर धरावा माणसानं." मोठ्यानं ओरडत मी दाराकडे गेलो आणि ते उघडलं.

बाहेर पराडकर उभे होते.

मी जागच्या जागी खिळूनच गेलो. काय बोलावं तेच सुचेना. ते माझ्या घरी येतील, असं स्वप्नातही कधी वाटलं नव्हतं मला.

शेवटी तेच पहिल्यांदा बोलले,

"मे आय कम इन?"

"येस, येस, ऑफ कोर्स! या ना." भानावर येत दारातून बाजूला होत मी म्हणालो.

ते आत आले. एक नजर त्यांनी माझ्या हॉलवरून फिरवली; पण तो केवळ वेळ काढण्याचा प्रयास होता, हे तेवढ्यातही मला जाणवून गेलं.

"असा न सांगता-सवरता अचानक तुमच्या घरी येऊन टपकलो, त्याबद्दल माफी मागतो मी, मिस्टर मस्तकार. तुमच्या कामात व्यत्यय आला असेल, याची जाणीव आहे मला."

"छे, छे, प्लीज डोन्ट माईन्ड ॲट ऑल. तुम्ही आलात याचा आनंदच आहे मला."

खरं सांगायचं म्हणजे मी भलताच घाबरलो होतो. पराडकरांबरोबर झालेला वादविवाद त्या क्षणी मला प्रकर्षानं आठवत होता. शिवाय त्यांना माझ्याबद्दल नफ़रत वाटते, हे मितालीचे शब्दही माझ्या कानात गिरकी मारत होते. तसा मी फार भित्रा माणूस आहे. माझ्या कादंबऱ्यांवरून आणि शेखरच्या डेअरिंगवरून जाऊ नका. ते प्रसंग लिहिताना मला नेहमीच घाम फुटतो.

मी असा हा घरात एकटा. ज्यांनी कधी माझ्या घरात पाऊल ठेवलं नव्हतं आणि जे माझा आत्यंतिक द्वेष करत होते ते पराडकर इथं आलेले. त्यांच्या कोटाखालचा डावीकडचा भाग जरासा फुगलेलाही दिसत होता. तिथं रिव्हॉल्व्हर असेल का? शेखर नेहमी बाळगतो तसं?

माझी उडालेली घाबरगुंडी पराडकरांच्या लक्षात न येऊ देण्याचा आटोकाट प्रयत्न करत मी तिथंच उभा राहिलो.

पराडकरांनी उजवा हात कोटाच्या आतल्या भागात खुपसला. माझे पाय लटपटायला लागायच्या घाईला आले. पुढच्याच क्षणी आतल्या खिशातून 'मिड

डे'चा जाडजूड अंक काढत ते म्हणाले,

"तुम्हाला एक इंटरेस्टिंग बातमी दाखवायला घेऊन आलोय. फक्त कथाकादंबऱ्यांमध्येच बंद दरवाजाआड खून होतात, असंच काहीसं तुम्ही म्हणाला होतात ना? काय शब्द वापरला होतात तुम्ही? यस, इम्पॉसिबल! दॅट्स राईट! तेव्हा-"

"छे, छे, आय वॉज जस्ट शूटिंग माय माऊथ. ते काही सीरियसली घेऊ नका तुम्ही."

"नो, नो. यू मेड अ पॉईंट. मलाही त्यावर विचार करावासा वाटला. म्हणूनच तर या बातमीचं मला आश्चर्य वाटलं. तुम्हालाही तितकंच वाटेल, अशीच माझी समजूत आहे. म्हणून तर घाईघाईनं तुम्हाला दाखवायला घेऊन आलो."

'मिड डे'चा अंक नेमका त्या बातमीच्या पानावर उघडून त्यांनी माझ्यापुढं धरलाही होता. ती बातमी वाचण्यावाचून त्यांनी माझ्यापुढं दुसरा पर्यायच ठेवला नव्हता.

मी माझी नजर फिरवली.

"Publisher's Aide Killed in Locked Apartment."

चांगली आठ कॉलमची आणि चौसष्ट पॉईंटच्या टाईपफेसमधली हेडलाईन होती. त्याच्याच खाली दुसरीही सब हेडलाईन होती.

"Police Baffled By Impossible Murder"

'Impossible' हा शब्द अंडरलाईन केला होता. लाल शाईनं. हे नक्कीच पराडकरांचं काम होतं. मी पुढचीही बातमी वाचली.

मुंबई, दिनांक १५— (आमच्या वार्ताहराकडून) धनंजय पराडकरांच्या कथांमधला एखादा प्रसंग जिवंत व्हावा, अशाच प्रकारची घटना आज दुपारी इथल्या एव्हरशाईन अपार्टमेंटमध्ये घडली. पाचव्या मजल्यावरच्या पाचशे तीन नंबरच्या फ्लॅटच्या बंद दाराआड गोळी झाडून निनाद काळे यांचा खून करण्यात आल्याचं पोलिसांनी आज सांगितलं. श्री. काळे २९ वर्षांचे होते. राजमुद्रा या प्रख्यात प्रकाशन संस्थेत ते संपादक होते. रहस्यकथांची हाताळणी ते मुख्यत्वे करत होते. त्यांचं जीवन नसलं तरी आता मृत्यू ते नेहमी हाताळत असलेल्या रहस्यकथांइतकाच गूढ परिस्थितीत झाला आहे.

या खुनाची बातमी पोलिसांना रंगमंचावरील प्रसिद्ध अभिनेत्री चित्रा मुरबाड यांनी दिली. त्यांनी सांगितलं, की त्या काळेंना भेटण्यासाठी सकाळीच त्यांच्या घरी गेल्या होत्या. दोघांनी तिथंच जेवण घेतलं होतं. त्यानंतर शिवाजी मंदिरात चित्रा भूमिका करत असलेल्या नाटकाचा प्रयोग असल्यामुळं साधारण एक वाजण्याच्या सुमारास त्यांनी काळे यांचा निरोप घेतला. तेव्हा

काळे आनंदी मन:स्थितीतच होते. ते डिप्रेस झाल्याची कोणतीच निशाणी नव्हती, असं चित्रानं ठासून सांगितलं. आपल्याला निरोप दिल्यानंतर फ्लॅटचं दार काळे यांनी लावून घेतल्याचं, एवढंच नाही तर त्याचं अंगचं कुलूप डबल लॉक केल्याचं, आपण ऐकलं याबद्दलही चित्राला खात्री आहे. त्यानंतर त्या लिफ्ट येण्याची वाट बघत उभ्या असताना त्यांना काळे यांच्या फ्लॅटमधून गोळी झाडल्याचा आणि काळे यांनी मारलेल्या किंकाळीचा आवाज ऐकू आला. त्याबरोबर चित्रा परत फ्लॅटकडे धावत गेल्या. बाहेरच्या दारावरची बेलही त्यांनी वाजवली आणि दारावर जोरजोरानं धडकाही मारल्या; पण आतून काहीच प्रतिसाद न आल्यानं त्यांनी पोलिसांना फोन केला.

पोलीस तिथं पोचल्यानंतर त्यांनी बाहेरचं दार फोडून आत प्रवेश केला, तेव्हा काळे रक्ताच्या थारोळ्यात पडल्याचं त्यांना दिसून आलं. तिथला एअरकंडिशनर तसाच चालू होता आणि त्यामुळं सगळ्या खिडक्या बंदच होत्या. बाहेरचं दार तर पोलिसांनी फोडून उघडेपर्यंत बंदच होतं. त्यामुळं तिथून कोणीही पसार झालं असण्याची शक्यता नाही. किचन आणि बेडरूमच्या खिडक्याही आतून बंद होत्या. आणि गोळी झाडल्याचा आवाज चित्रानं ऐकला त्याच्याआधी तीनच मिनिटं काळे जिवंत होते. शिवाय चित्रा बाहेर पडल्यानंतर ते घरातही एकटेच होते. या बंद दाराआडच्या खुनामुळे पोलिस चक्रावूनच गेले आहेत. अजून तरी त्यांच्या हाती कोणतेच धागेदोरे लागलेले नाहीत.

गोळी काळे यांच्या डोक्यात जवळूनच शिरली होती. आणि त्यामुळं त्यांना त्याच क्षणी मृत्यू आला असावा असंच पोलीस-सर्जनचं मत आहे. पोलीस-तपास चालू आहे आणि असिस्टंट कमिशनर रमेश पवार ही केस हाताळत आहेत. 'मिड डे'शी बोलताना त्यांनी हा आत्महत्येचा प्रकार असल्याची शक्यता फेटाळून लावली. ज्या प्रकारे गोळी डोक्यात शिरली आहे, ती पाहता ही आत्महत्या असण्याची सुतराम शक्यता नाही, हे त्यांनी ठासून सांगितलं. त्यामुळं हा खूनच आहे, या निष्कर्षापर्यंत पोलीस आले आहेत.

काळे जिवंत असताना त्यांची चित्रा मुरबाड यांच्याशी सर्वांत शेवटची झालेली भेट होती. त्यामुळं त्यांच्या साक्षीला अतिशय महत्त्व आहे, हे पोलिसांनी सांगितलं. त्यांनीही पोलिसांशी संपूर्ण सहकार्य करण्याची तयारी दाखवली आहे.

मी पेपर बाजूला करून पराडकरांकडे पाहिलं. आश्चर्यानं वासलेलं तोंड बंद करायलाही मी विसरलो होतो. माझे डोळेही बहुतेक विस्फारले असावेत.

पराडकर मात्र ओठांवर एक कुत्सित स्मित खेळवत माझ्याकडे पाहत होते. माझा उडालेला गोंधळ पाहून त्यांची चांगलीच करमणूक होत होती.

"इम्पॉसिबल मर्डर, असंच म्हणाला होतास ना तू? असे बंद दाराआडचे खून फक्त कथाकादंबऱ्यांमध्येच होतात, असंच मत होतं ना तुझं?"

"ओह माय गॉड! निनाद काळे! माझा विश्वासच बसत नाही. परवाच तर त्याला भेटलो होतो मी. त्याच्या ऑफिसमध्ये."

"बिच्चारा! पण काही म्हण, त्याच्या या अशा मरणानं राजमुद्रा आणि देशपांडे मात्र खूष झाले असतील. त्यांच्या कॅटलॉगला फुकटची अशी प्रसिद्धी मिळालेली पाहून जग्या देशपांड्याला तर आनंदाच्या उकळ्या फुटल्या असतील."

देशपांड्यांना आनंद होईल की काय, हे नसतं मला सांगता आलं. पण पराडकर मात्र भलतेच खूष झाल्याचं स्पष्टपणेच दिसत होतं. त्यांना फुटत असलेल्या आनंदाच्या उकळ्या लपवणं त्यांना कठीणच जात होतं आणि तसा प्रयत्न करण्याचे कष्टही ते घेत नव्हते. कशाला घेतील! बातमीत त्यांचं नाव घेतलं गेलं होतं. त्यांच्या कथांची ही आपोआप होत असलेली पब्लिसिटी पाहून ते खूष झाले नसते तरच नवल! पब्लिसिटी! आणि तीही अशा पडत्या काळात!

"ही, ही चित्रा मुरबाड. ती कोण आहे?" मी काहीतरी बोलायचं म्हणून विचारलं. "तिनंच कशावरून केला नसेल हा खून?आणि नंतर बाहेर येऊन दार लावून घेतलं असेल."

"शक्य नाही. ही चित्रा, अं, अं, तिला मी ओळखतो. ती अशातली नाही. सरळ साधी आहे. नाकीडोळी नीटस म्हणून स्टेजवर चमकतेय; पण वरचा मजला रिकामा. म्हणजे तिच्या नाटकाचं नाव नाहीय हे. तिचंच चपखल वर्णन आहे असं म्हणायला हरकत नाही. अशा प्रकारे कोणतेही धागेदोरे न ठेवता, एवढंच काय पण ज्यातून गोळी झाडली ते पिस्तूलही तिथून गायब करून खून करण्याइतकं धारिष्ट्यही नाही तिच्यात आणि अक्कलही. शिवाय फ्लॅटच्या त्या दाराचं अंगचं कुलूप आतून डबल लॉक करून घेतलं होतं. बाहेरून दार ओढून घेऊन तसं करता येत नाही, हे माहितीच असेल तुला."

मीही पोलिसांसारखाच चक्रावून गेलो होतो. भेजाच आऊट झाला होता आपला. शेवटी शरणागती पत्करत मी पराडकरांना म्हणालो.

"ऑल राईट. तुम्ही तुमचं म्हणणं सिद्ध केलं आहे. मी माझं म्हणणं मागे घेतो. यापुढं मी तुमच्या कादंबऱ्यांमधले खून इम्पॉसिबल असतात असं कधीच म्हणणार नाही; पण मला वाईट वाटतं ते बिचाऱ्या निनादचं. काय त्यानं कोणाचं घोडं मारलं होतं म्हणून त्याच्या जिवावर असं कोणी उठावं?"

"निनाद काळे! हुं, त्याच्याबद्दल एवढं वाईट वाटून घ्यायची गरज नाही तुला.

तो एक चमचा होता जग्या देशपांड्याचा. होय बा नुसता. तो मेल्यानं जगाचं काही फारसं नुकसान झालंय, असं नाही मला वाटत.''

पण माझ्या डोळ्यांसमोर परवाच पाहिलेला निनादचा आनंदी चेहरा नाचत होता. कसं मारलं असेल त्याला? माझं तर डोकंच चालेनासं झालं होतं.

''हा खून इम्पॉसिबल नाही, हे तर मी मान्य केलंच आहे. पण तो कसा झाला असेल, हे काही मला कळत नाहीय. तुम्हाला त्याची कल्पना असेल कदाचित.''

चॉकलेट मिळाल्यावर उडी मारणाऱ्या मुलाच्या चेहऱ्यावर जे आविर्भाव दिसतील, ते मला त्या क्षणी पराडकरांच्या चेहऱ्यावर दिसत होते. प्रतिस्पर्ध्याला अस्मान दाखवणाऱ्या मल्लाच्या आवेशात ते म्हणाले,

''यू आर राईट देअर. हे कोडं मी उलगडून दाखवेनही. तसं कशाला माझ्या पुढच्याच कादंबरीत मी त्याचा खुलासा करणार आहे. 'एका प्रकाशकाचा मृत्यू', असं नावही पक्कं झालं आहे. रंगतरंग प्रकाशनाशी त्या पुस्तकाबद्दल करारही केलाय मी मागच्या आठवड्यात. येत्या पाच-सहा महिन्यांतच येईल ती बाजारात. पहिली प्रत मीच आणून देईन तुला.''

'मिड डे'च्या अंकाची व्यवस्थित घडी घालून तो परत कोटाच्या खिशात ठेवत, पराडकरांनी माझा निरोप घेतला. ते गेले तरी मी त्या दिशेनंच पाहत राहिलो होतो. दरवाजा बंद करायलाही मी विसरलो होतो.

भानावर येत मी दरवाजा बंद केला आणि वळलो. माझ्या कॉम्प्युटरवर स्क्रीन सेव्हर आपला नाच करत होता; पण परत लिहायला बसणं मला शक्यच नव्हतं. राहून राहून त्या खुनाचं गूढ मला सतावत होतं. पूर्वी जेव्हा मी पेरी मेसनची किंवा हर्क्युल पॉरोची कथा वाचायला घेत असे, तेव्हा त्यांनी त्यातल्या रहस्याची उकल करण्याआधी स्वतःच ती करण्याचा खेळ मी खेळत असे. आत्ताही तेच करण्याची खुमखुमी मला आली होती; पण कथांमधल्या खुनांचा शोध लावणं वेगळं होतं. इथं खराखुरा खून झाला होता. अतिशय रहस्यमय परिस्थितीत. त्यात ज्याचा खून झाला होता, त्याला मी ओळखतही होतो. त्यामुळं गुंतागुंत अधिकच वाढली होती.

माझ्या मेंदूला मुंग्या आल्यासारखं झालं होतं.

तेवढ्यात दुसराच विचार मनात आला आणि मेंदू खडबडून जागा झाला.

निनादचा खून झाल्यानं सगळ्यात जास्ती फायदा पराडकरांचाच होणार होता. त्यांच्या पुढच्या कादंबरीची आयतीच प्रसिद्धी होणार होती आणि तीही अतिशय सनसनाटी स्वरूपात. अगदी वेळेवरही. काय योगायोग होता! लोकप्रियता ओसरायला लागलेली असताना त्यांच्या नावाची आठवण वाचकांना अतिशय नाट्यमय रूपात करून दिली गेली होती. काय योगायोग होता!

खरंच योगायोग होता? की घडवून आणला गेला होता?

तो दुसरा विचार माझ्या अंगावर शहारे उठवून गेला. आपण दिवेही न लावता काळोखातच बसलो आहोत, याची मला एकदम जाणीव झाली. पण दिवा लावण्यासाठीही बसल्या जागेवरून उठायचा धीर मला होत नव्हता.

- ५ -

पराडकरांना फुकटची पब्लिसिटी मिळेल, हा माझा अंदाज अर्धा बरोबर आणि अर्धा चुकीचा ठरला. म्हणजे तशी त्यांना सुरुवातीला चांगलीच प्रसिद्धी मिळाली. कारण बातमीत सरळसरळ त्यांचं नावच दिलं गेलं होतं. शिवाय 'रंगतरंग'नं पराडकरांची आगामी कादंबरी म्हणून 'एका प्रकाशकाचा मृत्यू'ची जाहिरातही निरनिराळ्या वर्तमानपत्रांमधून प्रसृत केली. त्यात, 'सत्य हे कल्पिता पेक्षाही अद्‌भुत असतं', असं वाक्य टाकून निनाद काळेच्या खुनाच्या बातमीकडे लोकांचं लक्ष वेधण्याचाही प्रयत्न केला होता. तो कायद्याच्या चौकटीत बसणारा होता की नाही, याची कल्पना नाही मला; पण नीतीमत्तेच्या चौकटीत तरी निश्‍चितच बसणारा नव्हता.

पण पराडकर काय आणि 'रंगतरंग' काय, नीतीमत्तेची पत्रास बाळगणारे होते, असं मला तरी वाटत नाही.

ते काही असलं तरी ही प्रसिद्धी तशी फार दिवस टिकली नाही. पब्लिक मेमरी इज शॉर्ट, असं म्हणतात ते खोटं नाही. कारण सुरुवातीला जरी निनादच्या गूढ हत्त्येनं लोकांच्या मनाचा ताबा घेतला होता, तरी थोड्याच दिवसांत दुसऱ्या सनसनाटी बातम्या आल्या आणि लोक निनादला विसरले. पर्यायानं पराडकरांच्या 'एका प्रकाशकाचा मृत्यू'चाही त्यांना विसर पडला.

तसा तो पडल्याची जाणीव पराडकरांना किंवा 'रंगतरंग'ला किंवा दोघांनाही झाली असावी की काय, असा संशय यावा, अशीच दुसरी बातमी त्यानंतर काही दिवसांनी पेपरात झळकली.

मी असाच उशिरासाच उठून कॉफी घेत सकाळचा पेपर उघडला. तो आतल्या पहिल्याच पानावर वरच्या भागातच ठळक बातमी होती.

मिस्टिरीयस डेथ ऑफ की विटनेस

ॲक्ट्रेस मर्डर्ड ऑन द स्टेज

पोलीस बॅफल्ड बाय इम्पॉसिबल मर्डर

मी घाईघाईनं वाचायला घेतलं आणि पहिल्याच वाक्यातल्या खून झालेल्या व्यक्तीच्या नावावरच अडखळलो. ज्या नटीचा खून झाला होता तिचं नाव होतं

चित्रा मुरबाड.

चित्रा मुरबाड! निनादची मैत्रीण आणि त्याच्या खुनाबाबतची महत्त्वाची साक्षीदार. पराडकरांचीही तिच्याशी ओळख होती, हे त्यांनीच सांगितल्याचंही मला आठवलं.

मी संपूर्ण बातमी वाचून काढली.

मुंबई, दिनांक १०– (आमच्या वार्ताहराकडून) 'राजमुद्रा' या प्रख्यात प्रकाशन-संस्थेतील संपादक निनाद काळे यांच्या गूढ खूनाचं रहस्य उलगडण्यात अजून पोलिसांना यश आलेलं नसतानाच अशाच एक मती गुंग करून सोडणाऱ्या खुनानं पोलिसांना बुचकळ्यात टाकलं आहे. रंगभूमीवरील प्रख्यात अभिनेत्री चित्रा मुरबाड यांचा काल रंगमंचावर शेकडो प्रेक्षकांच्या साक्षीनं खून करण्यात आला. काल दुपारी 'हिंदोळ्यावर' या सध्या अतिशय लोकप्रिय झालेल्या नाटकाचा प्रयोग शिवाजी मंदिरात चालू होता. त्यात आपलं गाजलेलं स्वगत सादर करत असताना चित्रा मुरबाड एकाएकी रंगमंचावरच कोसळल्या. सुरुवातीला हा नाटकाचाच एक भाग आहे असं समजून प्रेक्षक शांतपणे पाहतच राहिले; पण पाच मिनिटं झाली तरी चित्रा उठत नसल्याचं किंवा इतर काहीच होत नसल्याचं पाहून ते चुळबुळू लागले. त्यांनी आरडाओरड सुरू करताच पडदा पाडून नाटकातले इतर सहकारी रंगमंचावर गेले असता, चित्रा मुरबाड यांच्या पाठीत सुरा खुपसून त्यांना भोसकण्यात आल्याचं दिसून आलं. त्यांना तातडीनं 'शुश्रूषा'मध्ये हलवलं असता त्या तिथं पोचण्यापूर्वीच मृत झाल्याचं डॉक्टरांनी जाहीर केलं. त्या कोसळल्या तेव्हा त्या रंगमंचावर एकट्याच होत्या. विंगेतून कोणी सुरा फेकून मारला असल्याची शक्यता सध्यातरी पोलिसांनी फेटाळून लावली आहे, असं विश्वासार्ह सूत्रांकडून समजतं. कारण सुरा अतिशय जवळून कोणी तरी खुपसला असावा, असाच पोलीस डॉक्टरांचा अहवाल आहे, अशी बातमी आहे. रंगमंचावर एकट्या असताना आणि समोर इतके प्रेक्षक बसलेले असताना कोणी त्यांच्या पाठीत सुरा कसा काय खुपसला असावा, याचं कोडं कोणालाच उलगडत नाहीय. पोस्ट मॉर्टेमचा अहवाल येईपर्यंत याविषयी आणखी काहीही सांगण्यास पोलिसांनी नकार दिला आहे.

निनाद काळे यांचाही बंद दाराआड रहस्यमय वातावरणात खून झाल्याची बातमी आमच्या वाचकांना आठवत असेलच. त्याच खुनाशी चित्राचा खूनही संबंधित असावा, असं मानण्यास जागा आहे. कारण निनाद काळे यांच्या खूनप्रकरणातल्या त्या महत्वाच्या साक्षीदार होत्या. त्यांचाच आता खून झाला असल्यामुळं हे रहस्य आता अधिकच गडद होत चाललं आहे.

अशा प्रकारच्या अतिशय गूढ वातावरणात होणारे खून हे विख्यात रहस्यकथाकार

धनंजय पराडकर यांच्या कादंबऱ्यांचं वैशिष्ट्य असतं, याची आठवण 'रंगतरंग' प्रकाशनसंस्थेचे अध्वर्यू कैलास रांगणेकर यांनी करून दिली आहे. पराडकरांच्या 'एका प्रकाशकाचा मृत्यू' या लवकरच प्रकाशित होणाऱ्या नव्या कादंबरीविषयी माहिती देताना त्यांनी पोलिसांनी पराडकरांचं साहाय्य या खुनांचा तपास करण्यासाठी घ्यावा, असं आवाहनही केलं आहे.

पुढंही आणखी बरंच काही होतं. त्यात परत परत पराडकर आणि त्यांच्या आगामी कादंबरीचं नाव यांचा उल्लेख होता. त्यांच्या पुस्तकाची ही आयतीच जाहिरात होत होती. काय योगायोग होता!

खरंच योगायोग होता? की घडवून आणलेली घटना होती?

कारण पराडकरांच्या कादंबऱ्यांमध्ये आणि त्यांची खासियत असलेल्या अशा गूढ, असंभाव्य वाटाव्या अशा वातावरणातल्या खुनांमध्ये, त्यांची उकल करण्याच्या प्रक्रियेमध्ये वाचकांनी परत रस घ्यायला सुरुवात करावी, यासाठी कोणीतरी जाणूनबुजून तर अशा खुनांची मालिका योजत नसेल? पराडकरांनी नव्या कादंबरीचं कॉन्ट्रॅक्ट साईन करावं त्याच वेळी नेमका निनाद काळेचा, एका प्रकाशकाचा खून व्हावा. त्यामुळं उडालेली खळबळ शमत असल्याची चिन्हं असतानाच त्या शिळ्या कढीला ऊत आणणारा चित्रा मुरबाडचा खून व्हावा, हा निव्वळ योगायोग असेल, असं मला तरी वाटत नव्हतं. स्वत:च्या मालाची पब्लिसिटी करण्यासाठी उत्पादक कोणत्याही थराला जाऊ शकतात, याचा अनुभव मी माझ्या पूर्वीच्या नोकरीत घेतला होता.

लेखन ही नवनिर्मितीची, सर्जनशील प्रक्रिया आहे, एका तरल अनुभूतीचं ते प्रकटीकरण आहे, एक अतिशय उच्च दर्जाचा सांस्कृतिक आविष्कार आहे, असा आम्ही कितीही कंठशोष केला, तरी प्रकाशकासाठी तर तो शंभर टक्के एक धंदा आहे, यात वादच नाही. आणि त्यापासून मिळणाऱ्या मानधनासाठी धडपडणाऱ्या लेखकांसाठीही तो निव्वळ धंदाच बनू पाहत होता. शिवाय लोकप्रियतेची नशा आणि पैशाची हाव यांचं मिश्रण किती धोकादायक असतं, याची कल्पना या व्यवसायाबाहेरच्या कोणालाही यायची नाही.

तरीही पराडकर या थराला जातील, असं मला वाटेना.

मनात आलेला तो दुष्ट विचार झटकण्याचा प्रयत्न करत मी स्वत:शीच मोठ्यानं म्हणालो,

"छे! भलतंच काय. असा विचारही माझ्या मनात यावा, याची मला शरम वाटायला हवी."

पण पुढच्याच क्षणी पराडकरांनी माझ्याकडे टाकलेल्या त्या विखारी कटाक्षाची मला आठवण झाली आणि माझ्या नकळत माझ्या अंगावर काटा उभा राहिला.

त्यांची ती जळजळीत नजर धुक्यातूनही दिसणाऱ्या धोक्याच्या लालभडक कंदिलासारखी माझ्या शरीराला जाळू लागली.

पराडकर निनाद आणि चित्रा, दोघांनाही चांगलेच ओळखत होते. त्यांच्याबद्दल त्यांना काही खास ममत्व होतं अशातलाही प्रकार नव्हता. ज्या 'राजमुद्रा'नं त्यांचा अल्टिमेटम स्वीकारायला नकार दिला होता, त्यात निनाद एका 'की पोझिशन'मध्ये होता. चित्रा त्याच्या खूनाबद्दलची महत्त्वाची साक्षीदार होती. ज्या प्रकारे त्या दोघांचा खून झाला होता, त्या प्रकारच्या खुनांचं आयोजन करण्यात पराडकरांनी आपली हयात घालवली होती. डेस्परेट झालेला माणून कोणत्याही थराला जाऊ शकतो, हे सांगायला कोणा मानसशास्त्रज्ञाची आवश्यकता नव्हती.

आणि तसंच जर असेल, तर मग चित्राचा खून हा काही शेवटचा आहे, असं मानण्याचंही कारण नव्हतं. 'एका प्रकाशकाचा मृत्यू' प्रकाशित होऊन बाजारात येईपर्यंत वाचकांची उत्सुकता ताणून धरायची, तर ठराविक वेळानंतर असे खून होत राहतील, अशी व्यवस्था करणं सोईस्कर झालं असतं. शिवाय पोलिसांनाही खुनाचा तपास करणं अधिकाधिक अवघड होत गेलं असतं.

म्हणजे मग अशा मालिकेतले निनाद आणि चित्रा हे केवळ दोनच दुवे झाले. आणखीही दुवे निवडून ठेवले गेले असतील, आपल्या कथांना प्रसिद्धी देता देता पराडकरांना आपल्याला नको असलेल्या माणसांचा काटा काढता आला असता.

माझ्या अंगावर परत एक शहारा उठला. मी नखशिखांत हादरलो. पराडकरांनी कोणत्या विखारी नजरेनं मला पाहिलं होतं, याची आठवण झाली. मितालीनं मला त्यांना माझ्याबद्दल किती नफरत वाटते हे सांगितल्याचं आठवलं.

म्हणजे मग चित्रानंतर आता माझाच तर नंबर नसेल!

आणि असलाच– नव्हे तशी पक्की खात्री झाली– तरी मी त्यासंबंधी काय करू शकत होतो? माझ्यावरच्या त्या भयाण संकटाची आगाऊ चाहूल लागली, तरी ते टाळण्याचे कोणते उपाय मी योजू शकत होतो? माझा खून नेमका कधी होणार आहे, त्याहूनही महत्त्वाचं म्हणजे कसा होणार आहे, याची तर मी कल्पनाही करू शकत नव्हतो. मग मी प्रतिबंधात्मक असे कोणते उपाय योजणार? फार फार तर मी बाहेर कुठंही जायचं टाळून मला घरात कोंडून घेऊ शकलो असतो; पण त्याचाही काही फायदा नव्हता. माझ्या घराच्या बंद दाराआडच माझा खून होण्याची शक्यता जास्त होती. आणि तसा झालाच तर कित्येक आठवडे कोणाला त्याचा पत्ताही लागला नसता. जेव्हा लागला असता, तेव्हा माझ्या शरीराची अशी काही वाट लागली असती, की ओळख पटवणंही कर्मकठीण होऊन बसलं असतं. मग इतर धागेदोरे सापडण्याची तर बातच नाही.

द्रुतलयीत सरोद वाजवणाऱ्या वादकासारखा माझा हात थरथरत होता. नाठाळ घोड्याला वेसण घालणाऱ्या मोतद्दाराचं नाव घेत मी माझ्या हाताला काबूत आणलं आणि फोन उचलला. एरवी गाढ झोपेतून उठवून विचारल्यावरही मी संजय गरुडेचा नंबर थाडथाड सांगू शकलो असतो; पण आत्ता तो आठवायला मला तब्बल साडेतीन मिनिटं लागली. डिस्को डान्सरची नक्कल करू पाहणाऱ्या माझ्या तर्जनीला आवरून मी तो नंबर फिरवला.

नशीब माझं, संजय घरीच होता.

त्यानं माझी थिअरी तडकाफडकी उडवून लावली.

"मला वाटतं तुझ्या मेंदूला डिहायड्रेशन झालं असणार. पिणं सोडून नुसतं शुद्ध गंगाजल प्यायला सुरुवात कर. पराडकर तुझा द्वेष करतात हे मान्य; पण म्हणून ते इतक्या हट्टाला पेटतील, हे पटत नाही. शिवाय तसा तुझ्याकडे काही पुरावाही नाही."

"तसा तो असता तर, तू काय किंवा मीही काय, त्याला थिअरी कशाला म्हणालो असतो?"

"तरीही तुला जर तितकीच भीती वाटत असेल, तर मग तू एसीपी पवारांना का भेटत नाहीस? तेच या दोन्ही खूनांच्या तपासाचे चीफ आहेत, हे तू पेपरमध्ये वाचलंच असशील."

मी त्या खूनांच्या गूढतेनं आणि त्या मालिकेत माझी भर पडण्याच्या भीतीनंच इतका डिस्टर्ब झालो होतो, की संपूर्ण बातमी मी वाचलीच नव्हती.

"एसीपी पवार! पण माझं ते ऐकतील? की थेट येरवड्यालाच भरती करतील मला?"

"खरं तर तुझी रवानगी तिथंच करायला हवी. शिवाय सेंट्रल जेलही जवळच आहे. पण मला वाटतं पवार तुझं ऐकून घेतील. सध्या तरी ते इतके गोंधळलेले आहेत, की कोणीही कितीही फॅन्टॅस्टिक थिअरी त्यांच्यासमोर मांडली तरी तिचा विचार करण्याच्या मन:स्थितीत ते आहेत, असंच वर्तमानपत्रांनी म्हटलं आहे. आपला अशोक उपाध्याय 'लोकमित्र'मध्ये आहे. त्याची आणि पवारांची ओळखही आहे. पाहिजे तर त्याला सांगून तुझी आणि पवारांची गाठ घालून देता येईल. नाहीतरी खरेंखुरे गुप्तहेर खुनाचा छडा कसा लावतात, हे तुला एकदा बघितलंच पाहिजे. नाही का? त्याशिवाय तुझ्या कथांना, ते काय म्हणतात ते, टोक कसं येईल?"

आणि संजय खो खो हसत सुटला.

त्या क्षणी मला त्याचा खून करावासा वाटला.

- ६ -

एसीपी पवारांना मी भेटायला गेलो आणि वेड्यासारखा आ वासून त्यांच्याकडे पाहतच राहिलो.

एखाद्या मल्लासारख्या शरीरयष्टीचा धिप्पाड माणूस होता तो. आणि चेहरा तर जणू अखंड कातळातून कातून काढल्यासारखा होता. एकेक अवयव म्हणजे रेखीवपणाची कमाल होती. माझ्या कथांमधल्या डिटेक्टिव्ह शेखर दिवाणचा क्लोन तर माझ्यासमोर उभा नाही ना, असंच मला वाटत होतं.

माझं ते एकटक पाहणं त्यांना फारसं आवडलेलं दिसलं नाही. थोड्याफार चिडखोर सुरातच त्यांनी विचारलं,

"काय आहे?"

तोपर्यंत त्यांना न भेटताच तिथून सटकण्याचा माझा मूळ विचार चांगलाच बळावला होता; पण बाहेर जायचा दरवाजा बंद होता आणि त्याच्या पलीकडे एक पोलीस पहारा करत उभा होता, हे आत येतानाच मी पाहिलं होतं. कसंबसं धैर्य गोळा करत मी माझी ओळख सांगितली.

"मी मनोज मस्तकार."

"ओहो, आय सी. म्हणजे तुम्ही मला त्या अलीकडच्या दोन खुनांबद्दल काही माहिती द्यायला येणार होतात तेच, नाही का? ठीक आहे. बोला. पण हे पहा, जे काही खरोखरीच घडलंय तेवढंच सांगा. आय डोन्ट लाईक फिक्शन. सर्टन्ली नॉट मिस्टरी फिक्शन. तुमच्या त्या कथा वगैरे विसरून जा."

"म्हणजे माझ्या कथा वाचल्या आहेत तुम्ही?" थोडंफार उल्हसित होऊन मी विचारलं. माझी भीती तेवढ्यानंच थोडी कमी झाली होती.

"तुम्हाला तुमची काय म्हणतात ती वाङ्मयीन समीक्षा हवी असेल, तर चुकीच्या ठिकाणी आला आहात तुम्ही. मला फक्त खुनांमध्येच इंटरेस्ट आहे. आणि तेही खरोखरीच झालेले. तुमच्या कथाकादंबऱ्यांवर पानापानाला पडणारे नव्हेत."

"मीही खऱ्याखुऱ्या खुनांबद्दलच बोलायला आलोय." माझी भीड आता बरीच चेपली होती." निनाद काळे आणि चित्रा मुरबाड यांचे अलीकडेच रहस्यमयरित्या खून झाले. आणि पोलिसांच्या हाती काहीच धागेदोरे लागलेले नाहीत, अशा बातम्या आल्या आहेत. त्यांच्यासंबंधीच मला बोलायचं होतं."

"बोला, ऐकतोय मी." पवार जराशा कुर्ऱ्यातच म्हणाले. आणि खुर्चीतच रेलून बसत त्यांनी सिगरेट शिलगावली. मला ती ऑफर करण्याचा त्यांनी प्रयत्नही केला नाही. तसं मी स्मोकिंग करत नाहीच; पण त्यांच्या लेखी माझी काय किंमत

आहे, हे त्यांनी त्यांच्या या कृतीतून दाखवून दिलं होतं. न बोलता. शेखर दिवाणसारखंच. खरोखरच हा शेखरचा क्लोन नाही ना? मनात येणारे ते विक्षिप्त विचार बाजूला सारत मी सांगू लागलो.

अगदी सगळं तपशीलवार सांगितलं मी. सुरुवातीपासूनची सारी हकीकत. धनंजय पराडकरांचं, त्यांच्यातल्या एकेकाळच्या आघाडीच्या लेखकाचं साग्रसंगीत वर्णन केलं मी. आणि आता त्यांना कशी उतरती कळा लागलीय, याचीही कल्पना दिली. मला त्यांच्याबद्दल कसा आदर वाटत होता, हेही सांगितलं. आणि मग त्यांच्याशी झालेल्या त्या पहिल्या भेटीचंही वर्णन केलं. त्या वेळी आम्हा दोघांमध्ये झालेल्या संभाषणातला शब्द न् शब्द ऐकवला. जणू एखाद्या न्यूरल टेपरेकॉर्डरवर ते संभाषण मुद्रितच करून ठेवलं होतं. त्यांना माझ्याविषयी वाटणारा द्वेष त्यांच्या शब्दाशब्दांमधून कसा निथळत होता, याचीही स्पष्ट कल्पना दिली मी पवारांना. पराडकर ज्या प्रकारच्या कथा लिहीत असत त्यात होणारे खून कसे रहस्यमय वातावरणात, उदाहरणार्थ बंद दाराआड होत असत आणि वास्तवातल्या जगातही तसंच घडत असतं यावर त्यांचा कसा ठाम विश्वास होता, याचीही कल्पना द्यायला मी विसरलो नाही. नफ़रत हा मितालीनं मला सांगितलेला शब्द मीही वापरणार होतो; पण मग पवारांनी सुरुवातीलाच त्यांना कथाकादंबऱ्यांचा कसा तिटकारा वाटतो, हे सांगितल्याचं मला आठवलं. आणि ऐन क्षणी मी त्या शब्दाची माझ्या जिभेच्या शेंड्यावरून हकालपट्टी केली.

पण माझ्याबद्दल वाटणाऱ्या द्वेषापायी, असुयेपायी त्यांनी 'राजमुद्रा'च्या देशपांड्यांशी कसं भांडण उकरून काढलं, त्यांना मान्य होऊच न शकणारा अल्टिमेटम कसा दिला, याचंही वर्णन केलं मी. थोडंफार तिखटमीठ लावून. तसं करणं भागच होतं. कारण ते भांडण झालं, तेव्हा मी तिथं हजर नव्हतो. तेव्हा माझी माहिती सेकंड हँडच होती. पराडकरांची आणि निनाद काळेची तसंच चित्रा मुरबाडचीही कशी ओळख होती आणि हे स्वत: त्यांनीच मला कसं सांगितलं होतं, हेही पवारांना सांगायला मी विसरलो नाही. एवढंच नाही तर त्या दोघांविषयीही ते कसे तुच्छतेनं बोलत होते, याचाही उल्लेख केला मी.

पवार शांतपणे, मला जराही इंटरप्ट न करता ऐकत होते. त्यांना माझ्या सांगण्याबद्दल काय वाटत होतं, हे त्यांच्या चेहऱ्यावरून अजिबात समजत नव्हतं. तरीही माझं मलाच वाटत होतं, की मी ताकाला जाऊन भांडं लपवण्याचा प्रयत्न करतोय. कारण जवळजवळ वीस मिनिटं मी नॉनस्टॉप बोलत होतो. सगळा तपशील मी सांगितला होता. तरीही मला नेमकं काय सांगायचं आहे, हे काही स्पष्ट झालं नव्हतं. तो संजय मला खिजवत म्हणाला होता, तसं माझ्या सांगण्याला ते कसलंसं टोक आलं नव्हतं.

ते आणलं पवारांनीच. त्यांनी सरळसरळ विचारलं,

''म्हणजे तुम्हाला पराडकरांवर खुनाचा आरोप करायचाय का?''

आता त्यांनी इतक्या स्पष्टपणे विचारल्यावर माझी बोलतीच बंद झाली होती. जीभ टाळ्याला चिकटून बसल्यासारखी झाली होती. शेखर दिवाण आता पवारांच्या जागी असता तर त्यानं मला फटकारलंच असतं, याची मला तीव्र जाणीव झाली. त्यातून सुटका करून घेण्याचा कोणताच मार्ग नाही, हे मला कळून चुकलं होतं.

''हो, म्हणजे नाही, म्हणजे तसंच म्हणायला हरकत नाही.'' मी चाचरत म्हणालो. ''म्हणजे माझ्याकडे तसा काही ठाम पुरावा आहे, प्रूफ आहे असं नाही. तरीही ते खून पराडकरांनीच केले असावेत, अशी माझी खात्री झाली आहे. तुम्ही नेहमी ज्याचा शोध घेता तो मोटिव्ह त्यांच्याजवळ नक्कीच होता.''

''आय सी! पण हे खून त्यांनी नेमके कसे केले, याबद्दल तुम्ही काही सांगू शकाल?''

''नाही. पण पराडकर नक्कीच सांगू शकतील. त्यांच्या कथाकादंबऱ्यांमध्ये असेच खून होत असतात ना नेहमी. त्यांची स्पेशॅलिटीच आहे ती.''

थोडा वेळ पवार काहीच बोलले नाहीत. आणि मग एकदम उठून उभं राहत त्यांनी माझा निरोप घेण्यासाठी आपला हात पुढं केला.

''वेल, थँक्यू. फार इंटरेस्टिंग आहे तुमची थिअरी.''

''पण तुमचा तिच्यावर अजिबात विश्वास नाही, असंच ना?'' मी थोडंफार चिडून, थोडंफार हताश होऊन विचारलं. इतका वेळ मी या गृहस्थाला पटवून द्यायचा प्रयत्न करत होतो आणि–

''छे! छे! उलट तुमच्या म्हणण्यात तथ्य असावं असंच मला वाटतंय. मी त्या अंगानंच तपासाला सुरुवात करणार आहे.''

मी त्या खोलीत आलो होतो, तेव्हा जसा आ वासून त्यांच्याकडे पाहतच राहिलो होतो, तसाच आत्ताही पाहत राहिलो.

चेहऱ्यावर मिष्कील हसू खेळवत पवारांनी टेबलावरचं काचेचं पेपरवेट उचललं. आणि ते हातातल्या हातात झेलत ते म्हणाले,

''तुमच्या मनात काय गोंधळ उडालाय, ते मी समजू शकतो, मस्तकार. तुम्ही मंडळी ना आपल्या त्या कपोलकल्पित जगातच नेहमी वावरत असता. तिथून वास्तव दुनियेत येण्याचा कधी प्रयत्नच करत नाही तुम्ही. तुम्हाला वाटतं, की आम्हा पोलिसांचा म्हणजे सगळा हडेलहप्पी कारभार. आपलं तेच खरं मानून आम्ही इतर कोणाचं कधी ऐकूनच घेत नाही. चुकीची समजूत आहे ती. आम्हीही माणसंच आहोत. आमच्याकडेच शहाणपणाचा, हुषारीचा सगळा गठ्ठा आहे, असं आम्ही बिलकुल मानत नाही. आम्हाला शेवटी श्रेय मिळत असलं तरी कित्येक वेळा

आम्हाला पहिला क्लू बाहेरच्या कोणाकडूनच मिळालेला असतो. तुमची थिअरी नक्कीच विचारात घेण्यासारखी आहे. निदान वरच्यावर उडवून लावण्यासारखी नाही याबद्दल खात्री पटलीय माझी. या आता. आणि हो, थँक्स अगेन.''

मी परत आ वासून त्यांच्याकडे पाहत राहणार होतो. पण तेवढ्यात तो दाराबाहेरचा पोलीस आत आला आणि त्यानं माझा हात धरून मला बाहेर काढलं. पवारांना खरं तर मीच थँक्स द्यायला हवे होते; पण तेवढं भानच नाही राहिलं मला.

- ७ -

पवार केवळ तोंडदेखलं बोलले नव्हते. त्यांनी माझ्या थेअरीच्या अनुषंगानं खरोखरीच तपासाला सुरुवात केली होती, याचा पडताळा मला लवकरच आला.

त्यांना भेटल्यानंतर तीन-चारच दिवस झाले असतील. एका संध्याकाळी मी लिहिण्यात गुंग होऊन गेलो होतो. शेखर दिवाण एका कठीण, अटीतटीच्या प्रसंगात सापडला होता. त्यातून त्याची सहीसलामत सुटका कशी करावी, याचा विचार करत मी समोरच्या मॉनिटरकडे पाहत बसलो होतो. दोन मिनिटं मी काहीच न लिहिल्यामुळं स्क्रीनसेव्हरचं ॲनिमेशन पडद्यावर सुरू होतं. तोच बाहेरच्या दरवाजावर कोणीतरी जोरजोरानं धक्के मारत असल्याचं मला जाणवलं.

मी चडफडतच जाऊन दार उघडलं.

उघड्या खिडकीतून झंझावाताचा झोत आत यावा, तसे पराडकर आत घुसले. रागानं ते इतके बेभान झाले होते की दरवाजावरचं घंटीचं बटनही त्यांना दिसलं नव्हतं. रागानं त्यांच्या तोंडून शब्दही फुटत नव्हता. समोरचं बंद गेट उघडण्याची वाट पाहत फुरफुरणाऱ्या रेसच्या घोड्यासारखे त्यांचे ओठ नुसतेच फुरफुरत होते.

मी त्या क्षणी काहीही बोललो तरी आग आणखीनच भडकेल, याची जाणीव मला झाली होती. म्हणूनच त्यांनीच तोंड उघडण्याची वाट पाहत मी स्वस्थच राहिलो; पण त्यामुळं उलट पराडकर आणखीनच भडकले. त्याच रागाच्या भरात ते किंचाळले,

"तूच, तूच पेटवलंस ना त्यांना?''

"मी नाही समजलो.'' खरोखरीच ते काय म्हणताहेत, हे मला समजलं नव्हतं.

"आय सी! म्हणजे करूनसवरून आता खाका वर करतो आहेस तू? पोलिसांकडे जाऊन माझ्यावर खुनाचा आरोप केलास, हे नाकारतो आहेस तू? एखाद्या सामान्य गुंडासारखं मला फरफटत पोलीस चौकीत नेऊन तिथं माझ्यावर

प्रश्नांची सरबत्ती करायला पोलिसांना तू नाही प्रव्होक केलंस? बोल, बोल. आता का दातखिळी बसली तुझी, हरामखोरा?''

मी काय बोलणार! पराडकरांचा तो अवतार पाहून माझी खरोखरीच दातखिळी बसली होती.

''पोलिसांनी आपल्या सोर्सचं नाव सांगितलं नाही, म्हणून मला ते कळणार नाही, असंच वाटलं होतं ना तुला. पण मी ओळखलंय. तुला माझी असूया वाटतेय. माझ्या लोकप्रियतेचा हेवा वाटतोय तुला. माझ्यासारखं चांगलं लिहिता येत नाही, म्हणून असा शिखंडीसारखा आडून वार करतोयस तू.''

''पराडकर, आय ॲम सॉरी, पण–''

''सॉरी? आय डोन्ट वॉन्ट युवर ॲपॉलॉजीज.'' मला बोलूही न देता पराडकर गरजले. आणि आले तसेच गर्रकन वळून दाणदाण पावलं टाकत ते बाहेर गेले. दारातच थबकून ते परत गर्रकन वळाले. आणि आपली उजवी तर्जनी नाचवत ते म्हणाले,

''मस्तकार, आय वॉर्न यू. सांभाळून रहा. बी केअरफूल.''

आणि परत एकदा गर्रकन वळून विकट हसत ते निघूनही गेले. मी ते गेले त्या दिशेनं पाहतच राहिलो. दरवाजा बंद करून घेण्याचंही भान राहिलं नाही मला. आणि ते आले तेव्हा मला हुडहुडीच भरली होती. आता माझा हात, माझं सगळं शरीरच थरथर कापू लागलं.

मी घाईघाईनं सगळी दारं खिडक्या बंद करून बिछान्यात शिरलो. डोक्यावरून पांघरूण घेऊन चिडीचीप पडून राहिलो. लहानपणी कोणी बागुलबोवाची भीती दाखवली, की मी असंच करत असे. त्या वेळी त्या बागुलबोवापासून वाचवायला आई, बाबा जवळ आहेत, याची खात्री असे. आज कोण होतं?

बिछान्यात शिरलो आणि डोक्यावरून पांघरूण घेतलं म्हणजे मस्त झोप लागेल आणि जागा होईन तेव्हा हे सगळं स्वप्न होतं हे कळून येईल, अशी माझी कल्पना होती. ती मात्र फोल असल्याचं मला जाणवलं. डोळ्याला डोळा लागला नाही. पांघरुणाआडच्या काळोखात माझे डोळे टक्क उघडे होते.

तरीही मी तसाच पडून राहिलो. तास दोन तासांनंतर कधी तरी मला डुलकी लागली. त्या वेळी मात्र स्वप्नं पडू लागली. थरकाप उडवणारी स्वप्नं.

कसल्या तरी आवाजानं माझी झोपमोड झाली. बाहेरच्या दरवाजावर कोणी तरी थाप मारली असावी, असं मला वाटलं. मी उठून बाहेरचा दरवाजा उघडला. तिथं कोणीही नव्हतं. थंडगार वाऱ्याची एक झुळूक माझ्या अंगावर शिरशिरी उठवून गेली. मी दार बंद करून परत बिछान्यात शिरलो. या वेळी पटकन डोळा लागला; पण लागला नसता तर बरं असंच म्हणण्याची पाळी आली. कारण परत एकदा

तीच काळजाचा ठोका चुकवणारी स्वप्नं पडायला लागली. या वेळी मी थेट फ्रेंच राज्यक्रांतीच्या काळात जाऊन पोचलो होतो. गिलोटिनचा सर्रास वापर होत होता आणि त्याच सत्रात मीही सापडलो होतो. गिलोटिनच्या खाली माझी मान बांधून टाकण्यात आली होती. आणि वरून हळूहळू गिलोटिनचं धारदार पातं माझ्या मानेच्या दिशेनं सरकत होतं.

एक किंकाळी मारून मी जागा झालो. मला दरदरून घाम सुटला होता. तो पुसण्यासाठी जवळ कुठं नॅपकिन आहे की काय, हे पाहण्यासाठी मी डोळे उघडले. अन् मला पडलेलं ते स्वप्न प्रत्यक्षात उतरलं असल्याची मला जाणीव झाली. मी परत एकदा किंकाळी फोडली. कारण माझ्या डोक्यावर अधांतरी खरोखरीच एक धारदार पातं चमकत होतं. रस्त्यावरच्या प्रकाशाची जी तिरीप खिडकीवरच्या पडद्याच्या फटीतून आत आली होती, तिच्या किरणांमध्ये ते चमकत होतं. हळूहळू ते माझ्या मानेच्या दिशेनं सरकू लागलं. माझी किंकाळी घशातच अडकून पडली. मी आटोकाट प्रयत्न करत होतो; पण घशातून किंकाळी बाहेर पडूच शकत नव्हती. माझी मान एका झटक्यात हलाल होणार, याची निश्चिती झाली होती.

तेवढ्यात बाहेरच्या दरवाजावरची बेल वाजली. आणि डोळ्याचं पातं लवतं ना लवतं तोच ते डोक्यावरचं धारदार पातं अदृश्य झालं. एका क्षणी ते चमकत होतं. पुढच्याच क्षणी ते दिसेनासं झालं. हा काय चमत्कार याचा विचार करत बसण्याची ती वेळ नाही, हे त्या गडबडीतही मी विसरलो नाही. पटकन बिछान्यातून बाहेर पडून मी बाहेरच्या दरवाजाच्या दिशेनं धावलो. घाईघाईतच तो मी उघडला.

बाहेर मिताली उभी होती. या वेळी आलेली तीच थंडगार वाऱ्याची झुळूक माझ्या घामेजलेल्या शरीराला सुखावून गेली.

मिताली माझ्याकडे पाहतच राहिली. माझ्या चेहऱ्यावरची भीती वाचण्यासाठी कोणा खास तज्ज्ञाची गरज नव्हती. त्याशिवाय, मी नखशिखांत घामानं चिंब झालो आहे, हे त्या दरवाजाजवळच्या तुटपुंज्या प्रकाशातही तिला स्पष्ट दिसलं असणार.

"अरे, काय झालंय काय? तू असा थरथर का कापतोयस? आणि घामही बघ किती फुटलाय तुला? तापबीप तर नाहीना आलेला?" माझ्या कपाळावर आपला तळवा टेकवत तिनं विचारलं.

मितालीला पाहून माझ्या जिवात जीव आला होता. घशात अडकलेली ती किंकाळी आता बाहेर पडू पाहत होती; पण महत्प्रयासानं ती तशीच गिळून टाकत मी मितालीचा हात धरून तिला आत ओढलं. तिला सोफ्यावर बसवलं. किचनमधून पाण्याची बाटली आणून ती ढसाढसा प्यालो. आणि मगच मितालीच्या प्रश्नांना उत्तरं देण्याचा प्रयत्न केला.

मी तिला पराडकर तिथं कसे आले होते, पाच मिनिटांच्याच त्या भेटीत त्यांनी कसा हैदोसधुल्ला घातला, त्यानंतर मला कसकसली भयंकर स्वप्नं कशी पडली आणि त्यानंतर माझ्या डोक्यावर ती टांगती तलवार कशी दिसली, ती हळूहळू माझ्या मानेपर्यंत कशी आली, याचं सविस्तर वर्णन केलं. ती सारी कहाणी सांगत असतानाही माझ्या अंगावर काटा उभा राहिला होता. मी परत थरथर कापू लागलो होतो. त्यामुळं मी रचून एखादी कपोलकल्पित कथा सांगत नसून खरोखरीच काय घडलं याचीच बित्तंबातमी देतोय, यावर मितालीचा विश्वास बसायला वेळ लागला नाही. मला आपल्या मिठीत घेऊन ती म्हणाली,

"अयाई ग! कोणी माझ्या सोनुल्याला घाबरवलं! पण आता मी आलेय ना? मग आता बागुलबोवा पार पळून जाईल. आता नाही यायचं तुला कोणी भेदरवायला."

त्याची प्रचीती तर मी घेतलीच होती. मितालीनं ऐन मोक्याच्या क्षणी दारावरची बेल वाजवली नसती तर माझं मुंडकं कसं उडवलं गेलं असतं, याची मला आठवण झाली आणि मितालीच्या मिठीत असूनही मी परत नखशिखांत थरथरलो. त्याबरोबर मितालीनं मला आणखीनच जवळ घेतलं. तसंच पडून राहावं असंच मला वाटत होतं. तिची मिठी सैल करून तिथून उठण्याचा विचारही मला सुचला नाही.

किती वेळ आम्ही तसेच बसून राहिलो होतो कोण जाणे. पण अर्धापाऊण तास तरी नक्कीच झाला असणार. जास्तही असेल. घड्याळाकडे पाहण्याची शुद्ध होती कोणाला! त्या ब्रह्मानंदी लागलेल्या टाळीतून परत जाग आली ती बेलच्या आवाजानंच. पराडकर तर परत आले नसतील, या धास्तीनं मी ओरडलोच,

"नको उघडूस ते दार. बंदच राहू दे."

मितालीनं माझ्या भेदरलेल्या चेहऱ्याकडे पाहत परत एकदा माझ्या गालांवरून आपला हात फिरवला. बेल तोवर वाजतच राहिली होती. मग मात्र मला दूर सारत ती उठली. तिनं दरवाजाकडे जाऊ नये म्हणून तिला अडवण्याचा प्रयत्न मी करणार होतो; पण तेवढ्यात तिनं पलीकडचा टेलिफोनचा रिसिव्हर उचलला. त्याबरोबर ती बेल वाजायची थांबली. तेव्हाच कुठं वाजणारी बेल दरवाजावरची नसून टेलिफोनची होती, याची जाणीव मला झाली.

"हॅलो!" मिताली म्हणाली. पुढच्याच क्षणी तिनं रिसिव्हर माझ्या हातात दिला. "तुझा फोन. कोणी पवार आहे."

ताडकन् उडी मारून मी फोन घेतला. एसीपी पवार. त्यांचा फोन म्हणजे त्यांच्या हाती नक्कीच काही तरी पॉझिटिव्ह पुरावा लागला असणार.

"येस पवारसाहेब, मस्तकार बोलतोय. काय बातमी आहे."

"तुम्ही कधी एक्स्पेक्टच केली नसेल अशी."

"म्हणजे काय झालंय? पराडकरांनी ते खून केले नाहीत म्हणता?"

"आणखी एक खून झालाय, मस्तकार."

माय गॉड! म्हणजे पराडकर पिसाळल्यागतच झाले होते. आता आणखी किती खून होईपर्यंत पवार त्यांना मोकळे सोडणार होते. मी चिडून विचारलंच त्यांना.

"मोकळं सोडण्याचा प्रश्नच नाही, मस्तकार. तुमच्या म्हणण्यात तथ्य आहे, असं वाटल्यावरून त्यांना माझ्या ऑफिसमध्ये घेऊन येण्यासाठीच माझी दोन माणसं पाठवली होती मी त्यांच्या घरी. त्यांनीच तर फोन करून कळवलं मला."

"काय?"

"काय काय? पराडकरांचाच खून झाल्याची बातमी. इतरांसारखेच तेही त्यांच्या चहुबाजूंनी बंद असलेल्या घरात सापडले. थंडगार पडलेले. आणि या वेळी तर खुन्यानं आपल्या क्रौर्याचा कळसच गाठलाय. कारण – पण मला वाटतं तुम्ही प्रत्यक्षच येऊन बघितलेलं बरं. येताय ना?"

त्यांनी मला तसं विचारलं असलं तरी त्यांच्या सुरावरून ती ऑर्डरच होती, हे मला समजल्यावाचून राहिलं नाही.

"ठीक आहे. येतो मी." कडकडणाऱ्या माझ्या दातांचा आवाज होऊ न देता मी कसंबसं म्हणालो. "कुठं आहात तुम्ही?"

"पराडकरांच्या घरातूनच बोलतोय मी. लवकर या. वेळ लावू नका."

-८-

मितालीनं माझ्याबरोबर येण्याचा हट्टच धरला. ते एक बरंच झालं. कारण माझं डोकं सुन्न झालं होतं. ते माझी थिअरी बाराच्या भावात गेल्यामुळं की पराडकरांचाही खून झाल्यामुळं, हे मला नसतं सांगता आलं. म्हणजे आता हे खून कसे केले जात आहेत, याचा उलगडा होणंही कठिण होऊन बसलं होतं.

पोलिसांनी पराडकर राहत होते त्या बिल्डिंगला वेढाच घातला होता. इतकी रात्र झाली होती म्हणून बरं. नाहीतर तिथल्या इतर रहिवाशांना आपल्याच घरात जाणं मुष्कील झालं असतं. मितालीलाही आत येऊ दिलं नाही. तिला बाहेरच थांबावं लागलं.

मी एकटाच आत गेलो. पराडकरांच्या घराचं दार उघडंच होतं; पण त्याच्या समोरच पवार पाठमोरे उभे होते. त्यांच्या धिप्पाड देहामुळं पलीकडे काय आहे, याचा पत्ताच लागत नव्हता. त्यांच्या पायांमधून मला स्लीपर घातलेले दोन आडवे

पाय दिसले. ते पराडकरांचे असावेत, असं अनुमान मी काढलं.

कोणीतरी मी आल्याचं पवारांच्या लक्षात आणून दिल्यावर ते वळले. त्या क्षणीच मला तो जमिनीवर पडलेला देह दिसला आणि परत एकदा माझ्या घशात काहीतरी अडकल्यासारखं झालं. मला समोरचं दृश्य पाहवेनाच. ते शरीर पराडकरांचंच असावं हे त्यांच्या कपड्यांवरून आणि एकंदरीत अंगकाठीवरूनच सांगता येतं होतं. कारण तिथं होतं ते केवळ त्यांचं धड. त्या धडावर डोकंच नव्हतं. कोणीतरी शस्त्रक्रिया करून व्यवस्थितपणे ते कापून काढलं होतं. कारण त्यांची मान व्यवस्थित दिसत होती; पण त्याच्यावरचा डोक्याचा भाग गायब होता. ज्यानं कोणी ते काम केलं होतं तो निष्णात सर्जन असावा, असंच वाटत होतं. कारण इतक्या नीटपणे डोकं कापलं गेलं होतं आणि तेही रक्ताचा एकही थेंब न सांडता. म्हणजे निदान तिथं तरी रक्ताचं थारोळं वगैरे काही साठलेलं नव्हतं. म्हणजे एक तर डोक्यात गोळी मारून खून केल्यानंतर काही वेळानं रक्त थिजल्यानंतर डोकं कापलं होतं. तसंच डोक्यात गोळी लागल्यानंतर जे काही रक्त सांडलं असेल, तेही व्यवस्थितपणं धुवूनपुसून काढलं असावं.

खुनी थंड काळजाचा होता, यात शंकाच नव्हती. शिवाय पराडकरांचा खून माझ्याकडे ते येऊन गेल्यानंतर लागलीच झाला असावा, हेही उघड होतं. कारण रक्त थिजायला काही वेळ तरी लागतोच. म्हणजे माझ्याकडे पराडकर आले होते, त्या वेळी खूनीही त्यांच्या पाळतीवरच असला पाहिजे. किंवा त्यांच्या घरात दबा तरी धरून बसला असला पाहिजे.

पवारांनी मला माझ्या तंद्रीतून जागं केलं.

“इतर खुनांसारखाच हाही खून बंद दरवाजाआड झालाय. माझी माणसं इथं आली तेव्हा घर आतून बंद होतं. बाहेरच्या दाराचं कुलूप स्क्रूड्रायव्हरनं उघडूनच त्यांना यावं लागलं. शिवाय घराच्या खिडक्या दारं सगळी आतून बोल्ट लावून बंद केलेली होती. अगदी तुम्ही सांगितलंत तसा पराडकरांची स्पेशॅलिटी असलेला त्यांच्या कथाकादंबऱ्यांमध्ये होतो, तसाच त्यांचाही खून झालाय.”

गेल्या तीन महिन्यातला हा तिसरा खून. एकाच पद्धतीनं झालेले तीन खून. तेही अतिशय रहस्यमय स्थितीत झालेले. पोलिसांचीही मती गुंग करणारे. त्यामुळं बळींच्या नातेवाईकांना शोक झाला असावा. पोलिसांची झोप उडाली असावी; पण काही मंडळींनी मात्र खुषीची गाजरं खायला सुरुवात केली असावी, यात शंका नव्हती. पहिले म्हणजे विरोधी पक्षाचे नेते. लॉ ॲन्ड ऑर्डर सिच्युएशन पार बिघडल्याचा आरोप करून आता सरकारवर झोड उठवता येणार होती. सरकारची कोंडी करता येणार होती. सामान्यजनांचं जगणंच अशक्य झालं असल्याचा गदारोळ उठवता येणार होता. त्याच कारणांपायी पत्रकारमंडळीही खूष होती.

बऱ्याच दिवसांत काही सनसनाटी निर्माण झाली नव्हती. मॅच फिक्सिंगच्या आरोपांनी माजवलेली खळबळ आता शांत झाली होती. पण आता हे आयतं घबाड हाती आलं होतं. 'रंगतरंग'चं विमानही अस्मानात उडू लागलं होतं. पराडकरांच्या 'एका प्रकाशकाचा मृत्यू'ची पहिली आवृत्ती प्रकाशनपूर्व नोंदणीतच संपून जाईल, याविषयी आता कसलाही संदेह उरला नव्हता.

- ९ -

पराडकर ख्रिश्चन होते, हे मला त्यांच्या मृत्यूनंतरच कळलं. कारण त्यांचं प्रेत त्यांच्याच इच्छेनुसार त्यांच्या आईच्या कबरीशेजारीच पुरण्यासाठी त्यांच्या भावाच्या हवाली करण्यात आल्याचं पवारांनी मला दुसऱ्याच दिवशी सांगितलं. वास्तविक पोस्ट मॉर्टेमशिवाय ते प्रेत त्यांच्या भावाला कसं देण्यात आलं, याचं मला आश्चर्य वाटलं होतं. पण एक तर झाली एवढी विटंबना पुरे झाली. डोकं नसताना तुम्ही पोस्ट मॉर्टेम कसलं डोंबलाचं करणार, असाच सवाल पीटर पराडकरनं उपस्थित केला. शिवाय त्यानं राजकीय दडपणही आणल्याचं पवार म्हणाले.

पराडकरांना भाऊ होता, हेही मला पहिल्यांदाच कळत होतं. पीटर पराडकर म्हणजेही एक वल्लीच होती. तशी ती असल्याचं मला समजण्याचं तसं पाहिलं तर काही कारण नव्हतं; पण सगळ्याच गोष्टी कशा अनपेक्षितपणे घडत होत्या. त्यानुसारच मला पीटरची भेट घेण्याचा योग आला.

योगच म्हणायला हवा. त्याची भेट घेण्याची तशी माझी इच्छा नव्हती. त्यामुळं संधी म्हणता येत नव्हतं. पण त्याची भेट घेण्याची परिस्थितीच उद्‌भवली होती. म्हणूनच योग म्हणायचंय.

तशी परिस्थिती उद्‌भवली याला कारण मात्र 'राजमुद्रा'. माझे प्रकाशक.

पराडकर गेल्याला आठवडाच झाला असेल. सकाळी सकाळीच संजय गरुडे माझ्याकडे आला. मी जांभया देतदेतच बाहेरचं दार उघडलं. त्याबरोबर माझ्या पाठीवर दणदणीत थाप ठोकत तो म्हणाला,

"भन्नाट आयडिया यार! ज्याच्या कोणाच्या सुपीक मेंदूतून ती निघाली त्याला मानला आपण. 'राजमुद्रा'च्या पब्लिसिटी डिपार्टमेंटमध्ये अशी रत्नं असतील, असं इतकी वर्षं तिथंच काढूनही आपल्याला माहिती नव्हतं. कदाचित देशपांड्यांनी बाहेरच्या कोणत्या तरी एजन्सीकडून हे काम करून घेतलं असेल. कोणीही का असेना, आयडिया एकदम अफलातून आहे, हे मानावंच लागेल."

तो काय बडबडत होता, याचा आगापिछाही मला समजत नव्हता. मी तसं बोलूनही दाखवलं. त्याबरोबर खिशातून एक कात्रण काढून माझ्या पुढ्यात फेकत

तो म्हणाला,

"तूच पहा. वाच ते."

मी ते चिटोरं उचललं. कोणत्या तरी वर्तमानपत्रातलं कात्रण होतं ते. 'लोकसत्ता' असावं, असं त्याच्या टाईपावरून वाटत होतं. छोटीशी बातमीच होती ती; पण ती वाचून मात्र माझ्या मानेवरचे केस ताठ उभे राहिले.

"धनंजय पराडकरांच्या खुन्याला मी शोधून काढणार."

रहस्यकथा लेखकाची प्रतिज्ञा–

मुंबई, दिनांक २३: मनोज मस्तकार या ताज्या दमाच्या आणि सध्या गाजत असलेल्या रहस्यकथालेखकानं आपल्याला गुरूस्थानी असणाऱ्या धनंजय पराडकरांच्या खुन्याचा शोध लावण्याचा पण केला आहे. 'मरणमिठी' या आपल्या नव्याकोऱ्या रहस्यकादंबरीचं लेखन पूर्ण करून 'राजमुद्रा' प्रकाशनाकडे ते सुपूर्द केल्याबरोबर त्यांनी आता पराडकरांच्या खुनाचं गूढ उकलण्याची कामगिरी आपल्या खांद्यांवर घेतली आहे. या खुनाचा तपास करणाऱ्या एसीपी पवारांना संपूर्ण सहकार्य देत वेगळ्याच अंगानं या खुनाचं रहस्य उलगडण्याचा –

मी हबकलोच. म्हणजे पराडकरांचा खून झाला त्या रात्री मी भांबावलेल्या अवस्थेतच होतो. त्या वेळी मी नेमकं काय बोललो, कोणाशी बोललो, काय केलं, मला काही एक आठवत नव्हतं. मितालीनंच मला घरी आणून सोडलं आणि बिछान्यात झोपवलं. त्या दिङ्मूढ अवस्थेत कोणा पत्रकाराशी मी काही बोललो की काय, अशी शंका मला छळू लागली होती; पण तेवढ्यात संजयने खुलासा केला.

"आहे की नाही क्लास आयडिया! जाहिरात बातमीच्या नावानं खपवण्याची काय नामी कल्पना शोधून काढलीय."

"जाहिरात? आय डोन्ट अंडरस्टॅन्ड."

"ॲन्ड यू नेव्हर वुईल. म्हणून तर तू एक लेखक आहेस, कॉपी रायटर नाहीस. राजमुद्रानंच ही बातमी प्रसृत केलीय. तुझ्या आगामी 'मरणमिठी'ची कशी सटल जाहिरात केलीय त्यात. मान लिया यार!"

"भन्नाट नाही, भंगडपणाची आहे ही जाहिरात. अरे मी–"

"–पराडकरांना गुरूस्थानी मानत नाहीस. ठाऊक आहे मला. पण तसं म्हटल्यानं काही तुझ्या अंगाला भोकं तर पडत नाहीत. जिवंतपणी पराडकरांनी तुझा द्वेषच केला. आता मेल्यानंतर तुझ्या मदतीला ते येत असतील, तर मग त्यांना गुरूस्थानी मानण्यात तुझं काय नुकसान आहे?"

"मला ते म्हणायचं नव्हतं. त्याबद्दल माझा आक्षेप नाहीय. पण त्यांच्या खून्याचा शोध मी कसा काय लावणार? कादंबऱ्या लिहिणं सोपं आहे; पण प्रत्यक्ष

तपास करणं भलतंच कठीण आहे, हे एसीपी पवारांनी चांगलंच समजावून दिलंय मला.''

''पण तसं नाटक तर वठवता येईल तुला! नाही लागला खून्याचा शोध, तर काही लगेच फाशी नाही देणार कोणी तुला. आणि पोलिसांनी लावलाच तरी पब्लिकला तरी त्यात तुझा काही तरी हात असल्याचं वाटेलच ना!''

''अरे, पण असले काही पब्लिसिटी स्टंट न करताही माझी पुस्तकं खपतातच आहेत ना?''

''पण पुढंही ती तशीच खपत राहतील, याचा काय भरवसा! अरे बाबा, पब्लिकची आवड कशी फिरेल काही सांगता यायचं नाही. आताच पहाना. हे खूनाचं सत्र काय सुरू झालं, पराडकरांच्या कादंबऱ्यांना एकदम भलतीच डिमांड आलीय. जुन्यापान्या सगळ्याच कादंबऱ्यांच्या नवीन एडिशन्स घाईघाईनं बाजारात आणाव्या लागताहेत. महिन्याभरापूर्वी होत्या त्या कॉपीजही गोडाऊनमध्ये कोपऱ्यात टाकायचा हुकूम सुटला होता. आज त्यांची साफसफाई चाललीय. तेव्हा तुझ्या कादंबऱ्यांमध्ये असलेला पब्लिकचा इंटरेस्ट तसाच कायम राहील, अशी व्यवस्था करायलाच हवी.''

''पण मला हे जमायचं कसं? कुठं सुरुवात करावी, हेच मुळी कळत नाहीय मला.'' हताशपणे जवळच्याच सोफ्यात कोसळत मी म्हणालो.

''त्या पराडकरांच्या भावाला का नाही भेटत तू? अगदीच काही नाही तरी पराडकरांच्या पूर्वायुष्याविषयी बरीच माहिती मिळेल. निदान एक दोन लेख तरी पाडता येतील तुला.'' मिष्कील हसत संजय म्हणाला.

''म्हणजे तो पीटर पराडकर?''

''डॉक्टर पीटर पराडकर. सायंटिस्ट आहे म्हणे तो. तेही तुझ्या फायद्याचंच आहे. पुढच्या एका कादंबरीसाठी काही तरी जर्मही सापडायचा. त्याचा पत्ता घेऊनच आलोय मी. पाहिजे तर तुझी अपॉइंटमेंटही ठरवून देतो.''

''ऑल राईट!'' मी नाईलाजानं म्हणालो. छापूनच आली होती ती बातमी, तर मला काही तरी करणं भागच होतं. पाण्यात ढकललाच गेलो होतो. तेव्हा आता पोहता येत नाही, असं आकांडतांडव करण्यात काहीच हशील नव्हतं. हातपाय मारायलाच हवे होते.

त्याच वेळी ती एक दुष्ट शंका माझ्या मनात उपटली आणि मी परत थरथरायला लागलो.

''संजय, ही बातमी आता छापून आलीय म्हणजे ती त्या खून्याच्याही नजरेला पडल्यावाचून राहणार नाही. मला कसला तरी सुगावा लागलाय, किंवा पराडकरांनी मला काहीतरी महत्त्वाचा क्लू दिलाय, अशीच त्याची समजूत होईल आता. तेव्हा

त्याच्या हिटलिस्टवर आता माझं नाव पहिल्या नंबराला जाईल.''

''वाह! तुम्हारा भी जवाब नही. हे मला सुचलंच नव्हतं. आता उद्याच्या पेपरात हीही बातमी देऊन टाकू.''

मी संजयच्या अंगावर धावून गेलो. तो तिथून ताबडतोब पळाला म्हणूनच वाचला. नाहीतर मी त्याचा खूनच केला असता.

- १० -

पीटर पराडकरचा जो पत्ता संजयनं मला दिला होता तो मुंबईतलाच होता, हे त्यानंच सांगितलं म्हणून मला समजलं. एरवी अशी एखादी जागा मुंबईत आहे, यावर माझा विश्वासच बसला नसता. मालाडच्या पलीकडे मढ आयलंडच्या रस्त्याला एका टेकडीआड होतं ते घर. एका बाजूला. टीव्हीवरच्या आहटसारख्या मालिकांचं किंवा ते रामसे का कोण बंधू हिंदी चित्रपट काढत ना त्या धाटणीतल्या चित्रपटांचं शूटिंग करायला आयडियल लोकेशन होतं ते. तिथं कोणी वस्ती करून असेल, असं कोणालाच वाटलं नसतं. संजयवरचा माझा विश्वासही डळमळीत व्हायला लागला होता; पण आता इथवर आलोच आहोत तर पुढं होऊन दार ठोठावावं, कोणीच प्रतिसाद दिला नाही तर परत जावं, असं ठरवून मी पुढं झालो.

जवळ जाताच दारावर घंटीचं बटन दिसलं. ते दाबल्याबरोबर आत कुठंतरी बेल वाजल्याचा आवाजही ऐकू आला. मी दार उघडण्याची वाट पाहत उभा राहिलो. बराच वेळ काहीच होत नसल्याचं पाहून मी परत जायला वळणार, तोच समोरच्या दरवाजातली एक चौकट बाजूला सरकली. स्लायडिंग विंडोसारखी. एक दिवा पेटला आणि त्याचा प्रकाश नेमका माझ्या चेहऱ्यावर पडला. त्यानं माझे डोळे दिपले म्हणून, नाही तर कोणीतरी एक लेन्स घेऊन माझ्याकडे निरखून पाहत असल्याचं मी शपथेवर सांगायला तयार झालो असतो.

तेवढ्यात तो दिवाही विझला आणि ती सरकती चौकटही परत आपल्या जागी बसली. परत एकदा बंद दरवाजा माझी वाट अडवून उभा राहिला. हे बंद दरवाजे आता मला आणखी किती छळणार आहेत, असा विचार माझ्या मनात येतो, तोच कुठून तरी एक आवाज माझ्या कानावर पडला.

''प्लीज स्टेट युवर नेम ॲन्ड बिझनेस.''

क्षणभर मी गोंधळून गेलो. काहीच बोललो नाही. त्याबरोबर परत एकदा त्याच आवाजातली तीच विनंती परत ऐकवण्यात आली.

गोंधळलेल्या अवस्थेतच मी माझं नाव आणि डॉक्टर पीटर पराडकरांबरोबर माझी अपॉईंटमेंट असल्याचं सांगितलं. मिनिटभरानं समोरचा दरवाजा उघडला. पण

समोर कोणीच नव्हतं. परत एकदा गोंधळल्यासारखा मी पुढं जाऊन उभा राहिलो. लहानपणी पहिल्यांदा शाळेत पाऊल ठेवलं तेव्हा असाच गोंधळलो होतो, याची आठवण झाली. त्यानंतर आत्ताच इतका गोंधळलो होतो. इतक्यात परत एकदा तोच आवाज आला.

"असेच सरळ चला आणि कॉरिडॉरच्या शेवटी असलेल्या दारातून पुढं जा."

मी सांगितल्याप्रमाणे पुढं गेलो. पण त्या दारापलीकडेही कोणीही नव्हतं. फक्त एक पाच बाय पाच फुटाचा चौरस प्लॅटफॉर्म तेवढा होता. त्याच्या तीन बाजूला कठडे होते. चौथी बाजू मात्र मोकळी होती. मला त्या प्लॅटफॉर्मवर चढायला सांगण्यात आलं. ती ऑर्डर पाळावी की नाही, याचा विचार मी करू लागलो. पराडकरांचा खून झाला त्या रात्री पडलेल्या गिलोटिनच्या स्वप्नाची मला तीव्रतेनं आठवण झाली. ते गिलोटिनही अशाच एका प्लॅटफॉर्मवर ठेवलेलं होतं. पण आता मी पाठीही फिरू शकत नव्हतो. पाठीमागचं दार मी आत येता क्षणीच बंद झालं होतं. शेलारमामानं सांगितल्याप्रमाणे ते दोर केव्हाच कापले गेले होते. आता 'हरहर महादेव' असा नारा ठोकत पुढं जाण्यावाचून गत्यंतरच नव्हतं. मी पुढं झालो. 'हरहर महादेव'चा नारा नाही पुकारला; पण मनात रामरक्षा म्हणायला सुरुवात केली होती.

दोन्ही बाजूंच्या कठड्यांना घट्ट पकडून मी त्या प्लॅटफॉर्मवर उभं राहून माझ्या डोक्यावरच्या जागेकडे नजर लावून उभा राहिलो. त्याबरोबर एक यंत्र सुरू झाल्याचा आवाज येऊ लागला. आणि तो प्लॅटफॉर्म एखाद्या लिफ्टसारखा खाली उतरू लागला. पीटर पराडकर एकटाच राहात असावा आणि आपलं काम हलकं करण्यासाठी त्यानं या वेगवेगळ्या यंत्रांचा उपयोग केला असावा, हे मी समजून चुकलो होतो.

पंधरा एक फूट तळघरात उतरून तो प्लॅटफॉर्म थांबला. कोणीही न सांगताच मी टुणकन उडी मारून उतरलो आणि बाजूला उभा राहिलो. एका भल्या मोठ्या खोलीत मी उभा होतो. आजूबाजूला सर्वत्र अनेक प्रकारची सायंटिफिक इक्विपमेंट होती. निरनिराळी मीटर्स, काचेचे चंबू, ओव्हन्स, मॅग्नेट्स, तारांची भेंडोळी, काही इलेक्ट्रॉनिक यंत्रं. नव्हता तो कोणी दोन पायांचा माणूस.

पलीकडे असलेल्या एका पार्टिशनच्या आडून तोही आला. पराडकरांचा खून झाल्याचं मी प्रत्यक्ष पाहिलं होतं नाहीतर तेच माझ्या दिशेनं येत होते, असंच मी म्हटलं असतं; पण पीटर जसा जवळ आला तसा तो पराडकरांपेक्षा; पाच-सात वर्षांनी मोठा असावा, हे स्पष्ट झालं. शिवाय त्याचे डोळेही पराडकरांसारखे जळजळीत नव्हते. सौम्य होते. ते कधी अंगार ओकू शकतील, असं वाटतच नव्हतं.

“इथं येणारा प्रत्येकजण असा गांगरूनच जातो, मिस्टर मस्तकार. सॉरी अबाऊट इट. माझ्याकडे कोणी नोकर टिकत नाही. म्हणून मग मला ही अशी गॅजेट्स तयार करावी लागली. रेग्युलर लिफ्ट बसवायचं तरी हजार झेंगटी. म्हणून मग तो प्लॅटफॉर्म तयार केला. कोणाची परमिशन घ्यायला नको, की कोणाचं सर्टिफिकेट मिळवायला नको. आता तुमच्यासारख्यांना जरा त्रास होतो खरा; पण मला जिने चढायला बंदी केलीय डॉक्टरांनी. हार्ट ट्रबल सुरू झाल्यापासून. बोला काय काम होतं तुमचं?”

मी काय सांगणार. तसं म्हटलं तर माझं कसलंच काम नव्हतं. संजयनं भरीला घातलं म्हणून मी इथं आलो होतो. काही तरी बोलून थोडा वेळ काढायचा म्हणून मी म्हणालो.

“तुम्ही, डॉक्टर पराडकर, सायंटिस्ट आहातसं वाटतं.”

काय मूर्खासारखं बोललो होतो मी, याची माझी मलाच जाणीव झाली. पीटरला माझ्या अकलेची कीव करावीशी वाटली असलीच तरी त्यानं तसं दाखवलं नाही. जिवणी हसल्यासारखी मुडपत तो माझ्याकडे पाहतच राहिला. मलाच ती स्तब्धता असह्य झाली.

“धनंजय पराडकर तुमचे बंधू.”

“हो. धाकटा भाऊ तो माझा.”

“मीही त्यांच्यासारखाच एक लेखक आहे. त्यांना गुरूस्थानी मानतो मी. त्यांच्या त्या रहस्यमय मृत्यूचं गूढ उकलण्याचा प्रयत्न करतो आहे मी. त्याचसंबंधी काही बोलावं म्हणून–”

“पण मी पोलिसांना सगळं काही सांगितलंय.” मला मध्येच अडवत पीटर म्हणाला.

“काय सांगितलंत तुम्ही त्यांना?”

“मलाच फारसं काही माहिती नाही तर मी तरी त्यांना काय सांगणार! धनंजय माझा सख्खा भाऊ असला, तरी आमचे संबंध फारसे जवळचे नव्हते. कित्येक वर्षांत त्याची माझी भेट होत नसे. अलीकडेच तीन-चार महिन्यांपूर्वी तो अकस्मात मला भेटायला आला होता. त्यामुळं तो इथंच असल्याचं तरी समजलं मला. त्यानंतर त्याच्या मृत्यूची बातमी वाचली म्हणून त्याच्यावर लास्ट राईट्स करण्यासाठी मी त्याची बॉडी क्लेम करायला गेलो होतो. त्याचा डायव्होर्स झाला होता बऱ्याच वर्षांपूर्वी. त्यामुळं त्यालाही माझ्याशिवाय जवळचं नात्यातलं कोणीच नव्हतं. बस्स इतकंच. बाकी मला काहीच माहिती नाही. त्यानं लिहिलेल्या एकाही पुस्तकाचं नाव मला विचारलंत तर नाही सांगता यायचं.”

तिथं थांबून आणखी काहीच हाती लागण्याचा संभव नव्हता. मी पीटरचा

निरोप घ्यायला सुरुवात केली. तोच तो म्हणाला.

"तुम्हाला माझी लॅबोरेटरी पाह्यचीय का? माझं काम तसं चांगलंच इंटरेस्टिंग आहे. पोलिसांना तसं ते वाटलं नाही; पण तुम्ही लेखक आहात तेव्हा – धनंजयनं तसा बराच इंटरेस्ट दाखवला होता माझ्या कामात."

प्रत्येक सायंटिस्टला आपलं काम भलतंच इंटरेस्टिंग वाटतं, हे मी जाणून होतो. त्यामुळं मीही पोलिसांसारखाच तिथून निघून जाणार होतो; पण धनंजय पराडकरांनी त्या कामात इंटरेस्ट दाखवल्याचं ऐकून माझं कुतूहल चाळवलं. मी पीटरबरोबर त्याची लॅबोरेटरी पाहायला निघालो.

तिथं पाय ठेवल्यापासून कसल्यातरी विचित्र वासानं माझं डोकं उठवलं होतं. पीटरशी बोलण्याच्या नादात आणि तिथून काढता पाय घेण्याच्या विचारात मी तिकडे फारसं लक्ष दिलं नव्हतं. पण आता लॅबोरेटरी बघायला निघाल्याबरोबर मला परत एकदा त्या वासाची तीव्र जाणीव झाली. मी पीटरला विचारलंही.

"वास? कसला वास?"

"एवढा भरभरून राहिलाय. तुम्हाला नाही जाणवत तो?"

"नाही बुवा. त्यातच काम करायची सवय झाल्यामुळं मला त्याची जाणीव होईनाशी झाली असावी बहुतेक. मी निरनिराळी केमिकल्स वापरतो, काही स्वत: बनवतो. त्यांपैकी एखाद्याचा वास असेल तो. कदाचित ॲकॅफेनिटमाईनचा असेल. वनस्पतींचं एक नवीन खाद्य तयार केलंय मी. त्यामुळं त्यांची वाढ पस्तीस टक्के अधिक वेगानं होते. खताऐवजी त्याचा वापर करता येतो. नाहीतर सल्फापेट्रियम असेल. माझ्या नावावरूनच ते नाव दिलंय मी." किंचित लाजत पीटर म्हणाला. "लसणासारखा पण अतिशय उग्र वास येतो त्याला. पण त्याचा उपयोग कोणत्या तरी फॉर्म्युलेशनमध्ये केला की तो वास लपवता येतो. खरं तर मी ते केमिकल तयार करणं बंदच करायला हवं. फारसा काही उपयोग दिसत नाही मला त्याचा; पण धनंजयनं मात्र त्यात बराच इंटरेस्ट घेतला होता.

कसलं दुर्गंधीयुक्त आणि कुचकामी केमिकल बनवलंयत तुम्ही, असं म्हणत मी पीटरची हेटाळणी करणार होतो, तोच त्याच्या त्या वाक्यानं मी मला सावरलं. धनंजय पराडकरांनी त्या केमिकलमध्ये इतका इंटरेस्ट का दाखवला असावा, हे मला जाणून घ्यायचं होतं.

"का?" मी ताडकन विचारलं.

"कोण जाणे? मला तरी काही कळलं नाही; नाहीतरी आम्हा दोघा भावांमध्ये तसा सुसंवाद नव्हताच. त्यामुळं त्याच्या मनात कोणते विचार पिंगा घालत असावेत, हे काही मला कळलं नाही; पण त्या केमिकलच्या प्रॉपर्टीजनं त्याला मोहित केलं होतं, यात शंकाच नाही. त्याचा एक प्रॅक्टिकल उपयोगही सुचवला

होता त्यानं.''

''कसला उपयोग?''

''ओह आय डोन्ट नो! पण या सल्फापेट्रियमच्या प्रॉपर्टीजमुळं, त्याच्या गुणधर्मांमुळं तो भलताच एक्साईट झाला होता. यू सी, सल्फापेट्रियम इज ॲन ॲन्टिपिगमेन्ट.''

''ॲन्टिपिगमेन्ट? म्हणजे काय?''

''म्हणजे, म्हणजे, टेल मी, या पेन्सिलीचा रंग हिरवा का आहे?'' समोरची एक पेन्सिल उचलून माझ्या दिशेनं नाचवत पीटरनं विचारलं.

हे सायंटिस्ट चक्रम असतात, असं मी ऐकलं होतं. पण असा नमुना मी पहिल्यांदाच पाहत होतो.

''का म्हणजे? अरे, त्या पेन्सिलीचा रंगच हिरवा आहे, तर तो हिरवाच दिसणार.''

''नो, नो, माझ्या प्रश्नाचा रोख कळला नाही तुम्हाला. ही पेन्सिल हिरवी दिसते, हा तुमचा शर्ट पिंक दिसतो, समोरची भिंत निळी दिसते, याचं कारण म्हणजे त्यांच्यावर पडलेल्या सूर्यप्रकाशातले बाकीचे रंग त्या वस्तूंकडून शोषून घेतले जातात आणि फक्त एकच रंग रिफ्लेक्ट होतो, परावर्तित होतो. तोच आपल्या डोळ्यांच्या पडद्यावर पडतो. म्हणून तर ती वस्तू त्या रंगाची दिसते. या पेन्सिलीवर पडलेल्या सूर्याच्या प्रकाशातले तानापिहिनिपाजा हे रंग ती पेन्सिल शोषून घेते आणि फक्त हिरवा रंगच परत हवेत फेकून देते. म्हणून ती हिरवी दिसते. याउलट या टेबलावर पडलेल्या प्रकाशापैकी सगळेच रंग शोषून घेतले जातात. म्हणून ते काळं दिसतं. पण त्या पलीकडच्या टेबलक्लॉथवरचा सगळाच प्रकाश परत रिफ्लेक्ट होतो. म्हणून तो मूळ प्रकाशासारखा पांढराच दिसतो.''

''आय सी!'' खरं तर आय कुडन्ट फुल्ली सी; पण पीटर काय म्हणत होता त्यातलं थोडंफार मला कळलं होतं. तरीही बरेच प्रश्न मनात पिंगा घालत होते. त्यातला नेमका कुठला विचारावा याचा विचार मी करत होतो, तोच परत पीटरच म्हणाला,

''मला वाटलं होतं तुम्ही विचाराल, की या टेबलाकडून सगळेच रंग शोषून घेतले जातात, म्हणजेच त्यावर पडलेल्या प्रकाशापैकी काहीच रिफ्लेक्ट होत नाही, तर मग ते टेबल दिसतंच कसं?''

''एक्झॅक्टली! मला हेच विचारायचं होतं.'' मला कंठ फुटला होता.

''ते दिसतं कारण त्यावर पडलेल्या प्रकाशापैकी अतिशय थोडा भाग रिफ्लेक्ट होतो. त्याचा आकार दिसण्याइतपत. कारण या जमिनीवर पडलेल्या प्रकाशामुळं ही जमीन वेगळ्या रंगाची दिसते. त्या पार्श्वभूमीवर हे टेबल आपल्याला दिसतं. इथं

संपूर्ण काळोख असेल तर ते टेबल तुम्हाला दिसणार नाही. पण त्या काळोखातल्या अंधुक प्रकाशाची तुमच्या डोळ्यांना सवय झाली, की इथल्या इतर वस्तू धूसर अशा का होईना, पण दिसायला लागतील. टेबलक्लॉथ संपूर्ण प्रकाश रिफ्लेक्ट करत असल्यानं तो अधिक चांगला दिसेल.''

मला आपल्याला का आणि कसं दिसतं याचं संपूर्ण ज्ञान मिळवायचं नव्हतं. या सगळ्याचा आणि त्या ॲन्टी का कायसं म्हणाला त्या सल्फापेट्रियमचा काय संबंध होता, आणि हो, त्यामुळं धनंजय पराडकर एवढे एक्साईट का व्हावेत, एवढंच जाणून घ्यायचं होतं. मी तसं पीटरला म्हटलंही.

''येस, आय वॉज कमिंग टू दॅट. या सल्फापेट्रियमवर पडलेला संपूर्ण प्रकाश त्याच्याकडून शोषला जातो. थोडासाही अंश रिफ्लेक्ट होत नाही. त्यामुळं ते आपल्याला दिसूच शकत नाही. ते जर कोणत्याही वस्तूवर फासलं तर ती वस्तूही आपल्याला दिसत नाही. म्हणूनच तर धनंजय म्हणाला, की आजकाल जागोजागी ही मोठी होर्डिंग्ज, हे फ्लायओव्हर झालेले आहेत. ते म्हणजे आयसोअर्स आहेत. डोळ्यांना ते दुखवतात. आसपासचं सृष्टिसौंदर्य मारून टाकतात. त्यांच्यावर हे चोपडता येईल. तसा धनंजय मोठा सौंदर्यपूजक आहे.''

''मग त्यांना हे दिलंत की काय?'' मी एक अभद्र शंका येऊन विचारलं.

''नाही हो. एकतर एका फ्लायओव्हरला फासायचं म्हणजे किती सल्फापेट्रियम लागेल, याचा अंदाज आहे का तुम्हाला? तेवढं बनवायचं तर मला इथं डिस्टिलिंग रिॲक्शनच सतत पंधरा दिवस चालू ठेवावी लागेल. मास प्रॉडक्शन करायचं, तर वीस एकरात प्लान्ट उभं करावं लागेल. शिवाय त्यासाठी रॉ मटेरियल किती लागेल, याचं गणित करताकरताच तोंडाला फेस येईल. शिवाय फ्लायओव्हर जर ट्रॅफिकच्या सोईंसाठी बांधायचे तर मग ते असे अदृश्य करून कसं चालेल? या धनंजयचं आपलं काहीतरीच असतं. मी त्याचं म्हणणं काही विशेष मनावर घेतलं नाही.''

हे सायंटिस्ट चक्रमच असतात, असं नाही. ते एखाद्या लहान मुलासारखे आपल्या एका वेगळ्याच विश्वात रमून जातात. अरे, एवढं भयानक रसायन हातात आहे आणि ते अतिशय निरूपयोगी आहे, असं म्हणतोय हा गृहस्थ! तो एवढा शिकला-सवरलेला आहे हे मला माहिती होतं म्हणून. नाहीतर मी त्याला अडाणीच समजलो असतो.

''वेट अ मिनिट.'' मी त्याला मध्येच अडवत म्हणालो, ''ते फ्लायओव्हर अदृश्य होतील असं म्हणालात तुम्ही? अदृश्य. इन्व्हिजिबल.''

''आता दिसत नाहीत पण अस्तित्वात आहेत, म्हणजे अदृश्यच म्हणायला हवं ना!'' कोणत्या नाठाळ इसमाशी गाठ पडलीय असा चेहरा करत पीटर

म्हणाला. ‘‘हो आता हे सल्फापेट्रियम एखाद्या फॅटसारखं असतं. किंवा क्रीमसारखं. हो, क्रीमसारखंच. म्हणून तर धनंजय त्याला व्हॅनिशिंग क्रीम असं म्हणाला. व्हॅनिशिंग क्रीम!’’ आपण काही तरी फार मोठा विनोद केला असं समजून मोठ्यानं हसत आणि टाळी घेण्यासाठी माझ्यापुढं आपला हात पसरत पीटर म्हणाला.

मला काही त्याचं म्हणणं विनोदी वाटलं नाही. उलट ते ट्रॅजिक वाटलं.

‘‘पण असं ते दिसत नाही तर ते तिथं आहे, हे तुम्ही कसं ओळखता?’’

‘‘गुड क्वेश्चन! सुरुवातीला मलाही त्याच प्रॉब्लेमनं पछाडलं होतं. म्हणून मग मी ते चिनी मातीच्या भांड्यात भरून त्यावर ठळक लेबल लावायला सुरुवात केली.’’ आपण काय मोठा पराक्रम केलाय अशा समजुतीनं स्वत:शीच खुदूखुदू हसत पीटरनं सांगितलं.

माझं तर डोकंच गरगरायला लागलं होतं. ते त्या सल्फापेट्रियमच्या डोकं उठवणाऱ्या वासानं होतं की आता पीटरनं सांगितलेल्या त्याच्या प्रॉपर्टीजनं होतं, हे छातीठोकपणे नाही सांगता यायचं मला.

दोन्ही हातांनी डोकं घट्ट दाबत स्वत:ला सावरत मी म्हणालो,

‘‘नाही म्हणजे तुम्ही अतिशय सोप्या भाषेत सगळं सांगितलं आहे. पण लेट मी ट्राय टू कन्फर्म दॅट आय हॅव गॉट इट राईट. हे तुमचं क्रीम कशावरही चोपडलं तर ती वस्तू अदृश्य होईल?’’

‘‘दॅट इज करेक्ट.’’

‘‘कोणतीही वस्तू?’’

‘‘अर्थात!’’

‘‘म्हणजे अगदी एखादा जिताजागता माणूससुद्धा?’’

आपले खांदे उडवत पीटरनं आपली सहमती दर्शवली. अन् मग काहीतरी आठवल्यासारखं त्यानं विचारलं.

‘‘पण आपण सगळ्यांना दिसावं, त्यांच्या नजरेत भरावं म्हणून तर सगळे धडपडतात. स्वत:ला अदृश्य करायला कोणता वेडापीर पुढं येणाराय?’’

‘‘वेडापीरच त्याचा तसा उपयोग करायला पुढं येईल, डॉक्टर पीटर पराडकर,’’ कसाबसा आवंढा गिळत मी म्हणालो, ‘‘पण हा वेडापीर साधासुधा असणार नाही. तर तो अतिशय हुषार असेल. फक्त कोणत्या तरी संकुचित हेतूपायी तो पिसाट बनलेला असेल. तुम्ही एच. जी. वेल्सची ती कांदबरी वाचलेली दिसत नाही. आपल्या भा. रा. भागवतांनी तिचा अतिशय सरस अनुवादही केलाय. मी तर लहानपणीच वाचली होती ती. त्याचा नायकही अतिशय हुषार; पण सगळं जगच आपल्याविरुद्ध फिरलंय अशा समजुतीनं तो जगावरचा राग काढण्यासाठी आपल्या

अदृश्यपणाचा फायदा करून घ्यायला निघतो. आजच्या युगात तर असे अनेक तथाकथित वेडेपीर पुढं येतील.''

पीटर आ वासून माझ्याकडे नुसता पाहत होता. मी एवढा जीव तोडून त्याला सांगण्याचा प्रयत्न करत होतो आणि तो नुसता शुंभासारखा उभा होता. याला असं आडूनपाडून सांगून उपयोगी नाही, हे माझ्या लक्षात आलं.

''अंडरवर्ल्ड. गुन्हेगार. त्यांना तर ही आयतीच पर्वणी लाभेल. अदृश्य व्हावं आणि बँक लुटावी. पैसे कसे गायब झाले, याचा पत्ताच लागणार नाही कुणाला. किंवा गुप्तहेर. कोणी पाहील अशी भीती न बाळगता राजरोस सीमा ओलांडून शत्रूच्या प्रदेशात प्रवेश करावा, त्याच्या अतिशय गुप्त कचेरीत सहजासहजी घुसावं आणि त्याच्या व्यूहरचनेची बित्तंबातमी मिळवावी. किंवा पोलीस डिटेक्टिव्ह. गुन्हेगाराला आपला पाठलाग होतोय याचा सुगावाही लागू न देता त्याच्या अड्ड्यावर दाखल व्हावं. एवढंच कशाला आख्खं सैन्यदल असंच अदृश्य करता आलं, तर हमला करणं किती सोपं होईल! शत्रूला जागही येऊ न देता त्याच्या पिछाडीला जाऊन तिथून त्याच्यावर वार करावा. त्याचा गोंधळच उडेल. कोण हल्ला करतंय, हेच समजणार नाही. आख्खं सैन्य नाही तरी किमानपक्षी बॉम्बफेकी विमान, किंवा रणगाडे, तोफा. अनेक उपयोग आहेत. प्रॅक्टिकल उपयोग. तुमच्या लक्षात कसे येत नाहीत? गेला बाजार कोणी आंबटशौकी कुठल्याही बंद दरवाजाआड नजर टाकून मिटक्या मारीत तिथला सीन पाहू शकेल.''

''माझ्या हे लक्षातच आलं नव्हतं. मी तसा विचारच केला नाही कधी.'' अतिशय प्रांजलपणे पीटर म्हणाला. त्याचंही बरोबर होतं. बाहेरच्या जगाशी त्यानं संबंधच ठेवला नव्हता. तेव्हा ते किती कुरूप आहे, याची जाणीव त्याला व्हावीच कशी! ''भयानक आहे हो हे सगळं.''

''भयानक तर खरंच. कोणा खुन्याच्या हाती तुमचं ते व्हॅनिशिंग क्रीम लागलं, तर काय हलकल्लोळ माजेल याचा विचार कधी शिवलाच नाही तुम्हाला? खुशाल कोणाच्याही घरात घुसावं. आपल्या बळीच्या बकऱ्याला एकटा असताना गाठावं. त्याचा गळा चिरावा आणि दारंखिडक्या आतून बंद करून बसून राहावं. पोलिसांची वाट पाहत. ते बंद दार फोडून आत आले, की सावकाश त्या उघड्या दारातून निसटावं. पोलिसांच्या डोळ्यांदेखत. किंवा नाटक चालू असताना फ्लडलाईटच्या भगभगीत प्रकाशात खुशाल रंगमंचावर एन्ट्री घ्यावी. तिथं असलेल्या हजारो प्रेक्षकांच्या साक्षीनं हॅम्लेटच्या आईच्या पाठीत खंजीर खुपसावा. आणि ती खाली पडलेली पाहत सूड घेतल्याच्या समाधानात तिथून निघून जावं.''

''खरंच असं होत असेल?'' पीटरनं बावळटपणे विचारलं.

''कोणी सांगावं? पण तशी शक्यता आहे, हे धनंजय पराडकरांनी ओळखलं

होतं. म्हणून तुमच्याकडून ते क्रीम घेऊन त्यांनीच हे खून केले, असं नाही मी म्हणणार. त्यांनी कदाचित कोणाला तरी ते देऊन सुपारी दिली असेल आणि त्याची खबरबात असलेल्या एकुलत्या एका साक्षीदाराचं म्हणजेच धनंजय पराडकरांचं तोंडही त्यानंच कायमचं बंद केलं असेल; पण हे सगळे खून पचल्यामुळं तो आता रक्ताला चटावलेल्या हिंस्र श्वापदासारखा मोकाट सुटेल. परत परत खून करायला धजावेल.''

''नाही हो. हे खरं नाही ना? तुम्ही नेहमीसारखीच एक रचलेली कथाच सांगता आहात ना?''

''मुळीच नाही. इतकी भन्नाट कथा मी रचू शकलो असतो, तर आज जगभर माझं नाव गाजत राहिलं असतं. विक्रम चंद्रासारखं, अरुंधती रॉयसारखं. गेला बाजार खुशवंत सिंगांसारखं. हे सत्य आहे. जर तुमच्या त्या क्रीममध्ये तुम्ही म्हणता ते गुणधर्म असतील, तर हे सारं शक्यच आहे.''

अकस्मात माझ्या पायांना काही तरी टोचलं. कोणीतरी माझ्या घोट्यांवर एखादी टाचणी फिरवत असावं, असं वाटलं. तो भाग हुळहुळू लागला. मी खाली वाकून तिथं हात फिरवला. तर माझ्या हाताला काहीतरी केसाळ वस्तू लागली. ती जिवंत होती. कारण हालचाल करत होती. माझ्या हातावर काहीतरी ओलसर फिरू लागलं.

मी झटक्यानं हात काढून घेतला. पाय काढून घेताघेता कशाला तरी लाथ बसली. अकस्मात गुरगुरण्याचा आवाज आला. त्या बरोबर पीटर पुढं झाला आणि त्यानं खाली वाकून काहीतरी आपल्या हातात घेतलं. आणि त्या काहीतरीला तो गोंजारू लागला.

पण त्याच्या हातात काहीच नव्हतं. त्याला वेड तर लागलं नाही, अशी शंका माझ्या मनात दबत्या पावलांनी प्रवेश करत असतानाच पीटर म्हणाला,

''हा तर आमचा ग्यानबा! बोका माझा. धनंजय ते अंगावर चोपडण्याचं बोलल्यानंतर माझ्या क्रीमचा अंगावर काही अनिष्ट परिणाम तर होत नाहीना, हे पाहण्यासाठी मी ग्यानबाच्या अंगावर ते चोपडलं. तो तर मजेत आहे, हे तुम्ही पाहताच आहात.''

मी पाहत नाहीय, हे त्याला सांगावं, असं मला वाटलं. पण त्यांच्या लक्षात ती कोटी आली नसती. मी माझ्या हाताकडे पाहिलं. त्याच्यावर तीन हलके ओरखडे उठले होते.

ग्यानबा खरोखरीच मजेत होता.

-११-

माझ्या मनात आलेली ती नवीन थिअरी एसीपी पवारांना ताबडतोब ऐकवायला हवी होती. पीटरचा नाही, तरी त्यांचा तिच्यावर नक्कीच विश्वास बसला असता.

पण माझा होरा चुकला. मी पहिल्यांदा त्यांच्याकडे गेलो तेव्हा ते मला उडवून लावतील, असं वाटलं होतं; पण तेव्हा तर त्यांनी माझ्या म्हणण्याचा सीरियसली विचार केला. आता मात्र त्यांनी मला थारा दिला नाही.

''नो, नो, नो. तुमच्या त्या विज्ञानकथांमध्ये या गोष्टी ठीक आहेत. अरे, असा आख्खा माणूस अदृश्य कसा होईल? किमानपक्षी त्याच्या डोळ्यांच्या बाहुल्या तरी दिसतील? तुम्ही आता काही तरी अफलातून कल्पना लढवायला लागला आहात. तुमच्या पुढच्या कादंबरीसाठी राखून ठेवा तो मसाला.''

''पण मी मी माझ्या डोळ्यांनी पाहिलं ना ते.''

''तुम्हाला ते दिसलं, तर मग त्याला अदृश्य कसं म्हणता येईल? त्या पीटर पराडकरांनी तुम्हाला कसल्या तरी क्रीमची कहाणी सांगितली आणि तुम्ही त्याच्यावर डोळे झाकून विश्वास टाकला. हो डोळे झाकून.''

आपणच अनवधानानं केलेल्या कोटीवर पवार भलतेच खूष झाले. ते परतपरत 'डोळे झाकून, डोळे झाकून', असं म्हणायला लागले.

''पण तो ग्यानबा तर आहे ना! आय मीन, तो बोका.''

''तुम्ही पाहिला त्याला?''

''नाही ना. तेच तर सांगतोय. तो बोका तिथं होता. माझ्या पायांशी घोटाळत होता. माझ्या हातावर त्याच्या नखांचे ओरखडेही निघालेत. हे पहा.'' माझा हात त्यांच्या डोळ्यांपुढं धरत मी म्हणालो.

त्याचा काहीतरी परिणाम झाल्यासारखा दिसला. कारण काही क्षण पवार गप्प राहिले. मग मनाशी काहीतरी निर्णय घेतल्यासारखं ते म्हणाले.

''ठीक आहे. ते मांजर जर तुम्ही आणून मला दाखवलंत, म्हणजेच मलाही तुमच्यासारखाच अनुभव आला, तर मी विश्वास ठेवीन तुमच्यावर. तुमच्या थेअरीचा मग विचार करता येईल.''

ते तसं म्हणाले खरं; पण माझ्या सांगण्यावर त्यांचा विश्वास बसत चालल्याची जाणीव मला झाली नाही. उलट एखाद्या हट्टी मुलाच्या कलानं घ्यावं तसंच ते माझ्याशी बोलत आहेत, असंच मला वाटत राहिलं. मी मात्र दुसऱ्या दिवशीच पीटरकडे जाऊन ते मांजर आणण्याचं तिथल्या तिथंच ठरवून टाकलं.

-१२-

'राजमुद्रा'नं या रहस्याची उकल करण्याची जबाबदारी जाहीरपणे माझ्यावर टाकल्यापासून, मी ती तशी सीरियसली घ्यायला लागलो होतो. त्यामुळंच सारा उलगडा आपल्याला झालाय, या आनंदात मी पवारांकडे गेलो होतो. त्यांनी माझ्या भ्रमाचा भोपळा फोडल्यावर मी भलताच निराश झालो होतो. म्हणूनच मी मितालीला बोलवलं. एरवी तिच्याकडे मी माझ्या थेअरीची कदाचित वाच्यता केलीही नसती; पण पवारांनी माझा पतंग काटल्यावर ढील द्यायला कोणीतरी असावं, असं वाटू लागलं.

मितालीही ताबडतोब आली. तिला माझं म्हणणं पटवून द्यायला फारसे परिश्रम घ्यावेच लागले नाहीत. कारण ती चटकन म्हणाली,

''पण असा जर तो खूनी अदृश्य होऊन मोकाट सुटला असेल, तर मग तो कुठंही, केव्हाही जाऊ शकतो. या क्षणी तो इथं या खोलीतही असू शकतो.''

माझ्या अंगावर शहारा उमटून गेला. मितालीनं तर एक किंकाळी मारून मला घट्ट मिठीच घातली. ती तशीच राहू द्यायला माझी मुळीच आडकाठी नव्हती. माझ्या अंगावरच्या शहाऱ्यांचं रोमांचांमध्ये रूपांतर झालं होतं.

पण पुढच्याच क्षणी मिताली ताडकन उठली. आणि तिनं धुणं वाळत घालायची काठी तसंच एक टोकदार छत्री आणली. ती आयुधं घेऊन मग आम्ही घराचा कोपरा न् कोपरा पिंजून काढायला सुरुवात केली. त्या क्षणी कोणी आम्हाला पाहिलं असतं तर त्यानं आमची रवानगी थेट येरवड्यालाच केली असती. बंद कपाटं उघडून आम्ही 'हरहर महादेव' म्हणत काठी किंवा छत्री आत खुपसत होतो. रिकाम्या कोपऱ्यावर चाल करून जात होतो.

थोड्या वेळानं आमचं आम्हालाच त्या प्रकाराचं हसू आलं. मग फार्स केल्यासारख्या ॲक्शन्स करत आम्ही मोठमोठ्यानं हसू लागलो. त्या भरात एकमेकांच्या अंगावर कोसळून आम्ही पलंगावर केव्हा गडबडा लोळू लागलो ते आमचं आम्हालाही समजलंच नाही.

समजलं तेव्हा आमच्या हे लक्षात आलं होतं, की त्या गडबडा लोळण्याच्या काळातच केव्हातरी मी मितालीला 'माझ्याशी लग्न करशील का' असं विचारलं होतं आणि तिनंही त्याला होकार दिला होता.

प्रपोज करण्याचा क्षण कसा मंतरलेला असेल, अशी कल्पना मी केली होती. निदान तो गंभीर असेल असंही वाटलं होतं. तो असा फार्सिकल असू शकतो, याची कल्पना मला यावीच कशी!

-१३-

दुसऱ्या दिवशी मी पहिली विरार लोकल पकडली आणि पीटर पराडकरांच्या घरी पोचलो; पण दारावरची बेल वाजवल्यानंतर गेल्या वेळेसारखी समोरच्या दारातली ती फट उघडली नाही की त्या लेन्सची नजर माझ्यावर पडली नाही. मी दरवाजावरचं हॅन्डल फिरवून पाहिलं; पण दरवाजा बंद होता. पाठच्या बाजूनं आत शिरण्याचा काही मार्ग आहे की काय, याचीही पाहणी मी केली. पण तसा कोणताही मार्ग नव्हता.

आत काही हालचाल होत असल्याचा सुगावा बाहेर लागण्याचा प्रश्नच नव्हता. पराडकरांचं घर एखाद्या किल्ल्यासारखं आहे आणि पराडकरांचा वावर मुख्यत्वे तळघरातच असतो, हे मी आदल्या दिवशी पाहिलंच होतं.

तरीही माझ्या मनात पाल चुकचुकली. अर्थात मी येणार असल्याचं काही पीटरला कळवलेलं नव्हतं. त्यामुळं त्यानं घरातच असायला हवं होतं, असं नाही. गेला असेल कुठं तरी, असं माझ्या मनाचं समाधान मी करून घेतलं. तरीही एक सवाल मनात उठलाच. इतक्या सकाळी हा कुठं गेला असेल? असेल दूध नाहीतर ब्रेड आणायला, असं मानून मी तिथून मेन रोडकडे जाऊ लागलो. वाटेतच एक एसटीडी बूथ दिसला.

आत शिरून मी पीटरच्या घरचा नंबर फिरवला पण फोन वाजतच राहिला. कोणीही उचलला नाही. तसाच तो खाली ठेवून मी तिथून जाणार, तोच सहज म्हणून मी त्या बूथ चालकाला विचारलं.

"त्या डॉक्टर पराडकरांना इथून कुठं जाताना पाहिलंत का तुम्ही? ते तिथल्या त्या कोपऱ्यातल्या घरात राहतात ते?"

"कौन? वो पागल डागदर बाबू? अरी वो कही नही जावे है. सारा बखत अपने बिलमाच ठेहरे है. सारा माल तो घरमेच मंगावे है."

आता माझ्या मनातली पाल मोठमोठ्यानं ओरडू लागली होती. मी परत घराकडे गेलो आणि दारावर धक्के द्यायला सुरुवात केली. दार वाटलं तेवढं मजबूत नव्हतं. ते मोडून पडलं त्याच वेळी आत कुठंतरी सायरन वाजायला लागली. तिच्याकडे दुर्लक्ष करत मी धावतच त्या उघड्या लिफ्टकडे गेलो. तो प्लॅटफॉर्म व्यवस्थित खाली जाईपर्यंतही मला धीर धरवला नाही. तो जमिनीपासून काही फुटांवर असतानाच मी उडी मारली आणि जागच्या जागी खिळून राहिलो.

समोरच पीटर पराडकर पसरले होते. ते आता या जगात नाहीत, हे सांगायला कोणा डॉक्टरची गरज नव्हती. कारण काल जिथं मी त्यांचं डोकं पाहिलं होतं, त्या

धडावरच्या जागी आज एक रक्तानं लडबडलेला गोळा होता.

तिथल्याच फोनवरून मी पवारांना फोन केला. आणि त्या मांजराचा शोध घ्यायला सुरुवात केली.

ग्यानबा, ग्यानबा, म्यांव, म्यांव मी घरभर फिरलो. वेड्यासारखा; पण ग्यानबा कुठंच नव्हता.

काल माझं आणि पीटरचं संभाषण झालं त्या वेळी तिथं खूनी असावा, असं मला वाटून गेलं. त्यानं सफाईनं सारी कामगिरी पार पाडली होती. मला उपयोगी पडणारा शेवटचा पुरावाही आता नाहीसा केला होता. इतरत्र कुठं माझं म्हणणं सिद्ध तर करता आलंच नसतं; पण आता पवारांनीही विश्वास ठेवला नसता.

पण परत एकदा माझा होरा चुकला. पीटर पराडकरांचा खून होणं आणि ग्यानबाचं तिथून नाहीसं होणं, हेच त्यांच्या दृष्टीनं जबरदस्त पुरावे होते. त्यामुळं आता माझ्या थिअरीवर त्यांचा विश्वास बसला होता; पण त्यांची अडचण ही कोणत्याही पोलीस अधिकाऱ्याची असते तीच होती.

असल्या सर्कमस्टॅन्शियल पुराव्यावरून ते कोर्टात गुन्हा शाबीत करू शकत नाही. त्यासाठी काही ठोस पुरावा लागतो. अदृश्य असलेला ग्यानबाही ठोस पुरावा होऊ शकला असता; पण आता तोच गायब झाला होता. पुरावाही अदृश्य झाला होता.

मी, एसीपी पवार आणि मिताली या तिघांव्यतिरिक्त आता या खून्यासंबंधी इतर कोणालाही माहिती नव्हती.

-१४-

'राजमुद्रा'च्या जगन्नाथ देशपांड्यांना वेड लागलंय, अशी बातमी कशी कोण जाणे पण वाऱ्यासारखी पसरली. आता जगन्नाथ देशपांडे म्हणजे 'राजमुद्रा'चा प्राणच. रस्त्यावर पेपर विकण्यापासून सुरुवात करून आज त्यांनी महाराष्ट्रातलीच नव्हे तर देशातली पहिल्या क्रमांकाची प्रकाशनसंस्था उभी केली होती. त्यांची वार्षिक उलाढालच मुळी पाचसातशे कोटी रुपयांची होती. साहित्याची उत्तम जाण आणि व्यवसायाचं अचूक भान, यांचं मोठं अजब मिश्रण त्यांच्या व्यक्तिमत्वात झालेलं होतं. नवनव्या लेखकांची गुणवत्ता हेरून त्यांना उत्तेजन द्यायलाही ते मागंपुढं पाहत नसत. किंबहुना, हेच आपल्या यशाचं गमक आहे, असं त्यांनी जाहीरपणे मॅजेस्टिक गप्पांमध्ये एकदा सांगितलंही होतं. कारण त्यामुळं आपल्या संस्थेच्या प्रकाशनांमध्ये सतत ताजेपणा राहतो. ती एकसूरी होत नाहीत. साहित्यातले सगळे नवीन प्रयोग आपल्याच प्रकाशनातर्फे केले गेले आहेत, यच्चयावत नवीन

प्रवाह आपल्याच प्रकाशनसंस्थेतून उगम पावले आहेत, याचा त्यांना सार्थ अभिमान होता.

देशपांडे तसे कडक शिस्तीचे भोक्ते आहेत, असा गवगवा होता. मला त्यात कधीच काही वावगं वाटलं नाही. कारण इतक्या मोठ्या संस्थेचा कारभार कार्यक्षमतेनं चालवायचा तर बेशिस्त, गबाळपणा यांना स्थान देऊन चाललंच नसतं. अर्थात कडक शिस्तीचा अर्थ काही जण तुसडेपणा, इतरांविषयी तुच्छता, अहंमन्यता असा लावत असत. त्यामुळं देशपांड्यांबद्दल आदर, भीती आणि तिरस्कार यांचं एक विचित्र मिश्रण असणारी भावना सर्वचजण बाळगत असत. तशी माझी त्यांच्याशी काही फार वेळा इंटरॲक्शन झाली नव्हती. माझा आणि 'राजमुद्रा'चा पहिला करार जेव्हा झाला, तेव्हा एक छोटासा अनौपचारिक समारंभ त्यांनी आपल्या ऑफिसात साजरा केला होता. प्रत्येक नवोदित लेखकाच्या पहिल्या पुस्तकाच्या वेळी ते असा समारंभ करत. 'राजमुद्रा'च्यावतीनं करारपत्रावर ते जातीनं सही करत. त्या वेळी माझी त्यांची पहिल्यांदा भेट झाली होती. त्यानंतर त्याच पुस्तकाच्या प्रकाशनसमारंभाच्या वेळीही भेट झाली होती. इतर वेळी अशाच काही ओझरत्या भेटी झाल्या होत्या. पण मला तरी त्यांचा अनुभव अतिशय चांगला आला होता. माझ्याशी ते अतिशय आपुलकीनं वागले होते. माझ्या लेखनाविषयी त्यांनी काही योग्य सूचना केल्या होत्या. त्यावरून त्यांनी माझी हस्तलिखितं वाचली होती, हे स्पष्ट झालं होतं. इतर, विशेषत: समीक्षक, काय म्हणतात याकडे लक्ष न देता मी असंच लिहीत राहावं, असंच त्यांनी सुचवलं होतं.

ज्या गरिबीतून ते वर आले होते, तिचा विसर त्यांना पडलेला नव्हता. अनेक चांगल्या उपक्रमांना आणि गुणवान गरीब विद्यार्थ्यांना त्यांनी भरघोस मदत केली होती. आणि तीही इन्कमटॅक्स वाचवण्यासाठी संस्थेच्या गंगाजळीतून नाही. स्वत:च्या खासगी कमाईतून त्यांनी तशी मदत केली होती. त्यासाठी एक ट्रस्टच त्यांनी स्थापन केला होता. त्याशिवाय इतरांसाठीही अजिबात गाजावाजा न करता त्यांनी सढळ हातानं आपल्या बटव्याच्या दोऱ्या सैल सोडल्या होत्या. तरीही लोक त्यांना माणूसघाणे समजत. कारण कामाशिवाय वायफळ गप्पा मारत किंवा गॉसिप या प्रतिष्ठित नावाखाली इतरांच्या कुचाळक्या करण्यात वेळ घालवण्यात त्यांना काडीचाही इंटरेस्ट नव्हता. त्यामुळं त्या उद्देशानं किंवा चमचेगिरी करण्यासाठी कोणी गेला, तर ते त्याची कडक शब्दांत हजेरी घेत. त्याला बाहेरच्या रस्ता दाखवत. त्याची माहिती असल्यामुळं आजकाल त्यांची सेक्रेटरी सुमेधा आणि इतर मंडळी अशांना परस्परच टाळत असत.

पण माझं त्यांच्याविषयी मत अतिशय चांगलं होतं. त्यांच्याविषयी मला आदर होता. म्हणूनच त्यांना वेड लागल्याची बातमी ऐकून मी व्यथित झालो. आजकाल

व्यवसायातली नीतीमत्ता इतक्या खालच्या थराला गेली होती, की त्यांच्या कोणी प्रतिस्पर्ध्यांनी अशी भूमिका उठवली नसेल, याची खात्री देता येत नव्हती. विशेषत: पराडकरांचं आणि देशपांड्यांचं भांडण झाल्यापासून 'राजमुद्रा' आणि पराडकरांचे नवीन प्रकाशक 'रंगतरंग' यांच्यातली स्पर्धा तीव्र झाली होती. 'राजमुद्रा'नं म्हणजेच देशपांड्यांनी 'रंगतरंग'विरुद्ध ब्रही काढला नव्हता. किंवा त्यांच्याविरुद्ध कोणतीही निगेटिव्ह कॅम्पेन राबवली नव्हती. देशपांड्यांना अशा प्रकारांची चीड होती. जी व्हायची ती स्पर्धा निकोप व्हावी, गुणवत्तेवर आधारीत व्हावी, वाचकांना परवडेल अशी किंमत ठेवण्यासंबंधी व्हावी, त्यासाठी आपल्या प्रॉफिट मार्जिनमध्ये कपात करावी लागली तरी चालेल, अशा त्यांच्या ऑर्डर्स होत्या. पण त्यांनी काही एथिकल प्रिन्सिपल्स वापरली, म्हणून इतरही धर्मयुद्धाच्या त्याच नियमांचं पालन करतील, अशी खात्री देता येत नव्हती.

मी संजय गरुडेला गाठलं आणि त्यालाच या बातमीची शहानिशा करायला सांगितली. त्यानं बातमीत थोडंफार तरी तथ्य असल्याचं सांगितल्यानं मी आणखीनच व्यथित झालो.

''बाबूजींचं वागणं विचित्रच झालंय आजकाल.'' संजय म्हणाला.

''तसं त्यांचं वागणं नेहमीच विचित्र होतं, असं बरेचजण म्हणतात.''

''त्या अर्थानं नाही म्हणत मी. आजकाल त्यांना कसकसले भास होतात. इतरांना दिसत नसलेल्या काही गोष्टी दिसतात. काही काही वेळा ते आपल्याशीच बडबडत बसलेले लोकांनी पाहिले आहेत. त्यांना विचारलं तर तिथं दुसरंच कोणीतरी होतं, असं ते शपथेवर सांगतात. कोण ते मात्र त्यांना सांगता येत नाही. अतिश्रमामुळं त्यांच्या डोक्यावर परिणाम झाला असावा, असं त्यांच्या नातेवाईकांचं, जवळच्या मित्रांचं म्हणणं आहे. त्यासाठी त्यांनी काही काळ विश्रांती घ्यावी, कुठंतरी लांबच्या प्रवासाला जावं, असं अनेकांनी सुचवून पाहिलं; पण देशपांडे कोणाचंच ऐकायला तयार नाहीत.''

''पण नेमकं झालंय तरी काय त्यांना?''

''आता मी काही कोणी डॉक्टर नाही; पण हॅलुसिनेशन्स, पॅरॅनोईया की असंच कायसंसं म्हणतात त्याला. म्हणजे आपल्यावर सतत कोणाची तरी पाळत आहे, कोणीतरी सतत आपल्याला त्रास देण्यासाठी आपला पाठलाग करतोय, अशी त्यांची खात्री आहे. इतरांना दिसत नसलेला असा कोणीतरी सतत आपल्याला छळत असतो, अशी त्यांची तक्रार असते. आपल्याला तर कोणीच दिसत नाही असं इतर कोणी म्हटलं, की ते भडकून उठतात. गेल्याच आठवड्यातली गोष्ट–''

''काय झालं?''

''बोर्ड मीटिंग चालू होती. कसल्यातरी गंभीर विषयावर चर्चा चालू होती.

आणि ते एकदम भडकून उठले. आपल्या घोट्याजवळ कोणीतरी खाजवतंय, अशी तक्रार त्यांनी केली. वास्तविक बोर्डरूममध्ये डायरेक्टर्स आणि सीनियर एक्झिक्युटिव्हजशिवाय दुसरं कोणीच नव्हतं. त्यांच्यामधलं कोणी अशी मस्करी करेल आणि तीही देशपांड्यांची, हे शक्यच नव्हतं. तरीपण देशपांड्यांनी आपला हेका सोडला नाही. त्यांच्या शेजारी मेजर जनरल रानडे बसले होते. तेच आपली मस्करी करताहेत, असं मानून देशपांडे त्यांच्यावरच उखडले. त्यांना नाही नाही ते बोलले. दुसरा कोणी असता तर त्याच क्षणी राजीनामा देऊन निघून गेला असता. वर 'राजमुद्रा'वर आणि देशपांड्यांवर अब्रुनुकसानीचा खटला भरला असता तो वेगळाच; पण रानड्यांना सगळा मामला ठाऊक होता, म्हणून ते गप्प बसले. देशपांड्यांच्या शेजारची खुर्ची टाळून दुसरीकडे जाऊन बसले.''

माझ्या तोंडून एक लांबलचक शीळ निघून गेली.

''कठीण आहे. वाईट झालं. एका भल्या माणसावर काय प्रसंग आला हा!''

मी देशपांड्यांबद्दल बोलत होतो की रानड्यांबद्दल, हे माझं मलाही सांगता आलं नसतं.

''तर काय!'' संजय म्हणाला, ''त्यातही कहर म्हणजे आपल्याला काही मानसिक व्याधी जडलीय, याचा विचार करायचीही देशपांड्यांची तयारी नाही. त्यामुळं डॉक्टरकडे जाऊन तपासून घ्यायलाही ते तयार होत नाहीत. एकदा त्यांच्या घरच्यांनी त्यांच्या नकळत, 'एक नवा लेखक आहे' असं सांगून एका सायकिॲट्रिस्टला त्यांच्याकडे पाठवलं; पण देशपांडे चाणाक्ष. त्याचं ते सोंग ओळखायला देशपांड्यांना दहा मिनिटंही लागली नाहीत. जवळजवळ धक्के मारतच त्यांनी त्या डॉक्टरला घालवून लावलं. त्याला अशा पेशंट्सची सवय होती. म्हणूनच तो घरच्यांवर रागावला नाही; पण जाताजाता देशपांड्यांना अर्जंट ट्रीटमेंटची गरज आहे, हे मात्र त्यानं ठासून सांगितलं.''

''मला त्यांना भेटावंसं वाटतंय रे. तू माझ्यासाठी त्यांची ॲपॉईंटमेंट घेऊ शकशील का?'' मी साळसूदपणे चेहरा निर्विकार ठेवत संजयला विचारलं.

त्यानं चमकून माझ्याकडे पाहत विचारलं,

''म्हणजे विचार काय आहे तुझा?''

''छे रे! विचार कसला असणार! मला त्यांच्याविषयी आदर आहे आणि त्यांचं हे असं झाल्याचं ऐकून वाईट वाटलंय. म्हणून भेटावंसं वाटतंय.''

''हे बघ, तू त्यांना सिम्पथी दाखवायला जाणार असशील, तर मुळीच जाऊ नकोस. त्या डॉक्टरची किंवा मेजर जनरल रानड्यांची त्यांनी गय केली नाही. तिथं तुझी काय पत्रास! तुला कदाचित ते आपल्या संस्थेत परत पाऊलही ठेवू देणार नाहीत. पुढचं एकही पुस्तक ते प्रकाशित करणार नाहीत.''

"मी काळजी घेईन त्यांना न दुखवण्याची; पण तू त्यांची आणि माझी भेट घडवून आणच."

"म्हणजे तुझ्या डोक्यात काही तरी वेगळंच शिजतंय, ही मला आलेली शंका बरोबरच आहे तर! तू या भानगडीत पडू नयेस, असाच सल्ला देईन मी तुला. पण तुझा हट्टच असेल, तर मिळवेन मी तुझ्यासाठी ती अ‍ॅपॉईंटमेंट. पण काही बिनसलं, तर मी कानावर हात ठेवून मोकळा होईन. मला प्रोफेशनल हाराकिरी करायची नाहीय!"

संजय निघून गेल्यावर मीही विचार करू लागलो. हा जो अदृश्य खुनी मोकाट सुटला होता, तोच देशपांड्यांच्या या कंडिशनला कारणीभूत असणार, असं मला कितीही वाटलं तरी ते त्यांना पटवून कसं द्यायचं, हा प्रश्न होताच. आणि मला त्यात पडण्याचं कारण तरी कोणतं होतं! पण तेवढ्यात त्यांच्याच 'राजमुद्रा'नं मी पराडकरांचा खुनी शोधून काढणार आहे, अशी पब्लिसिटी करून मला या चक्रव्यूहात ढकलून दिलं होतं, याची आठवण झाली. देशपांड्यांनी विचारलंच असतं तर मी ते कारण पुढं करणार होतो.

-१५-

संजयनं मला परावृत्त करण्याचा कितीही प्रयत्न केला असला, तरी देशपांड्यांची भेट घडवून आणण्यात त्यानं अजिबात हयगय केली नाही. चारच दिवसांनी त्यानं माझी देशपांड्यांशी अ‍ॅपॉईंटमेंट ठरवली होती. हा प्रॉब्लेम सुरू झाल्यापासून देशपांडे आपल्या ऑफिसातून क्वचितच बाहेर जात. लंचही ते आता आपल्या चेंबरमध्येच घेत. त्यांनी मला तिथंच बोलावलं होतं.

देशपांडे वक्तशीरपणाबद्दल पर्टिक्युलर होते, याची मला माहिती होती. त्यामुळं मी वेळेच्या आधीच दहा मिनिटं पोचलो. सुमेधानं माझं स्वागत केलं. आणि तिनंही मला सावध राहण्याची वॉर्निंग दिली. देशपांड्यांच्या कलानं मी घ्यावं, त्याचबरोबर त्यांच्यासमोर आणि त्यांच्यापासून जरा लांबच बसण्याचा सल्ला तिनं मला दिला. आपण इथं बाहेरच असू. काही वेगळं दिसलं, वाटलं तर ताबडतोब आपल्याला बोलावण्याची आठवणही तिनं दिली.

मी देशपांड्यांच्या चेंबरमध्ये शिरलो तो थोड्याफार दडपणाखालीच.

पण देशपांड्यांनी माझं चांगलं स्वागत केलं. मला मिस्टर मस्तकार न म्हणता त्यांनी मनोज असं संबोधायला सुरुवात करून त्यांनी आमच्या बोलण्यात इन्फॉर्मलिटी आणली. माझ्या मनावरचं दडपण बरंच कमी झालं. त्यांचं स्वत:चं जेवण म्हणजे एक सँन्डविच आणि फ्रूट ज्यूस इतकंच होतं. माझ्यासाठी मात्र त्यांनी चांगलच उंची

जेवण मागवलं होतं.

जेवण होईतो आमच्या अशाच अवांतर गप्पा झाल्या. माझ्या नव्या पुस्तकाबद्दल आणि पुढच्या प्लॅन्सबद्दलच देशपांड्यांनी विचारलं. मी कशासाठी अ‍ॅपॉईंटमेंट मागितली, याविषयी त्यांनी काही विचारलंच नाही.

आणि तेच बरं झालं. कारण त्यांनी विचारलंच असतं तर मी काय सांगणार होतो. त्यांच्या वागण्यात, बोलण्यात मला काहीही वेडंवाकडं आढळलं नाही. विक्षिप्तपणाचा मागमूसही दिसला नाही. ते संपूर्णपणे नॉर्मल आहेत, असं मी शपथेवर सांगायला तयार झालो असतो.

जेवणही संपलं होतं. बोलण्यासाठी आता तसे काही विषयही राहिले नव्हते. मला आता निरोप घ्यायला हवा याची जाणीव झाली होती. मी उठणार तोच अकस्मात ध्यानीमनी नसताना देशपांडे बसल्याजागीच एकदम ताठ झाले. माझ्यावरची त्यांची नजर हलली आणि माझ्यापाठी कुठंतरी ते पाहू लागले. त्यांचा चेहरा एकदम वेडावाकडा झाला. भीतीनं काळवंडून गेला. त्या एअरकंडिशन्ड खोलीतही त्यांच्या कपाळावरून घामाचे ओघळ वाहू लागले होते. ते काही तरी बोलू पाहत होते; पण दातखीळ बसल्यासारखा त्यांच्या तोंडातून शब्द फुटत नव्हता. हार्ट अटॅक येताना काय होतं, याची मला माहिती नाही. तसा अनुभव मी कधीच घेतला नव्हता; पण देशपांड्यांना हार्ट अटॅक येतोय की काय, असं वाटून मी सुमेधाला बोलवायला जाणार, तोच ते एकदम किंचाळले.

"काय होतंय, बाबूजी?" मी कसंतरी विचारलं.

माझा प्रश्न त्यांनी ऐकला नसावा बहुतेक. कारण त्यांची नजर अजूनही माझ्या पाठी कुठं तरी एकटक लागली होती आणि त्यांचे ओठ नुसतेच थरथरत होते. वांझोटेपणे. त्यांच्यामधून स्वरच फुटत नव्हता.

आणि तो फुटला तेव्हा माझ्या अंगावर काटाच उठला.

" तो, तो, ती कट्यार–" भांड्यावर एखादी अणकुचीदार वस्तू फिरवल्यावर शहारे आणणारा आवाज उठतो, तशा धातूमय आवाजात ते उद्गारले.

मी गर्रकन वळून पाहिलं; पण तिथं काहीच नव्हतं. कोणीही नव्हतं. मी आणि देशपांडे यांच्याव्यतिरिक्त त्या खोलीत कोणीही नव्हतं. मी परत वळून पाहिलं. देशपांड्यांनी आपले डोळे आपल्या हातांनी झाकून घेतले होते. एखाद्या झंझावातात सापडलेला वृक्ष जसा मुळांपासून हादरतो, तसं त्यांचं शरीर हिंदकळत होतं.

"बाबूजी—"

"काही नाही, मनोज—" स्वत:ला महत्प्रयासानं आवरत ते म्हणाले, "आय अ‍ॅम ऑल राईट. आय वुईल बी ऑल राईट. बस्स, जरा दमल्यासारखं वाटतंय मला."

"पण आता तुम्ही काही तरी कट्यारीसंबंधी बोलत होतात–"

"छे, छे! काही नाही. कट्यार? कसली कट्यार?"

"तुम्हाला आत्ता एखादी कट्यार दिसली का?"

"नाही म्हटलं ना!" देशपांडे मोठ्यानं ओरडले. ते आता माझ्यावर चिडणार, मला तिथून हाकलून देण्यासाठी उठणार, असं वाटत असतानाच ते एकदम हसायलाच लागले. थांबून थांबून पण मोठमोठ्यानं. जणू त्यांना ठराविक वेळेनंतर हसण्याची उबळ येत होती. खोकल्याची यावी तशी. पुढच्याच क्षणी ते खुर्चीतल्या खुर्चीतच वेडावाकडा नाच करू लागले. हसत होते. शरीर वेडंवाकडं करत होते. हसता हसता रडत होते. वेदना झाल्यासारखे. आणि तोंडानं जोरजोरानं म्हणत होते. "नको ना! प्लीज. मी पाया पडतो. आय बेग ऑफ यू. स्टॉप इट!"

पुढच्याच क्षणी हे सगळं थांबलं. जसं अचानक ते सुरू झालं होतं, तसंच अचानक ते थांबलं. देशपांडे अतिशय थकून मलूल होऊन खुर्चीतच पडून राहिले होते. त्यांचं अंग घामानं थबथबलं होतं. त्यांचा श्वासोच्छ्वास जोरानं चालू होता. त्यांना बोलवत नव्हतं. हातानंच मला खुणावत, त्यांनी पाणी द्यायला सांगितलं. मी त्यांच्या टेबलावरच्या मिल्टनच्या थर्मासमधलं पाणी ग्लासात ओतून त्यांना दिलं. ते गटागटा ते ग्लासभर पाणी प्यायले. तेवढ्यानंही दमछाक झाल्यासारखे पडून राहिले. मी त्यांना तसंच काही वेळ राहू दिलं आणि मग त्यांच्या पाठीवरून हात फिरवत हलक्या आवाजात विचारलं,

"काय झालं होतं, बाबूजी?"

क्षणभर ते माझ्याकडे पाहतच राहिले. जणू मला ते ओळखतच नव्हते. तेवढ्यात माझ्या पाठचा चेम्बरचा दरवाजा कोणीतरी उघडून आपटून बंद केल्याचा आवाज आला. मी आणि देशपांडे दोघेही दचकलो. त्याबरोबर एखाद्या दुःस्वप्नातून जागं होत असल्यासारखं देशपांड्यांचं अंग शहारलं. त्याच क्षणी त्यांच्या मनाचा निर्धार झाला असावा. कदाचित मी त्यांच्या तितक्या जवळच्या परिचितांपैकी, आप्तांपैकी नसल्यामुळं त्यांनी आपलं मन माझ्याकडे मोकळं करण्याचं ठरवलं असावं.

"विश्वास ठेव माझ्यावर मनोज, मला कोणीतरी गुदगुल्या करत होतं. असह्य होणाऱ्या गुदगुल्या."

"यापूर्वी कधी असं झालं होतं का, बाबूजी?"

"हो. अलीकडे असे प्रकार वरचेवर होऊ लागले आहेत. मलाच जाणवणारं काही तरी घडतं. आत्ताच बघ ना. मला कोणीतरी गुदगुल्या करत होतं. जोरजोरानं. दुष्टपणानं. मला त्या जाणवत होत्या. त्यांचा मला त्रास होत होता. खरोखरीचा त्रास.

तो भास नव्हता. खरोखरीच इथं असणारं कोणीतरी मला गुदगुल्या करत होतं; पण तुला मात्र इथं तुझ्यामाझ्याशिवाय तिसरं कोणीच दिसत नव्हतं. हे असंच होतं आजकाल. मला अशा वेगवेगळ्या जाणिवा होतात. आत्ता थोड्याच वेळापूर्वी मला तो तुझ्यापाठचा दरवाजा उघडून एक कट्यार माझ्या दिशेनं येत असलेली दिसली. फक्त एक कट्यार. हवेत अधांतरी लोंबकळणारी एक कट्यार. मी किंचाळल्यावर ती एकदम नाहीशी झाली. आता तो दरवाजा कोणीतरी आपटून बंद करावा तसा बंद केला गेला.''

''हो. तो आवाज मीही ऐकला.''

''पण इथं आपल्या दोघांशिवाय कोणीही नव्हतं. आणि आपण दोघेही आपापल्या जागीच बसून होतो. तरीही तो दरवाजा आपटला गेला. हे असंच होतं. मला कसकसले अनुभव येत राहतात. काहीकाही दिसत राहतं. इतरांना ते दिसत नाही की त्याचा अनुभव येत नाही. त्यामुळं त्यांना हे सगळे माझ्या मनचे खेळ वाटतात. मला कसले तरी भास होताहेत, असंच त्यांना वाटत राहतं. माझं मानसिक संतुलन ढळलंय अशीच त्यांची समजूत होते.''

''पण मग डॉक्टरांना भेटून तुम्ही याची शहानिशा का करून घेत नाही?''

''मी तशी केलीय. माझ्या विश्वासातल्या डॉक्टरकडून मी माझी संपूर्ण तपासणी करून घेतली. कंप्लीट चेक अप. फिजिकल, फिजियॉलॉजिकल आणि सायकॉलॉजिकलसुद्धा.''

''आणि त्यांनी काय सांगितलं?''

''दॅट आय ॲम पर्फेक्टली नॉर्मल. फिजिकली ॲज वेल ॲज फिजियॉलॉजिकली. सायकॉलॉजिकलीसुद्धा त्यांना तसं वावगं काहीच आढळलं नाही. तरीही एखाद्या ख्यातनाम सायकिॲट्रिस्टकडून मी माझी तपासणी करून घ्यावी, असं त्यांनी सुचवलं. मला त्याची गरज वाटत नाही. मला काहीही झालेलं नाही. मला वेड लागलेलं नाही. खात्री आहे माझी; पण माझ्यावर कोणीही विश्वासच ठेवायला तयार होत नाही.'' त्यांचा स्वर अतिशय खिन्न झाला होता.

''मी तयार आहे तुमच्यावर विश्वास ठेवायला, बाबूजी आय बिलीव्ह यू. टोटली. एवढंच नाही तर तुम्हाला काय होतंय, याचाही अंदाज आलाय मला.''

त्यांना एकदम शॉक बसल्यासारखं झालं. बसणारच! आजवर त्यांच्यावर कोणीच विश्वास ठेवायला तयार नव्हतं. आणि इथं एक तसा अनोळखीच असलेला तरुण पोरगा त्यांचं म्हणणं संपूर्णपणे मान्य करायला तयार झाला होता. मी तर हडबडूनच गेलो असतो.

पण स्वत:ला त्यांनी लवकरच सावरलं. मी त्यांची चेष्टा तर करत नाही, अशी शंका त्यांना आली. ती त्यांनी बोलून दाखवण्याच्या आतच त्यांच्या चेहऱ्यावर

स्पष्टपणे दिसायला लागली. मी त्यांचा हात हातात घेत परत एकदा हळुवारपणे विचारलं.

"मी आता जे काही तुम्हाला सांगणार आहे, ते तुम्ही शांतपणे ऐकून घ्याल, बाबूजी?"

इतरांप्रमाणेच मीही आता त्यांना काही तरी उपदेशच करणार आहे, अशी त्यांची समजूत झाली होती. पण मी लगबगीनं म्हणालो.

"मला तुम्हाला एक कथा सांगायची आहे. पण ही कपोलकल्पित कथा नाही माझ्या इतर कथांसारखी. ही एक सत्यकथा आहे."

ते काहीच बोलले नाहीत. गप्पच राहिले. पण 'मौनं संमतीलक्षणम्' की असंच काहीसं म्हणतात ना! मी त्यांच्या मौनाचा सोयीस्कर अर्थ लावून त्यांना सांगत राहिलो.

त्यांच्याच इथल्या पार्टीमध्ये माझी आणि पराडकरांची पहिली भेट झाली तेव्हापासूनची सगळी हकीकत मी त्यांना सांगितली. निनाद काळे, चित्रा मुरबाड, धनंजय पराडकर, त्यांचा भाऊ डॉक्टर पीटर पराडकर, आणि हो, ग्यानबा बोका, या सगळ्यांच्या खुनांच्या कहाण्या मी त्यांना सांगितल्या. पीटर पराडकरांनी शोधून काढलेला तो ॲन्टिपिगमेंट सल्फापेट्रियम. त्याचा वापर करून अदृश्य बनलेला तो पिसाट. सगळं काही. काहीही हातचं राखून ठेवलं नाही.

देशपांड्यांना दाद दिली पाहिजे. जवळजवळ पाऊण तास मी बोलत होतो. त्यांनी मला मध्ये कुठंही अडवलं नाही. तसा यत्किंचितही प्रयत्न केला नाही. माझं बोलून झाल्यावरही ते काही वेळ गप्पच राहिले; पण त्यांच्या मनात प्रचंड खळबळ चालली असावी, हे त्यांच्या चेहऱ्यावरून स्पष्टपणे दिसत होतं. माझ्या त्या सांगण्याचा रोख काय होता, हे त्यांना उमजलं होतं. तरीही खात्री करून घ्यावी या उद्देशानं ते म्हणाले,

"या सगळ्याचा माझ्याशी काय संबंध आहे, हे मी नाही समजलो."

"आजवर या पिसाटानं चार खून केले आहेत. आणि त्या मांजराचा पाचवा. आता त्याच्या हिट लिस्टवर तुमचा नंबर आहे; पण आजवरचे सगळे खून पचल्यामुळं आता तो धीट झाला आहे. आता तुमचा काटा काढण्यापूर्वी तो तुम्हाला एखाद्या मांजरानं उंदराला खेळवावं असं खेळवतोय. एक जिवघेणा खेळ खेळतोय. तसं केल्यानं मानसिक संतुलन ढळल्यामुळं तुम्ही आत्महत्त्याच केली, असं भासवण्याचा त्याचा मार्ग मोकळा होणार आहे."

"डेंजरस! डेंजरस! भयानक आहे हे सगळं. मला लोक पागल म्हणतात. पण हा तर पिसाट आहे. पण हे असंच होतंय, हे प्रूव्ह कसं काय करणार आहेस तू? मला हे सगळे वेडेवाकडे अनुभव आल्यामुळं माझा विश्वास बसला तुझ्या सांगण्यावर.

पण इतर कोणालाही ते सहजासहजी पटणार नाही.''

''खरं आहे तुमचं म्हणणं. पण एसीपी पवारांना माझं म्हणणं पटलंय. विशेषत: पीटर पराडकरचा खून झाल्यानंतर त्यांची खात्री झालीय; पण त्यांचीही अडचण आहे. काही तरी ठोस पुरावा मिळाल्याशिवाय ते पुढचं पाऊल टाकू शकत नाहीत. शिवाय हा पिसाट कोण, याचीही ओळख पटलेली नाहीय. धनंजय पराडकरच अदृश्य होऊन हे सूडसत्र चालवत असावेत, असं एक वेळ वाटत होतं; पण त्यांचाच खून झाल्यानंतर ती शक्यता मावळली. त्यांनी कोणाला तरी सुपारी दिली असेल, असंच आता आम्हाला वाटतंय आणि ज्याला ती दिली तो त्या सुपारीनुसार ज्यांचा काटा काढायचा तो तर काढतोच आहे. पण त्याच्या विरुद्ध जे जे कोणी पुरावा देऊ शकतील, त्यांनाही आपल्या मार्गातून हटवतोय. म्हणून तर धनंजय आणि पीटर पराडकरांनाही मारलं गेलंय.''

''मग आता तुलाही सावधपणे वागायला हवंय. कारण तुलाही त्याचं रहस्य कळलेलं आहे. तेव्हा तो तुलाही उडवल्याशिवाय कसा राहील. तू तुझी ही सगळी कहाणी मला ऐकवत होतास, तेव्हा तो इथंच असण्याची शक्यता नाकारता येत नाही.''

आता मलाही घाम फुटायला आला होता. माझ्या घशात चिमण्या चिवचिव करायला लागल्या होत्या. कसंबसं त्यांना हाकलून देत मी म्हणालो,

''पण मी तुम्हाला काही सांगण्यापूर्वीच तो दरवाजा आपटून बंद झाला होता.''

''पण तसा तो बंद केल्याचा आवाज करून तो आतल्या बाजूलाच राहिला असेल तर? तो इथून निघून गेलाय, अशीच आपली समजूत व्हावी, म्हणूनच त्यानं तो दरवाजा इतक्या जोरानं आवाज करत आपटला नसेल कशावरून?''

देशपांडे आता आपला प्रॉब्लेम विसरले होते. त्यांची मूळची कुशाग्र बुद्धी जागृत झाली होती.

''खरं आहे. तसंही असू शकेल. मलाही आता काळजी घ्यायला हवी. आपल्याला दोघांनाही.''

''पण हे कळूनही आपण काय करू शकतो? तो जर दिसतच नाही, तर त्याला आपण कसं अडवू शकतो?''

''ती अडचण आहे, हे कबूल. तिच्यावर माझ्याकडे सध्या तरी काही उपाय नाही. पण आपण दोघांनीही आता इतरांना काय वाटतंय याची पर्वा न करता यावर आपल्याला सुचेल तशी ॲक्शन घ्यायला हवी. मघाशी तो तुम्हाला गुदगुल्या करत होता. त्या वेळी तो तुमच्या जवळ होता. अशा वेळी त्याला घट्ट पकडून ठेवायचा प्रयत्न करा. तुम्ही हवेशीच कुस्ती खेळताय अशी इतरांची समजूत झाली, तरी त्याला भीक घालू नका. मघाशी तुम्हाला ती कट्यार दिसली. परत तशी दिसली

तर तिच्या दिशेनं तुम्ही पिस्तूल झाडा. एसीपी पवारांना सांगून मी तुम्हाला पिस्तुलाचा परवाना मिळवून देईन. मी आता इथून सरळ त्यांनाच भेटायला जातोय. त्यांना मी तुमची हकीकत सांगितली तर हरकत नाही ना तुमची?''

त्यावर त्यांचं काही उत्तर यायच्या आधीच मी बाहेर पडलो. मी तिथून निघणार, तोच मला सुमेधानं हाक मारली. मला देशपांडे जेवण झाल्याबरोबर घालवून देतील, अशीच तिची कल्पना होती. मी इतका वेळ त्यांच्याबरोबर होतो, हे पाहून तिला आश्चर्यच वाटलं होतं. काय झालं हे जाणून घ्यायची उत्सुकता तिला होतीच; पण मी काहीही थांगपत्ता लागू न देता काहीतरी गुळमुळीत बोललो. तेवढ्यात तिनं काही पत्रं माझ्यापुढं केली. माझी पुस्तकं वाचणाऱ्या चाहत्यांची पत्रं कित्येक वेळा प्रकाशकांच्या पत्त्यावर येत.

''तुम्ही आज येणार हे माहिती असल्यामुळं डिस्पॅचच्या खानोलकरनं परवाच ती माझ्याकडे आणून दिली होती.'' अन् तेवढ्यात कपाळाला आठ्या घालत ती म्हणाली, ''पण ही तर आठच पत्रं आहेत. काल खानोलकरनं दिली तेव्हा मी मोजली होती. नऊ होती.''

एकेक पत्र वेगळं करत तिनं तो गठ्ठा तपासला. आणि मग उलगडा झाल्यासारखं ती म्हणाली,

''दॅट्स राईट. ते पत्र दिसत नाही याच्यात.''

''ते पत्र? काही खास होतं का?''

''हो ना. त्याला वास येत होता.''

काही काही वेळा असं सुगंधी प्रेमपत्रही येत असे मला. स्वप्नातच रमणाऱ्या एखाद्या गुड्डीचं.

''वास? कोणता पर्फ्युम होता? पॉयझन? की मिस्चिफ?'' मी खिल्ली उडवत म्हणालो.

''पर्फ्युम कुठला? सडलेल्या अंड्यासारखा वास होता. इतकी दुर्गंधी सुटली होती इथं, की मला रूम फ्रेशनरचा भरपूर मारा करावा लागला होता.''

माझा चेहरा त्याक्षणी काळाठिक्कर पडला असणार. समोर आरसा नव्हता म्हणून बरं. आणि सुमेधाही ते पत्र शोधण्यात गुंतली असल्यामुळं माझ्याकडे तिचं लक्षच नव्हतं. मघाच्या त्या चिमण्या परत माझ्या घशात शिरल्या होत्या. परत एकदा त्यांना कसंबसं हाकलून देत मी म्हणालो.

''सडलेल्या अंडयासारखा वास?''

''हो ना. म्हणून तर मी ती पत्रं या सगळ्यात खालच्या ड्रॉवरमध्ये ठेवली होती. त्याला अजूनही तो वास चिकटून राहिला असेल. बघायचाय का तुम्हाला?''

''नको, नको. पण ते पत्र मात्र मिळायला हवं.''

"तेच तर कळत नाही, कसं गायब झालं ते. मघाशी तुम्ही बाबूजींच्या चेम्बरमध्ये जायच्या वेळीच मी तुम्हाला देणार होते; पण मग त्याचा वास त्यांच्या चेम्बरमध्येही पसरला असता. म्हणून मग तुम्ही आत गेल्यावर मी ती इथं वर टेबलावर काढून ठेवली. मध्ये मी फक्त पाचसात मिनिटांसाठीच माझ्या केबिनबाहेर गेले असेन, पण इथं त्या वेळात कोणीच आलं नव्हतं. मग ते कुठ गेलं? असेल इथंच कुठंतरी. वाऱ्यानं कुठंतरी इकडेतिकडे गेलं असेल. किंवा या इतर पेपर्सबरोबर कुठंतरी वरखाली झालं असेल. मी बघून ठेवेन. महत्त्वाचं होतं का?"

"ते बघितल्याशिवाय कसं सांगता येईल?" माझ्या आवाजातला कंप दाबून टाकण्याचा कसोशीचा प्रयत्न करत मी म्हणालो. "कदाचित त्यात काही महत्त्वाचं असू शकेलही. बघून ठेवशील ना?"

"ऑफ कोर्स!"

- १६ -

कधी नव्हे तो घरी आल्याबरोबर मी ड्रिंक घेत बसलो. स्कॉचचा चांगला पटियाळा पेग तयार केला. ऑन द रॉक्स. त्याचा एक भलामोठा घोट घसा जाळत पोटात उतरला, तेव्हा एक मस्त किक मस्तकात भिनून गेली. दोरीचा वेढा एका झटक्यात सोडत भोवऱ्याला चालना द्यावी, तशी झिणझिणणाऱ्या मेंदूला टाच मारून गेली.

त्या पत्राला येणारा सडक्या अंड्यांचा वास हैड्रोजन सल्फाईडचा असणं शक्य आहे. तसं असेल तर मग ते पत्र कदाचित पीटर पराडकरनं लिहिलेलं असावं. कारण त्याच्या त्या घरात तो वास इतका भरून राहिला होता, की तिथल्या प्रत्येक वस्तूला त्याचा स्पर्श झाला होता. मी त्याला भेटून गेल्यानंतर पीटरला काही नवीन माहिती मिळाली असेल किंवा मला न सांगितलेल्या गोष्टीची आठवण झाली असेल. त्यासंबंधीच त्यानं त्यात लिहिलं असेल. तसं असेल तर मग ते पत्र अतिशय महत्त्वाचं असणार, यात शंकाच नाही; पण फक्त मी त्याला येऊन भेटावं एवढं सांगण्यासाठीच त्यानं ते पत्र लिहिलं असेल, तर मग त्याला फारसा अर्थ नव्हता. यातली कोणती गोष्ट खरी होती, हे मात्र ते पत्र पाहिल्याशिवाय कळणार नव्हती.

आणि नेमकं तेच पत्र गायब झालं होतं. मी देशपांड्यांच्या ऑफिसात पोचलो तेव्हा ते तिथं होतं. सुमेधानं आपल्या टेबलावर ते ठेवलं होतं. तिला त्याची खात्री होती; पण मी देशपांड्यांशी बोलत बसलो होतो, तेवढ्या वेळात ते तिथून गायब झालं. त्याच वेळात देशपांड्यांच्या चेम्बरमध्ये तो अदृश्य खूनी आला होता. त्याला

तो सडक्या अंड्याचा वास ओळखीचा असणारच. मग त्याला त्या पत्राचं महत्त्वही समजलं असणार. त्यानंच तर ते तिथून उचललं नाही? तसं असेल तर मग ते कायमचं हरवलं. ते आता आपल्या हाती लागणं शक्यच नाही.

पण सुमेधा म्हणाली तसं ते तिथंच कुठंतरी मिस्प्लेस झालं असेल तर ते मिळण्याची शक्यता आहे. कोणती शक्यता अधिक आहे तेच तर कळत नव्हतं.

माझ्या ग्लासातला पहिला पेग संपला, दुसराही अर्धाअधिक खलास झाला, तरी मला त्याचं उत्तर मिळालं नव्हतं. कसं मिळावं? कोणत्याही लॉजिकल विचारातून ते मिळणार नव्हतं. त्याविषयी प्युअर स्पेक्युलेशनच करता येणार होतं आणि तेही बहुधा विशफुल थिंकिंगसारखं होणार होतं.

माझं डोकं गरगरायला लागलं होतं. ते त्या सटासट घेतलेल्या पटियाळा पेगपायी होतं, असं छातीठोकपणे नसतं सांगता आलं मला.

आता तर डोक्यात कोणीतरी जोरजोरात घंटा बडवायला सुरुवात केली होती. मला हेमिंग्वेच्या 'फॉर हूम द बेल टोल्स'ची आठवण झाली. 'द बेल टोल्स फॉर दी', हा तुझ्या शेवटाचा घंटानाद घणघणतोय, असं पराडकर मला ओरडून सांगताहेत, असं वाटू लागलं. मी कान घट्ट झाकून घेण्याचा प्रयत्न केला. तरी तो घंटानाद चालूच राहिला होता. तो आता अंतापर्यंत माझा पिच्छा पुरवणार आहे,असं वाटत असतानाच तो शेजारच्या टेलिफोनचा आहे, असं मला जाणवलं. त्या गदारोळात माझ्या मनात त्या विचारानं कसा थारा मिळवला, याचं अजूनही मला आश्चर्य वाटतं.

फोन मितालीचा होता. ती ओरडत होती, रडत होती, किंचाळत होती. हिस्टेरिकल झाली होती. तो आवाज अजूनही माझ्या कानांमध्ये रेकॉर्ड केल्यासारखा भरून राहिला आहे. त्याची नुसती आठवण झाली तरी माझ्या पाठीमधला मणका वितळून तिथं एक जेली तयार होते.

"मिताली, मिताली काय झालंय? नीट सांग."

तिनं माझा प्रश्न ऐकला की नाही कोण जाणे! ती पूर्वीसारखीच किंचाळत म्हणाली,

"तो, हो तोच असणार. इथं आलाय. त्यानं माझा छळवाद मांडलाय. मी जाईन तिथं तो माझ्या पाठी येतोय. मला तो स्पर्श करतोय. त्याचा किळसवाणा स्पर्श मला नकोसा झालाय. तो माझे कपडे फाडतोय. मी बाथरूममध्ये स्वत:ला कोंडून घेण्याचा प्रयत्न केला. तिथंही तो आला. माझे कपडे उतरवू—" मिताली पुढं काही बोललीच नाही. मोठमोठ्यानं हुंदके देत ती रडू लागली. ओरडू लागली. किंचाळू लागली.

"नाही, नाही सहन होत आता मला हे. मनोज, प्लीज, प्लीज हेल्प मी.

हेल्प! हेल्प!–'

हातातला रिसिव्हर तसाच टाकून देत मी तिथून धूम ठोकली.

मितालीच्या घरी पोचायला मला वीसएक मिनिटंच लागली असतील. तिच्या घराचा दरवाजा उघडाच होता. मिताली आपल्या बेडरूममध्ये होती. कॉटवर अस्ताव्यस्त पसरली होती. तिच्या अंगावरच्या पंजाबी सूटच्या चिंध्या झाल्या होत्या. केस पिंजारलेले होते. लिपस्टिक, गंध वेडंवाकडं पसरलेलं होतं. गालांवर सुकलेल्या अश्रूंचे ओघळ होते. त्यातच डोळ्यांमधलं काजळ मिसळून ते करड्या रंगाचे झाले होते. हुंदक्यांनी तिचं सर्वांग अजूनही हिंदकळत होतं.

तिला जवळ घेण्यासाठी मी तिच्या अंगाला हात लावला मात्र, ती किंचाळत उठली. लाथाबुक्क्यांनी मला मारायचा तिनं प्रयत्न केला.

''मिताली, मी, मी, मनोज आहे, मनोज.'' मी तिला समजवायचा प्रयत्न केला; पण तिनं डोळे घट्ट मिटून घेतले होते आणि ती अजूनही मोठमोठ्यानं ओरडत होती. त्यामुळं मी तिला दिसतही नव्हतो की माझं सांगणं तिला ऐकू येत नव्हतं. मीही मग तिला काही सांगण्याच्या फंदात पडलो नाही. फक्त तिच्या लाथाबुक्क्यांचे तडाखे चुकवत राहिलो. थोड्या वेळानं ती दमून पडून राहिली तसं पुढं होऊन मी तिला मिठीत घेतलं. तिच्या पाठीवरून फक्त तिला आश्वासक वाटणारा हात फिरवत राहिलो. त्या स्पर्शातून तिला माझी ओळख पटली. कारण पुढच्या क्षणी हुमसत हुमसतच तिनं सांगायला सुरुवात केली.

''माझ्या पाळतीवर असला पाहिजे तो. माझा पाठलाग करत तो इथं आला.'' माझ्या छातीवर टेकवलेलं आपलं तोंड तिथून हलवायचा यत्किंचितही प्रयास न करता ती सांगू लागली, ''आत येऊन मी टेलिफोन करण्यासाठी टेबलाजवळ उभी राहिले, तशी माझ्या पायाला काही तरी टोचलं. काय आहे हे पाहण्यासाठी मी वळले, तोच माझा कुरता कोणीतरी फाडला. त्याबरोबर मी किंचाळायला सुरुवात केली. तशी तो थांबला. मी पोलिसांना फोन करण्याचा विचार केला अन् थांबले. मी त्यांना काय सांगणार होते? त्यांनी मलाच वेड्यात काढलं असतं. थोडा वेळ काहीच झालं नाही, तशी मला वाटलं की तो गेलाय; पण परत त्यानं आपल्या चाळ्यांना सुरुवात केली. पोटरीच खाजव, ओढणीच ओढ, पाठीवर थापच मार, केसच ओढ, मला स्वस्थच बसू देईना तो. त्यातच माझे कपडेही फाडायला सुरुवात केली होती त्यानं. जेव्हा माझ्या सलवारीच्या नाडीला त्यानं हात घातला तेव्हा मात्र मी मोठ्यानं किंचाळत सुटले, खिडकी उघडून रस्त्यावरच्या लोकांना हाका मारण्याचा प्रयत्न करू लागले. तसा तो थांबला.''

केवळ त्या आठवणीनं मिताली नखशिखांत शहारली आणि तिला परत रडू फुटलं. तिला जास्तीच जवळ घेत मी तिच्या केसांमधून हात फिरवत म्हणालो,

"उगी, उगी. मी आता आलोय ना. डोन्ट वरी. आता नाही तो तुला त्रास द्यायचा."

"त्यानंतर काहीच झालं नाही. तासभर तरी काहीच झालं नाही. दरवाजा जोरानं आपटून बंद केला गेला. त्यामुळं तो इथून गेला असावा, अशीच माझी समजूत झाली. मी तुला तुझ्या घरी फोन केला; पण तू तिथं नव्हतास. मी डेस्परेट झाले होते. काय करावं, कुठं जावं, काहीच समजत नव्हतं. म्हणून मग मी संजय गरुडेला फोन केला. त्यानं तुझी देशपांड्यांशी मीटिंग असल्याचं सांगितलं. म्हणून तिथं फोन केला तर तू नुकताच घरी गेल्याचं त्यांनी मला सांगितलं. म्हणून परत तुला घरी फोन केला. तो खाली ठेवला आणि परत तोच प्रकार सुरू झाला. तू आत येण्यापूर्वीच तो दरवाजा जोरानं उघडला गेला. तो इथून निघूनही गेला असेल किंवा अजूनही इथंच असेल."

"असू दे, कुठंही असू दे. आता त्याच्याबरोबर झगडायलाच हवं आपल्याला. तो पिसाळल्यागत झालाय. तिकडं बाबूजींना– जगन्नाथराव देशपांड्यांनाही– असाच छळतो आहे. भर मीटिंगमध्ये त्यांचा घोटाच काय खाजवत सुटतो. गुदगुल्याच काय करतो. पाण्याचा ग्लासच काय उपडा करून सगळं पाणी सांडून काय टाकतो. कट्यार घेऊन त्यांना भीतीच काय दाखवतो. त्याचा बंदोबस्त—"

त्याच क्षणी माझ्या मनात एक विचार आला. त्याबरोबर मी मितालीच्या कानात पुटपुटलो,

"मिताली, मला वाटतं तू इथून बाहेरगावी निघून जावंस. काही दिवसांकरता."

"बाहेरगावी? कुठं? आणि कशासाठी?"

"कुठंही. इथून दुसरीकडे कुठंही. या शहराबाहेर कुठंही."

"पण तो तिथं येणार नाही कशावरून?"

"नाही, मला नाही वाटत, देशपांड्यांना आणि मला सोडून तो तुझ्यापाठी येईल म्हणून. आणि थोड्याच दिवसांचा प्रश्न आहे. तोवर मी आणि पवार याचा बंदोबस्त करण्याचा काही तरी प्लॅन शोधून काढूच. तोपर्यंत तुला बाहेरगावी गेलं पाहिजे."

"तिकडे कणकवलीला माझी एक मावशी राहते. ती कधीपासून बोलावते आहे मला. तिच्याकडे जाता येईल."

"गुड! तसं म्हटलं तर जवळ आहे आणि म्हटलं तर लांबही आहे. फाईन. उद्या सकाळीच निघायची तयारी कर तू. मला आता पवारांना त्याचे हे सगळे उपद्व्याप सांगितलेच पाहिजेत. आता पुराव्याची वाट पाहत थांबण्यात अर्थ नाही, हे त्यांना मला पटवून दिलंच पाहिजे"

तिथूनच मी पवारांच्या ऑफिसात फोन केला. पण पवार आज सुटीवर होते.

त्यांच्या सेक्रेटरीच्या मिनतवाऱ्या करून मी त्यांचा घरचा नंबर कसाबसा मिळवला.

फोनवर पवारांचा आवाज मी ऐकला त्याच क्षणी मी समजलो, की मामला बिघडलेला आहे. बहुतेक पवारांबरोबर कोणीतरी आहे. तो कोणीतरी हे ओळखण्यासाठी काही फार हुषारीची गरज होती असं नाही.

"हॅलो पवार, काय भानगड आहे?" मी विचारलं, "काही गडबड आहे का?"

"नाही, नाही, एव्हरीथिंग इज फाईन. फक्त मी काय सांगतो, ते लक्षपूर्वक ऐका मस्तकार. उद्या जर मी ड्यूटीवर हजर झालो नाही आणि माझ्या घराची दारं खिडक्या आतून बंद असल्याचं आढळलं, तर तोही इथंच असेल याची खात्री बाळगा. काळजी घेऊन इथंच त्याला पकडता येईल, हे इतरांना सांगा. आणि तसा बंदोबस्त करायला सांगा."

"काय, बोलताय काय तुम्ही, पवार?"

"आय थिंक तो इथं आहे. माझ्याबरोबर. आत्ता. या क्षणी. तसं त्यानं अजून काहीही केलेलं नाही; पण तो असल्याचं माझं मन मला सांगतंय. मीही तयारीत आहे त्याचा मुकाबला करायच्या. कुठं खुट्ट झालं किंवा अंगातल्या कपड्यांची सळसळ जरी झाली तरी मी–"

पवारांचा आवाज तसा वरकरणी शांत वाटत होता; पण त्यातला कंप मला जाणवल्यावाचून राहिला नाही. त्यांना भीती वाटत असल्याचं मी समजून चुकलो. पवार तसे उगीचच साप समजून भुई धोपटणाऱ्यातले नव्हते. भीती हा शब्द तसा त्यांच्या शब्दकोशात नव्हता. खतरनाक गुंडांना त्यांनी चळचळा कापायला लावलं होतं. तरीही आत्ता त्यांचा थरकाप उडाल्याचं दिसत होतं. दोष त्यांचा नव्हता. कितीही आडदांड गुन्हेगार असता तरी ते डरले नसते; पण तो दिसायला तर हवा! अदृश्य शत्रूचा सामना कसा करायचा! त्याच्या हालचाली कशा ॲन्टिसिपेट करायच्या!

"हे पहा पवार, मला वाटतं तुम्ही एकट्यानं सामना करू नये. मी पोलिसांना खबर देतो. ते पाठवतील."

"नको." मला मध्येच तोडत ते म्हणाले, "मी एकटा समर्थ आहे. आय कॅन टेक केअर ऑफ द बास्टर्ड." पवारांनी माझ्या पुढ्यात आजवर तरी कधी शिवी उच्चारली नव्हती. परिस्थिती किती गंभीर असेल, याची मला कल्पना आली.

"पवार, मी पोलिसांना घेऊनच येतोय. तोवर तुम्ही खिंड लढवा."

"डोन्ट वरी! मी त्याचा..." अकस्मात पवारांचा आवाज थांबला. लाईन कट झाली की काय, असं वाटून मी जोरानं ओरडलो,

"हॅलो, पवार, पवार–" पण लाईन ठीक होती. ती चालू असल्याचा हमिंग

नॉईज येत होता. पण पवारांचा आवाज मात्र येत नव्हता.

माझ्या पोटात गोळा उठला. माझ्या हृदयावर कोणाचा तरी गिळगिळीत थंडगार हात फिरतो आहे, असं वाटायला लागलं.

फोनचा हूक परत परत बडवत मी म्हणत राहिलो,

"हॅलो, पवार, हॅलो, पवार–" पण पलीकडून काहीच उत्तर येत नव्हतं.

रिसिव्हर तसाच आदळून मी मितालीला म्हणालो,

"मिताली, तू दरवाजा घट्ट लावून घे. कोणासाठीही उघडू नकोस. मी तुझी चावी घेऊन जातो. मीच ते मग बाहेरून उघडेन. मी परत येईपर्यंत खिडक्याही बंद करून घे."

मला आपल्या मिठीत घट्ट जखडत मिताली रडवेल्या सुरात म्हणाली, "मला सोडून जाऊ नकोस, मनोज."

"मला गेलंच पाहिजे, मिताली. पवारांच्या घरात घुसलाय तो वेडापीर. मला त्यांच्या मदतीला गेलंच पाहिजे. तो आत्ता तिथं आहे म्हणजे इथं नाही. तेव्हा तू जर दारंखिडक्या घट्ट लावून घेतल्यास तर तू सेफ राहशील. मी परत येतोच आहे."

कशीबशी माझी तिच्या मिठीतून सोडवणूक करत आणि तिची समजूत घालत मी तिथून निघालो. निघण्यापूर्वी मी तिची चावी घेतली. आणि बाहेरचा दरवाजा मीच बंद केला. मीच त्याला माझ्याजवळच्या किल्लीनं लॉक लावलं.

जितक्या झपाट्यानं तिथून निघता येईल तितक्या झपाट्यानं मी तिथून निघालो. रस्त्यावर येतो तो एकही टॅक्सी दिसेना. एरवी तिथं क्यू लागलेला असतो त्यांचा. इतक्यात एक आली आणि त्यातला पॅसेंजर पत्ता विचारण्यासाठी उतरला. ती संधी साधून मी त्या टॅक्सीत घुसलो आणि ड्रायव्हरला धमकी देत पवारांच्या घराच्या दिशेनं पिटाळलं. एवढं करूनही आपल्याला उशीर झालाय, अशी सारखी मला भीती वाटत होती.

ती खरी असल्याचं पवारांच्या घरी पोचताच दिसून आलं. त्यांच्या घराचे दरवाजे आतून बंद नव्हते. उलट ते सताड उघडे होते आणि आत पवारांचा निश्चेष्ट देह पडला होता. त्यांच्या छातीत बरोबर हृदयामध्ये भलीमोठी कट्यार घुसली होती. तिथून अजूनही रक्त खालच्या कारपेटमध्ये झिरपत होतं. पवारांची मूठ बंद होती. त्यात काहीतरी वस्तू असल्यासारखी. पोलिसांनी येऊन ती उघडली तेव्हा त्यात काहीच नव्हतं; पण माझ्या सांगण्यावरून तिथं हलकेच हात फिरवल्याबरोबर एक कापडाचा तुकडा असल्याचं जाणवलं. तो तुकडा हातातही आला. फक्त तो दिसत मात्र नव्हता. हे काय गौडबंगाल आहे असा प्रश्न तिथं चौकशी करायला आलेल्या इन्स्पेक्टरला पडला होता. त्याचं उत्तर देण्याच्या भानगडीत न पडता मी तिथून बाहेर पडलो.

दुसरं कोणी तिथं पोचण्यापूर्वी मला मितालीच्या घरी पोचणं भाग होतं.

- १७ -

दुसऱ्या दिवशी सकाळीच इंटरसिटी पकडून मी मितालीला कणकवलीला पाठवून दिली. तिचा पाठलाग होणार नाही, याची खबरदारी मी घेतली होती; पण खरं तर असा पाठलाग होतो आहे की नाही, याची खात्री करून घेणं अवघड आहे, याची मला जाणीव झाली. मितालीला चेअरकारमध्ये मी बसवून दिलं होतं. तो डबा फुल होता. त्यामुळं गाडीच्या प्रवासात तरी इतर माणसं बरोबर असतील, याची निश्चिंती होती. त्यामुळं त्या प्रवासात तरी त्याला बसायला मिळालं नसतं. तसंच तो तिथं तसे काही चाळे करणार नाही, अशी मी मितालीची आणि मितालीनं माझी समजूत काढली होती.

पण गाडी सुटली अन् माझ्या मनात विचार आला, की त्या प्रवासात जर त्यानं मितालीची खोड काढायला सुरुवात केली, तर एक अदृश्य गुंड मला सतावतोय, हे ती इतर पॅसेंजरना कसं काय पटवून देऊ शकली असती? उलट तिचे अदृश्य चाळे पाहून त्यांनी मितालीलाच पागल समजून उलट दिशेनं ठाण्याला पाठवण्याची व्यवस्था कशावरून केली नसती?

पण आता बाण सुटला होता. मिताली इंटरसिटीमध्ये बसून कणकवलीकडे रवाना झाली होती. आता संध्याकाळी ती तिथं पोचल्यावर तिचा फोन येईपर्यंत काहीच करता येणार नव्हतं.

पण तोपर्यंतचा वेळ असाच नखं कुरतडत काढण्यातही शहाणपणा नव्हता. मी तातडीनं देशपांड्यांकडे गेलो. त्या अदृश्य खून्याची माहिती असलेले आता आम्ही दोघेच राहिलो होतो. तेव्हा एकमेकांना धरून राहण्यात आणि त्याचा बंदोबस्त करण्याचा काही उपाय शोधण्यात दोघांचही हित होतं.

देशपांड्यांना मी सगळी कल्पना दिली. त्यांच्याकडून गेल्यापासून मितालीला इंटरसिटीमध्ये बसवून देईपर्यंत झालेल्या झाडून साऱ्या घटनांची इत्थंभूत माहिती दिली. त्यांनी विचारलेला प्रश्न मोठा मार्मिक होता.

"हा जो कोणी आहे ना, त्याला पराडकरांनी सुपारी दिली, असं मानलं तर मग त्यानं पहिला काटा तुझाच काढायला हवा होता. पराडकरांनाही ज्यानं या जगात ठेवलं नाही, तो तुला असा मोकळा फिरू देतोय, हे विचित्र वाटत नाही तुला? त्यानं ज्यांचा पराडकरांच्या अधोगतीशी काडीचाही संबंध नव्हता अशा चित्रा मुरबाड किंवा निनाद काळे यांनाही मारून टाकलं. खुद्द पराडकरांचाही जीव घेतला. आता मला तो छळतोय.

मिताली तर तुझी फियान्सी यापलीकडे तिचा या प्रकरणाशी काहीही संबंध नाही. तरीही त्यानं तिला दे माय धरणीठाय करून सोडलं आहे. तुला मात्र त्यानं

आजवर काहीही केलं नाही. तो जो कोणी आहे तो अदृश्य आहे हे तुझं म्हणणं एक वेळ मान्य होईल मला; पण ही सगळी योजना पराडकरांची आहे, या थेअरीशी सहमत होणं जरा कठीणच जातंय मला. तेव्हा त्याव्यतिरिक्त काय पॉसिबिलिटीज आहेत याचाही विचार करायला हवा.''

देशपांड्यांनी उगीच नाही इतकं यश मिळवलं. त्यांच्या कुशाग्र बुद्धीनं माझ्या थिअरीतला नेमका वुईक पॉईंट हेरला होता. मी पराडकरांबद्दल इतका ऑब्सेस झालो होतो, की इतर कोणत्याही पर्यायांचा मी आजवर विचारच केला नव्हता. तो आता करायला हवा होता.

असं म्हणणं सोपं होतं. देशपांड्यांनी इतक्या फोर्सफुली आपला युक्तिवाद केला होता, की त्यांच्या म्हणण्याला होकार देण्यावाचून मला पर्यायच राहिला नव्हता; पण मी त्या दिशेनं विचार करू लागल्यानंतर इतर काही पर्याय मला सुचेनातच. इतर कोणालाही निनाद काळे किंवा चित्रा मुरबाड किंवा पीटर पराडकर यांचा खून करण्याचं कारणच काय होतं? शिवाय पीटरनं त्या सल्फापेट्रियमचा शोध लावला आहे आहे आणि ते ॲन्टिपिगमेन्ट आहे, याचा सुगावाही इतर कोणाला लागणं कसं काय शक्य होतं?

मी देशपांड्यांना तसं म्हणालोही. त्यावर ते काहीच बोलले नाहीत. माझं म्हणणं त्यांना पटलंय, असं वाटत असतानाच काहीतरी आठवल्यासारखं ते एकदम म्हणाले,

''अरे हो, मघाशीच सुमेधा मला सांगून गेली की तुझं कसलंसं पत्र तिला सापडलंय. त्याला सडक्या अंड्यांचा की असलाच कसलासा वास येतोय, असंही म्हणत होती.''

मी खुर्चीत खिळा टोचल्यासारखा ताडकन उडालो.

''काय?'' मी जवळजवळ ओरडलोच.

माझी रिॲक्शन देशपांड्यांना अपेक्षित नव्हती. ते माझ्याकडे बघतच राहिले. परत तो अदृश्य इसम इथं येऊन त्यानं आता मला छळायला तर सुरुवात केली नाही ना, असंच त्यांना वाटलं असावं. आणि त्यानं केलेल्या गुदगुल्यांपायी हैराण होऊनच मी ओरडलो असाच, त्यांचा समज झाला असावा.

''काय रे? काय झालं? कोणी चिमटाबिमटा काढला की काय?''

''कुठं आहे ते पत्र?''

''का? इतकं महत्त्वाचं आहे की काय ते?''

''शक्य आहे. इट इज पॉसिबल. ते पाहिल्याशिवाय नक्की सांगता नाही यायचं. पण आहे कुठं ते?''

देशपांडे काहीही न बोलता चेम्बरबाहेर गेले आणि सुमेधाकडून ते पत्र घेऊन

परतले. मेलेला उंदीर पकडावा तसं त्यांनी ते चिमटीत धरलं होतं. आणि नाकावर आपला रुमाल दाबून धरला होता.

"खरंच आहे सुमेधाचं म्हणणं. कसली दुर्गंधी येतेय रे या पत्राला!"

मी ते त्यांच्या हातातून हिसकावूनच घेतलं. टेबलावरचा चांदीचा लेटर ओपनर घेऊन एका फटक्यातच ते उघडलं. आता दोन ए फोर साईजचे कागद होते. थोडेफार चुरगाळलेले होते. पीटर पराडकरांनी आपल्या हातानंच ते लिहिलं होतं. त्यांचं अक्षर लागणं ही एक सत्त्वपरीक्षाच होती. पण ती पार पाडून ते मी वाचून काढलं.

-१८-

पत्र मराठीतच लिहिलं होतं.

श्रीयुत मनोज मस्तकार,

सप्रेम नमस्कार.

तुमची भेट होईपर्यंत मला माझ्याच संशोधनासंबंधी वेगळ्या प्रकारे विचारच करता आला नव्हता. त्या संशोधनाची जी उद्दिष्टं मी नजरेसमोर ठेवली होती, त्या व्यतिरिक्त त्या संशोधनापायी इतरही काही साध्य होऊ शकतं, याचा विचारही माझ्या मनाला शिवला नव्हता; पण तुमच्याशी बोलणं झाल्यानंतर मला त्या दिशेनं विचार करावासा वाटला. अजूनही तुम्ही म्हणता तसा सल्फापेट्रियमचा उपयोग झालाच असेल, असं मला वाटत नाही; पण तशी शक्यता नाकारता येत नाही, हे मात्र खरं. वास्तविक ते रसायन हे माझ्या संशोधनातलं एक आडउत्पादन आहे. ते बनवण्याचा चंग बांधून मी ते तयार करण्याच्या उद्योगाला लागलो नव्हतो. दुसऱ्याच एका रसायनाच्या मागावर मी असताना हे सहज हाती लागलं. त्याचे मजेशीर गुणधर्म जाणून मी ते ठेवून दिलं; पण त्याचा उपयोग करण्याचा प्रयत्न मी केला नव्हता. धनंजयशी प्रथम त्यासंबंधी बोलणं झाल्यानंतरच मी ते ग्यानबाच्या अंगावर चोपडून त्याचा पडताळा घेण्याचा प्रयत्न केला होता, हे तर तुम्हाला माहिती आहेच.

पण आता कोणीतरी दुष्ट हेतूनं त्याचा वापर करू शकेल, हे लक्षात आल्यामुळं मी सर्व हकीकत सविस्तर तुम्हाला सांगण्याचं ठरवलं आहे. म्हणजे जर खरोखरीच तुम्ही म्हणालात तसा वापर होत असेल, तर त्याला प्रतिबंध करण्याची काही योजना तुम्ही आखू शकाल. त्यासाठी तुम्हाला सत्य परिस्थितीची इत्थंभूत माहिती असणं आवश्यक आहे असं वाटल्यावरूनच हे पत्र लिहीत आहे. मी तुम्हाला इथं बोलावून हे सगळं समक्ष सांगू शकलो

असतो; पण माझे विचार सध्या इतक्या वेगवेगळ्या दिशांनी एकसाथ धावताहेत, की तुम्हाला काही सुसंगत सांगायचं तर ते आधी मला लिहूनच काढलं पाहिजे, असं वाटून मी हे लिहून काढलं. आणि आता तसं कागदावर ते उतरवतोच आहोत तर ते तुमच्याकडे ताबडतोब पाठवून द्यावं, असाही विचार केला आहे.

मी तुम्हाला म्हटल्याप्रमाणे धनंजय माझा सख्खा भाऊ असला, तरी आमच्यात काही फार सख्य नव्हतं. आम्ही आपापल्या वाटांनी जात होतो. एका शहरात राहूनही महिनोन् महिने आमची गाठभेट होत नसे. त्याचं एखादं नवीन पुस्तक प्रसिद्ध झाल्याचं कळलं किंवा त्याची कथा छापून आल्याचं कानावर आलं, की मी त्याला कधीमधी फोन करत असे. त्याचं लेखन न वाचताच. तोही असाच कधीतरी माझा एखादा पेपर प्रसिद्ध झाल्याचं त्याला कळल्याचं सांगण्यासाठी फोन करत असे. आमचे इतर कोणी नातेवाईकही फारसे नसल्यामुळं त्या कारणांनी एकत्र येण्याचं किंवा एकमेकांशी संपर्क साधण्याचंही काही प्रयोजन नव्हतं.

पण दोन एक महिन्यांपूर्वीची गोष्ट असेल. अकस्मात धनंजयला आपल्याला एक मोठा भाऊ असल्याची आठवण झाली. तो मला भेटायला आला. मला अर्थातच बरं वाटलं. आनंद झाला असंही म्हणायला हरकत नाही. नाहीतरी अधुनमधून मलाही एकाकी वाटू लागायचं. मी मग एकटाच गिरगाव किंवा दादर भागात फिरून यायचो. तिथं आजूबाजूला असलेला माणसांचा लोंढा पाहून, त्या विशाल समुदायातून चालत जाऊन त्यांच्यापैकीच एक होऊन जायचो. आपण एकटे नाही आहोत, याची जाणीव होण्यासाठी तसा एखादा फेरफटका मला पुरेसा व्हायचा; पण तसं कोणी भेटायलाच आलं तर ते अधिक बरं वाटायचं. उगीचच कोणी येऊन माझ्या कामात व्यत्यय आणावा, हे मला पसंत नसलं तरी आल्या अतिथीला हुसकून लावण्याइतका मी माणूसघाणाही नाही. तुम्हालाही याचा अनुभव आलेलाच आहे.

तर धनंजय आला. बंधुप्रेमापायी तो आला असावा, असं मला वाटलंच असेल तर त्याचं पहिल्या काही मिनिटांमध्येच निराकरण झालं. कारण आल्याआल्याच त्यानं माझ्या संशोधनाबद्दलच बोलायला सुरुवात केली. तसा तो अधूनमधून येऊन काही वैज्ञानिक माहिती माझ्याकडून मिळवत असे. त्याचा आपल्या लेखनात आपण उपयोग करतो, हेही त्यानं माझ्याकडं कबूल केलं होतं. मी त्याला करत असलेल्या या मदतीचा मोबदला म्हणून मग तो मी माझ्या स्वतःच्या संशोधनाबद्दल सांगितलेली माहिती मनापासून ऐकत असे. ती तो त्यानंतर लवकरच विसरून जात असेल, याविषयी

माझ्या मनात शंका नव्हती.

पण ती माहिती तो आपल्या मनाच्या कोणत्या तरी कप्प्यात साठवून ठेवत होता, हे त्याच दिवशी मला समजलं. कारण कधीतरी पूर्वी मी त्याला सल्फापेट्रियमबद्दल आणि त्याच्या अ‍ॅन्टिपिगमेन्ट प्रॉपर्टीजच बद्दल बोललो होतो. तेच लक्षात ठेवून तो त्यासंबंधी माझ्याकडून अधिक माहिती घेण्यासाठी आला होता. या वेळी त्यानं माझं कथन नुसतंच ऐकून घेतलं नाही, तर निरनिराळे आडवेतिडवे प्रश्न विचारून त्या रसायनाबद्दलची सांगोपांग माहिती मिळवली.

त्याचा उपयोग तो आपल्या एखाद्या कथेत करणार असेल, असं समजून मी ते विसरूनही गेलो होतो; पण दोन एक आठवड्यांपूर्वी तो परत माझ्याकडे आला. या वेळी तो अतिशय डिस्टर्ब झाला होता. त्याची मनःस्थिती अतिशय विचलित झाली होती. एरवी नीटनेटके, म्हटलं तर छानछोकी कपडे करणारा धनंजय या वेळी अस्ताव्यस्त, गबाळ्यासारख्या पेहरावात आला होता.

आल्यानंतर तो काही वेळ स्तब्धच बसला. मला ती शांतता असह्य होऊ लागली, तशी त्यानं आपल्या आयुष्याची कहाणी सांगायला सुरुवात केली. एरवी तो कधीही आपल्याबद्दल बोलत नसे. आपण काय लिहितो, काय करतो, आपले मित्र कोण आहेत, काही काही बोलत नसे; पण या वेळी त्यानं आपल्याला सध्या कसे वाईट दिवस आले आहेत, आपल्या पुस्तकांना दिवसेंदिवस वाचक मिळणं कसं मुष्कील होत चाललं आहे, याचं तपशीलवार वर्णन केलं. त्याची शैली लोकांना आता आवडेनाशी झाली होती. त्याचं शेवटचं पुस्तक प्रकाशित झाल्याला आता आठनऊ महिने झाले. आजवर एवढ्या वेळात त्याची दुसरी-तिसरी एडिशन पब्लिश करावी लागत होती; पण या वेळी पहिल्या एडिशनच्या दहा टक्के कॉपीजही खपल्या नाहीत. आणि त्यातल्या बऱ्याचशा आपणच खरेदी केल्या, हेही त्यानं कबूल केलं. ज्या प्रकारे कोणताही पुरावा पाठी न ठेवता बंद दरवाजाआड घडलेल्या खुनांचे धागेदोरे तो उत्कंठापूर्वक उलगडून दाखवत असे, त्यात आता कोणालाही इंटरेस्ट राहिला नव्हता असं तो म्हणाला (आता त्याचे शब्द काही नीट आठवत नाहीत. पण असंच कायसंसं तो म्हणाला होता. त्यात काही चूक असेलच तर ती तुम्ही समजून घ्यालच.) यातूनच आपल्या पब्लिशर्सशी भांडणही झाल्याचं तो म्हणाला त्यामुळं आता एका नवीन पब्लिशरशी कॉन्ट्रॅक्ट केलं असल्याचंही त्यानं सांगितलं.

मी काहीही न बोलता ऐकत होतो. हे तो मला का सांगतो आहे, असा

प्रश्न मला पडलाच होता. पण मी तो बोलून दाखवला नाही. पण तो माझ्याकडे का आला होता, याचं कारणही लवकरच समजलं.

नवीन पब्लिशरला मदत करण्यासाठी एक अनोखा पब्लिसिटी गिमिक आपल्याला करायचाय, वाचकांचं लक्ष परत आपल्या शैलीकडे खेचून घेण्यासाठी एक प्रॅक्टिकल जोक आपल्याला करायचाय, असं तो म्हणाला. आणि त्याचसाठी त्याला माझी मदत पाहिजे होती. खरं म्हणजे असले बनाव करणं, नाटकं खेळणं हा माझा प्रांत नव्हे. मला त्यात अजिबात इंटरेस्ट नाही. त्यामुळं मी तयारच नव्हतो; पण धनंजय अगदी गळीच पडला. काही केल्या तो माझी पाठ सोडेना. म्हणून मग नाईलाजानं, नाखुषीनंच म्हणा हवं तर, मी तयार झालो.

धनंजयचा प्लॅन जेव्हा मी ऐकला, तेव्हा परत एकदा मला माझं अंग काढून घ्यावंसं वाटलं. कारण त्याचा प्लॅन वेडगळपणाचाच नाही तर अतिशय डेंजरस होता. त्यात त्याला स्वत:लाही धोका होता. मी त्याला याची स्पष्ट जाणीव दिली. आणि काही बरंवाईट झालंच, तर त्याची जबाबदारी घ्यायला मी तयार नाही, हेही स्पष्ट केलं. पण त्यानं सगळी जबाबदारी आपलीच, हवं तर तसं लिहून द्यायला तयार आहोत असं म्हटलं. म्हणून मग मी अतिशय रिलक्ट्न्टली तयार झालो.

अलीकडेच दोन खून झाले होते, हे त्यानं मला सांगितलं. ते अतिशय रहस्यमयरित्या केले गेले होते. पोलीस तर गोंधळून गेले होतेच; पण जनसामान्यांनाही त्या गूढानं आकर्षित केलं होतं. असा खून केलाच कसा जाऊ शकतो, असंच सगळ्यांना वाटत होतं. त्यामुळं काहीजणांनी तर भूतपिशाच्चांचा त्यात हात असावा, असाही तर्क करायला सुरुवात केली होती. त्याचाच फायदा घेऊन तशाच प्रकारचा एक तिसरा इम्पॉसिबल खून 'घडवून' आणायचा, म्हणजे तसा बनाव करण्याचा आपला इरादा असल्याचं त्यानं सांगितलं. त्यासाठी तो आपला स्वत:चाच खून झाल्याचं नाटक करणार होता. माझं ते सल्फापेट्रियम, आपल्या संपूर्ण चेहऱ्यावर ते रसायन तो चोपडणार होता. म्हणजे मग डोकं दिसेनासं झाल्यामुळं धडापासून कोणीतरी त्याचं शिर तोडून टाकल्याचा भास निर्माण करता आला असता. शिवाय तसं पडून राहताना आपलं शरीर अचेतन होईल, ह्रदयाचे ठोके अतिशय संथ गतीनं मिनिटाला एक किंवा त्याहीपेक्षी कमी वेगानं चालतील, असंही एक रसायन मी त्याला द्यावं, असा त्याचा आग्रह होता. हार्ट सर्जरीच्या वेळी उपयोगी पडावं या उद्देशानं मी तशा प्रकारचं एक रसायन तयार करण्याच्या खटपटीत आहे, असं मी त्याला पाठीमागे केव्हा तरी

बोललो होतो. ते त्यानं लक्षात ठेवलं होतं. त्यावरूनच आता तो माझ्याकडे तशी मागणी करत होता.

तसं करण्यात खूप धोके आहेत, हे त्याला सांगण्याचा मी खूप प्रयत्न केला. पण तो काही ऐकायलाच तयार नव्हता. धोके तर होतेच. सल्फापेट्रियम अंगावर बाहेरून चोपडायचं असलं तरी त्याचा कातडीवर काही दुष्परिणाम होत नाही, याची खातरजमा मी कधी करून घेतली नव्हती. ते एक आडउत्पादन होतं, अपघातानं माझ्या हाती लागलं होतं, हे तर मी तुम्हाला सांगितलंच आहे. तेव्हा त्याच्या चाचण्या करण्याचं काही प्रयोजनच नव्हतं; पण धनंजयला कबूल केल्यानंतर मी त्याची ग्यानबावर चाचणी घेतली. ती यशस्वी झाली म्हणूनच मग मी धनंजयच्या प्रयोगात त्याला साह्य करायला तयार झालो.

त्या दुसऱ्या रसायनाची बाब वेगळी होती. हृदयाचे ठोके मंद करण्यासाठीच त्याची निर्मिती मी केली होती. त्यामुळं प्राण्यांवर त्याच्या टेस्ट्स मी घेतल्या होत्या. त्यातून ते टॉक्सिक नाही, किंवा त्याचे इतर साईड इफेक्ट्स नाहीत याची मी खात्री करून घेतली होती. शिवाय त्याचा परिणाम रिव्हर्सिबल आहे, काही काळानंतर परत हृदयाचे ठोके नॉर्मलला येतात, याचाही पडताळा मी घेतला होता. कोणाला किती डोस देणं योग्य आहे, याचंही गणित करून ठेवलं होतं.

तरीही माणसावर मी त्याचा वापर कधीच केला नव्हता. धनंजयवर पहिल्यांदाच तो होणार होता. एरवी अशा प्रयोगांसाठी ह्युमन एक्सपरिमेंटेशन कमिटीची परवानगी लागते. त्यासाठी बरंच काही डॉक्युमेंटेशन तयार करावं लागतं. शिवाय मी काही मेडिकली क्वालिफाईड डॉक्टर नाही. त्यामुळं असा प्रयोग करताना मला त्यात डॉक्टरला, खरं तर त्यांच्या एका टीमलाच सामील करून घ्यावं लागलं असतं. पण या वेळी होणारा प्रयोग गुप्त राहणार होता. त्यात काही अनपेक्षित घडलंच असतं तर धनंजयला आलेल्या मृत्यूचं कारण त्याचा खून असंच नोंदलं जाणार होतं. त्यातूनही काही संशय कोणाला आलाच असता, तर त्याला हार्टअॅटॅकनं मरण आलं, असंच डॉक्टरांनाही वाटलं असतं. त्यामुळं मी कसाबसा तयार झालो.

तेव्हा आपल्याच घरात, दारं-खिडक्या बंद असताना, आपलं मुंडकं तुटलेल्या अवस्थेत आपण सापडू अशी व्यवस्था केली जाईल, असं त्यानं मला सांगितलं. म्हणजे त्याला ते हृदयाचे ठोके मंदावण्याचं इंजेक्शन दिल्यानंतर मी तिथून निघून जायचं. आणि त्या रसायनाचा परिणाम होण्यासाठी जेवढा वेळ लागेल तेवढ्या वेळात तो चटकन बाहेरचा दरवाजा आतून बंद

करून घेऊन जमिनीवर पडून राहणार होता. म्हणजे मग पोलीस येतील तेव्हा आपल्या कथाकादंबऱ्यांमध्ये आपण दाखवतो तशा प्रकारेच आपला खून झाल्याचा त्यांचा, सगळ्यांचाच समज होईल, असं तो म्हणाला होता. यात ते सगळं नाटक होतं असं कळल्यानंतर वाचक त्याच्या पुस्तकाकडे तेवढ्याच ओढीनं आकर्षित होतील, की उलट त्यांना त्याच्याविषयी अधिकच तिरस्कार वाटू लागेल, असा मुद्दा मी काढला होता; पण त्यानं तो उडवून लावला.

मला तरीही एक शंका छळत होती. ते नाटक होतं हे उघड झाल्यानंतर, ते कसं वठवण्यात आलं हेही त्याला सांगावं लागेलच. त्यातून त्यात मी केलेली भूमिका लोकांपुढं आल्यानंतर माझ्यापाठी कायद्याचा ससेमिरा लागेल की काय, ही भीती होतीच; पण त्यातही मला मदत करण्याचं, माझं नाव उघड न करण्याचा आश्वासन धनंजयनं दिलं.

त्यानं माझ्यावर आणखीही एक कामगिरी सोपवली होती. पोलिसांनी पंचनामा केल्यानंतर लगेच मी त्याची बॉडी आपल्या ताब्यात घ्यावी. अर्थात ती 'बॉडी' असणार नव्हती. मी ते काम कसं करणार होतो, याची त्या वेळी तरी मला काहीही कल्पना नव्हती. म्हणून मी त्याच्याच शेवटच्या इच्छेप्रमाणे आपल्या आईवडिलांच्या शेजारीच त्याचं 'दफन' करणार होतो. त्यासाठी आपल्याला त्याची बॉडी ताबडतोब ताब्यात हवी होती, अशी काहीतरी थाप मारावी लागणार होती.

तरीही काही अडचणी होत्याच. खुनाचा मामला असल्यामुळं ऑटॉप्सी व्हावी, असा पोलिसांचा आग्रह असेल याची मला खात्री होती; पण जवळच्या नातेवाईकांनी जर आपला कोणावरही संशय नाही, असं काहीतरी लिहून दिल्यास ती टाळण्याची प्रोव्हिजन कोणत्या तरी कायद्यात असल्याचं त्यानं मला सांगितलं. त्या कायद्याचा तपशीलही मला दिला. मला वाटलं होतं तसं पोलिसांनी बॉडी ऑटॉप्सीला पाठवण्याची तयारी केली होतीच. मी त्या कायद्याची पळवाट वापरण्यापूर्वीच कोणीतरी म्हणालं, की आधीच त्या बॉडीची मुंडकं नसल्यामुळं दुर्दशा केली गेली आहे, आता पोस्ट मॉर्टेममध्ये त्याची आणखी चिरफाड होऊन ती किती म्युटिलेट करणार? मी त्याचाच फायदा घेऊन पोलिसांना पोस्ट मॉर्टेम अॅव्हॉईड करण्याचा हट्ट धरला. त्यात त्या सल्फापेट्रियमच्या वासानं त्यांचं डोकं उठलंच होतं. त्यामुळं मी ती बॉडी तिथून तातडीनं घेऊन जाऊ शकलो.

घरी गेल्याबरोबर आधी मी त्या हृदयाचे ठोके मंदावणाऱ्या रसायनाचा परिणाम उलटवणाऱ्या रसायनाचं इंजेक्शन त्याला दिलं. थोड्याच वेळात तो उभा राहिला. ठणठणीत. काही दिवस आता आपण अज्ञातवासात जाणार

असल्याचं त्यानं सांगितलं. आणि आपलं हे गुपित कोणापुढंही उघड न करण्याचं वचन माझ्याकडून घेतलं. ते गुप्त राखण्यात माझाही फायदा होताच. त्यामुळं मी ते त्याला दिलंही.

त्या दिवसानंतर धनंजयनं माझ्याशी संपर्क साधलेला नाही. तो कुठं आहे, हेही मला माहिती नाही.

त्या बनावाचा फायदा घेऊन त्यानंच हे खूनसत्र आरंभलं असेल, यावर माझा अजूनही विश्वास बसत नाही. कारण त्या बनावापूर्वी मी सल्फापेट्रियम त्याला दिलं नव्हतं. त्यामुळं त्याच्या स्वत:च्या 'खूनापूर्वी' जे खून झाले, ते त्यानं अदृश्य होऊन कसे केले असतील? हं, आता माझ्या नकळत त्यानं चोरून ते नेलं असेल, ही शक्यता नाकारता येत नाही. म्हणूनच ही सारी हकीकत तुम्हाला सांगण्याचा निर्णय मी घेतला. हातचं काहीही राखून न ठेवता मी सगळ्या फॅक्ट्स आता तुमच्यापुढं ठेवल्या आहेत. त्यांचा कसा काय उपयोग करायचा, ते आता तुम्हीच ठरवावं.

आणखी काही माहिती हवी असल्यास जरूर माझ्याशी संपर्क साधावा. आय वुईल बी ग्लॅड टू बी ऑफ एनी असिस्टन्स.

कळावे,

आपला

डॉ. पीटर पराडकर

- १९ -

बाबूजींना, देशपांड्यांना, शीळ घालता येत असेल, याची मला कल्पना नव्हती; पण पीटरचं ते पत्र मी मोठ्यानं वाचून दाखवत असेपर्यंत शांत बसलेल्या देशपांड्यांनी एक लांबलचक शीळ घातली. मी दचकलोच. पण सावरून त्यांच्याकडे प्रश्नार्थक चेहऱ्यानं पाहिलं.

''याचा मला जो अर्थ लागलाय, तोच तुला लागला असेल, तर मग धनंजय पराडकरानं हे सगळं कारस्थान रचलंय, असंच म्हणावं लागेल.''

''या पत्राचा तोच एक अर्थ आहे, बाबूजी. दुसरा अर्थ निघूच शकत नाही त्यातून. नुसतं कारस्थानच रचलेलं नाही, तर ते पार पाडण्याची कामगिरीही केली आहे. त्यांना स्वत:ला आलेल्या अपयशाचं खापर फोडण्यासाठी त्यांना कोणीतरी बकरा हवाच होता. त्याच वेळी मला मिळालेल्या यशामुळं मी त्यांना सापडलो. माझ्याविषयीच्या मत्सरानं पेटून उठून त्यांनी सूडाची प्रतिज्ञा केली. एकाच दगडात त्यांना किती तरी पक्षी मारायचे होते. आपल्या कथांमधून ते दाखवत तसे गुन्हे

प्रत्यक्षात घडतात, त्यामुळं आपल्याच कथा वास्तववादी आहेत, हे त्यांना जगाला दाखवून द्यायचं होतंच. ते करता करता आपल्या काही शत्रूंचा काटा काढता आला, तर तोही काढायचा होता. त्यासाठी ते संधीची आणि योग्य त्या साधनाची वाट पाहत होते. त्यांच्याच भावानं तयार केलेल्या त्या सल्फापेट्रियमच्या रूपानं त्यांना ते साधन मिळालं. त्यात पीटरनं त्याविषयी काहीच गाजावाजा न केल्यानं त्या साधनाचा वासही कोणाला येणार नाही, अशी त्यांना खात्री होती.''

''त्याचा वास तर कित्येक मैलांवरून येतो. वास कसा नाही येणार!''

''मी लाक्षणिक अर्थानं म्हणालो होतो. पण युवर पॉइंट इज वेल टेकन. ते साधन हाती आल्याबरोबर त्यांनी निनाद काळेला मारून त्याची टेस्ट घेतली. निनादशी त्यांचा काही तंटा होता किंवा त्याच्यावर त्यांचा विशेष राग होता, अशातली बाब नाही; पण त्याच्याविषयी काही खास आस्थाही नव्हती. शिवाय तुमच्या 'राजमुद्रा'नं त्यांचा माझ्याबद्दलचा अल्टिमेटम ठोकरून लावल्यावर तर त्यांना 'राजमुद्रा'चा विलक्षण राग यायला लागला होता. निनाद 'राजमुद्रा'मध्ये एक महत्त्वाचं पद सांभाळत होता. तेवढा बादरायण संबंध त्यांना पुरेसा होता. तो खून पचल्यावर रक्ताची चटक लागलेल्या नरभक्षक वाघासारखी त्यांची परिस्थिती झाली. वास्तविक चित्रानं काही त्यांना पाहिलं नव्हतं; पण ते निनादचा खून करायला गेले, त्या वेळी चित्रा तिथं होती, तिनं गोळी झाडल्याचा आवाज ऐकला होता, एवढं निमित्त त्यांना पुरलं. बिचाऱ्या चित्राचा काहीही दोष नसताना, काहीही संबंध नसताना हकनाक बळी गेला. त्याही खूनाचे धागेदोरे पोलिसांना सापडत नाहीत, याची निश्चिती झाल्यावर तर त्यांना जितंमया असंच वाटलं असणार. एक विलक्षण सामर्थ्य आपल्या हाती आलंय, अशीच त्यांची भावना झाली असणार. त्या गुर्मीत त्यांनी मग इतरांना छळायला, त्यांच्याशी जीवघेणे खेळ खेळायला सुरुवात केली. त्याचबरोबर आपलं बिंग जे फोडू शकतील अशी त्यांना धास्ती वाटत होती, त्या सर्वांचं तोंड बंद करण्याचाही त्यांनी सपाटा लावला. ज्यांची त्यांना सर्वाधिक मदत झाली होती त्या पीटर पराडकरचा, खुद्द आपल्या भावाचा जीव घ्यायलाही त्यांनी पुढंमागं पाहिलं नाही. अगदी ग्यानबाला, त्या मुक्या जनावरालाही त्यांनी नाहीसं केलं.''

''पण त्यांना सर्वांत जास्त धोका तर तुझ्याकडून होता. त्यांचा सर्वांत जास्त राग तर तुझ्यावर होता.''

''नफ़रत!'' मी म्हणालो.

''व्हॉट?'' गोंधळून देशपांड्यांनी विचारलं.

''माझ्यावर त्यांचा राग नव्हता. माझ्याविषयी त्यांना नफरत वाटत होती.''

''तेच ते. पण मग तुलाच पहिल्यांदा त्यांनी उडवायला हवा होता.''

''खरं आहे. पण माणसाचं मन ना बाबूजी ही विलक्षण चीज आहे. त्याचा कारभार कसा तिरपागडा चालेल, हे सांगता नाही यायचं. माझ्याविषयी त्यांना जी विलक्षण नफरत वाटतेय ना, त्यामुळंच मी आजवर बचावलो आहे. मला एका झटक्यात मारलं तर मी सुटेन, अशी काही तरी विचित्र भावना त्यांच्या मनात आहे. मला अपमानित करत, शरमेनं झिजवत झिजवत, कणाकणानं मला संपवायची त्यांची इच्छा आहे. उंदराचा घास घेण्यापूर्वी मांजर कसं त्याला खेळवतं, तसा माझ्या जिवाशी खेळ खेळत त्यांना मला मारायचंय. तुम्हा सर्वांचे दिवस भरले, की माझी वेळ येणारच आहे.''

''पागल! ठार पागल!''

''नाही, बाबूजी. ही इज ए ट्विस्टेड जीनियस.''

''वाघ म्हणा नाही तर वाघोबा म्हणा. आपला हिंस्रपणा सोडणार आहे थोडाच! पण हा अदृश्य खूनी धनंजय पराडकरच आहे, हे समजूनही आपला काय फायदा होणार आहे.''

''का होणार नाही? धनंजय पराडकरच खूनी आहेत, हे समजल्यानं आता आपण त्यांच्यासारखाच विचार करून त्यांच्या पुढच्या हालचालींचं अनुमान करू शकतो.''

''त्यानं काय होणार आहे?''

देशपांड्यांच्या त्या प्रश्नानं मला खरं तर निरुत्तरच केलं होतं; पण मीही आता हट्टाला पेटलो होतो. शिवाय मला अशी हार मानून चालणार नव्हतं. स्वत:चा जीव वाचवण्यासाठी काही तरी हातपाय हालवायलाच हवे होते. किमानपक्षी धीर सोडून चालणार नव्हतं.

म्हणून मग मी म्हणालो,

''सापडेल. काही तरी मार्ग निश्चित निघेल.''

-२०-

मी मारे बढाई मारली होती देशपांड्यांजवळ, की मार्ग निश्चित सापडेल; पण रात्रभर जागूनही मला काहीच उपाय सुचेना. धनंजय पराडकरच हे सगळे खून करताहेत, देशपांडे आणि मिताली दोघांचाही छळवाद त्यांनी मांडलाय, याविषयी आता जराशीही शंका राहिली नव्हती. आणि त्या दोघांचा अडसर आपल्या वाटेतून दूर केल्यावर ते माझ्यावर चाल करून येतील, याबद्दलही संदेह नव्हता.

पण त्याचा काही एक उपयोग नव्हता. पराडकरांनी सगळ्या जगाला नजरबंद करून सोडलं होतं. त्यामुळं आमच्याजवळ खंडीभर पुरावा असून काहीही उपयोग नव्हता. आम्हा तिघांशिवाय इतर कोणाच्याही नजरेला तो पडूच शकत नव्हता.

त्यावर कोणीही विश्वास ठेवणंच शक्य नव्हतं. विशेषत: खुद्द धनंजय पराडकरांचाही खून झालेला असताना. नाही म्हणायला पीटर पराडकरांचं पत्र होतं माझ्याजवळ. पण तेही ऑथेन्टिक होतं बनावट नव्हतं, हे कसं पटवून द्यायचं लोकांना? शिवाय पीटरनं ॲन्टिपिगमेन्टचं जे वैज्ञानिक सूत्र मला समजावून सांगितलं होतं, ते इतरांना कसं समजावून द्यायचं? जोवर तशा प्रकारचं रसायन लोक पाहू शकत नाहीत, तोवर त्यांचा त्यावर कसा विश्वास बसावा?

तेवढ्यातही मला हसू आलं. आपण आपल्याच वाक्प्रचारांचे कसे गुलाम बनतो. नवीन घटना समोर आल्यावर त्यांचं वर्णन करायला आपले शब्द कसे अपुरे पडतात, याचा पडताळा मला आला होता. ते ॲन्टिपिगमेन्ट जोवर पाहू शकत नाहीत तोवर लोकांचा कसा विश्वास बसावा, असं म्हणालो होतो मी; पण तोच तर मुद्दा होता ना! ते कोणीही पाहूच शकत नव्हतं. एवढंच काय पण त्या रसायनानं माखलेली कोणतीही वस्तूही दृष्टीस पडू शकत नव्हती. अगदी जिताजागता माणूससुद्धा. धनंजय पराडकर हा त्याचा चालताबोलता पुरावा होता. तरीही ते नजरेला पडू शकत नव्हते.

म्हणून त्या पुराव्यावर कोणीही विश्वास ठेवला नसता. चक्षुर्वै सत्यम् म्हणे! बकवास! डोळ्यांनी पाहिलेलं तेवढंच खरं आणि कानांनी ऐकलेलं खोटं. हंबग! पराडकरांचा आवाज ऐकू येणं शक्य होतं. त्यांनी केलेली करणी दिसत होती; पण खुद्द ते दिसत नव्हते. म्हणून मग त्या करणीपाठी त्यांचाच हात आहे, हेही खोटं?

विचार करकरून डोक्याचं भुस्कट पडायची वेळ आली होती. त्यात भर घातली ती मितालीच्या टेलिफोननं.

तिच्या आवाजावरून मी ओळखलं की काही तरी वेडंवाकडं घडलंय. ती फ्रॅन्टिक झाली होती.

"मला भासही झाला असेल, मनोज. माझी मन:स्थिती कशी झालीय, तुला माहितीच आहे." तिचा आवाज चिरकला होता. तो कापत होता आणि तशा स्थितीतच ती किंचाळण्याचाही प्रयत्न करत होती. "काल आम्ही इथे जवळच कुणकेश्वराच्या मंदिरात गेलो होतो. समुद्रकिनाऱ्यावरच आहे ते देऊळ. मस्त पांढऱ्याशुभ्र आणि मऊसूत वाळूची चौपाटी आहे तिथं. देवाचं दर्शन घेऊन आम्ही त्या वाळूत उतरत होतो, तर एकदम कसला तरी कवडसा माझ्या डोळ्यांवर पडला. माझे डोळे दिपून गेले. तिथं कोण आरसा घेऊन हा खेळ खेळतंय, असं वाटून मी पाहिलं, तर कोणत्याही आरशावरून सूर्यप्रकाश रिफ्लेक्ट होत नव्हता. एक चकाकतं पिस्तुल अधांतरी होतं. माझ्या दिशेनं रोखलेलं. त्यावरून तो प्रकाश परावर्तित होत होता. मी मोठ्यानं ओरडल्यावर ते पिस्तुल गायब झालं. मावशीला, इतर लोकांना मी पायाला खडा रुतल्याचं सांगितलं. आणि सरळ देवाच्या मंडपात धाव घेतली."

"अरे देवा!" मी म्हणालो आणि माझे डोळे घट्ट मिटून घेतले.

"काय करावं हे मला कळत नाहीय, मनोज. त्यानं जर इथपर्यंत माझा पाठलाग केला असेल तर–"

"हे बघ, धीर सोडू नकोस." हे मी तिला सांगितलं खरं; पण माझाच धीर सुटत चालला होता. "यातून मार्ग काढण्याचा आम्ही आटोकाट प्रयत्न करत आहोत. यापूर्वी आमच्याजवळ नसलेला काही पुरावा आता आमच्या हाती आला आहे. त्याचा उपयोग करून आम्ही काही निश्‍चित प्लॅन करत आहोत. या वेळी तो हरामखोर आमच्या तावडीतून नाही सुटत. बेट आपली!"

"पण मी काय करू? इथं मी एकटीच आहे रे! मला भीती वाटतेय! मी मावशीला सगळं काही सांगूही शकत नाही. इतरांनाही नाही. तर मग मला त्यांची मदत कशी होणार? मी परत आले तर तुम्हा सगळ्यांच्या जिवाला घोर. काय करावं समजेनासंच झालंय."

माझीही परिस्थिती वेगळी नव्हती. काय करावं हे मलाही समजेनासं झालं होतं. पण ते तिला सांगितलं असतं तर तिनं हायच खाल्ली असती.

"तू ताबडतोब इकडे निघून ये."

"पण मग तुला त्याचा त्रास–"

"डोन्ट वरी अबाऊट इट. माझ्याजवळ एक प्लॅन आहे. त्यात तो नेमका अडकणार. मोस्ट सर्टन्ली."

"कसला प्लॅन?"

"ते असं फोनवर नाही सांगता येणार. तू निघून..."

"बाय गे, लोका थांबलीसत. किती येळ तूच बोलतलंय?"

अरे बापरे, म्हणजे मिताली कोणत्या तरी एसटीडी बूथवरून फोन करत होती तर! मग तो तिच्यापाठी उभा राहून तिचं बोलणं ऐकत नसेल कशावरून? तसं असलं तर मग मामला अधिकच गंभीर होणार होता. त्यात माझ्याकडे कोणताही प्लॅन नव्हता. पण तसा तो आहे, अशा समजुतीनं पराडकरांनी घाई केली असती, तर सगळंच बिघडलं असतं.

हवालदिल होऊन मी बसून राहिलो. त्यातच केव्हा डोळा लागला समजलंच नाही. अकस्मात मला जाग आली तो मी घामानं चिंब भिजलो होतो. पण जाग का आली, हे लक्षात येऊन मला अंगावरून थंडगार वाऱ्याची झुळूक गेल्यासारखं वाटत होतं.

मला एक प्लॅन सुचला होता. भन्नाट प्लॅन! मी इतका एक्साईट झालो, की ताबडतोब मी बाबूजींना, जगन्नाथराव देशपांड्यांना फोन केला. तो त्यांनी उचलल्यानंतरच माझं लक्ष घड्याळाकडे गेलं. पहाटचे साडेतीन वाजले होते. देशपांडे माझ्यावर चिडणार, असं मला वाटलं; पण माझा प्लॅन ऐकल्यानंतर तेही तितकेच एक्साईट

झाले. ते मला म्हणाले,

"असशील तसा निघून ये. कपडे करायलाही थांबू नकोस."

- २१ -

मिताली दुसऱ्या दिवशी सकाळी माझ्याकडे आली ती हातातला 'लोकसत्ता' फडफडावतच.

"हे काय आहे? व्हॉट डझ धिस मीन? म्हणजे आता देशपांडेही तुझ्यावर विश्वास ठेवायला तयार नाहीत? की त्या नीचानं त्यांना छळून हे कबूल करायला भाग पाडलंय?"

मिताली तिसऱ्या पानावरच्या त्या बातमीवर बोट नाचवत म्हणाली. तीच बातमी महाराष्ट्र टाईम्स, सकाळ, लोकमत, केसरी सगळ्याच वर्तमानपत्रांमधून छापून आली होती.

धनंजय पराडकर यांना मरणोत्तर पुरस्कार—

प्रकाशकांनी वाहिलेली आगळीवेगळी श्रद्धांजली!

मुंबई, दिनांक १८— नुकत्याच निधन पावलेल्या प्रख्यात रहस्यकथाकार धनंजय पराडकर यांच्या गौरवार्थ त्यांच्या बहुसंख्य कादंबऱ्या प्रकाशित करणाऱ्या राजमुद्रा प्रकाशनानं एक आगळावेगळा श्रद्धांजली कार्यक्रम आयोजित करण्याचं ठरवलं आहे. त्यांच्या स्मरणार्थ ते ज्या शैलीतल्या कांदबऱ्या लिहीत असत, त्या शैलीत लेखन करणाऱ्या नवोदित कथाकारांना घसघशीत पुरस्कार देण्याची योजना आहे. तिचा तपशील या समारंभात सादर केला जाईल. तसंच पराडकरांनी मराठी साहित्याला दिलेल्या योगदानाचं स्मरण देणारी तीन नामवंत समीक्षकांची व्याख्यानंही या वेळी होणार आहेत. समारंभ खास निमंत्रितांसाठीच आहे. व्याख्यात्यांमध्ये –"

बातमी त्या कॉलमच्या अखेरीपर्यंत पसरलेली होती. मितालीला राग आला होता. "याचा अर्थच काय? त्या चांडाळाचा गौरव? त्याच्या स्मरणार्थ पुरस्कार? द्यायचाच असेल तर खाटीकांना द्या तो."

मी त्यावर स्मित करत प्रसन्न मुद्रेनं बसूनच राहिल्याचं पाहून तर ती आणखीनच चिडली. माझ्या अंगावर ती धावून येणार तो तिला थोपवत मी म्हणालो,

"अग, लक्षात कसं येत नाही तुझ्या? पराडकर अतिशय अहंमन्य होते, आपलं आहेत, हे तर तुला मान्य आहे? आपला गौरव होत असताना, आपल्याबद्दल चार लोक सुपरलेटिव्ह भाषेत प्रशंसात्मक बोलत असताना तिथं हजर राहून प्रत्यक्ष आपल्या कानांनी ते ऐकण्याचा मोह त्यांना आवरता येईल, असं वाटतं तुला?"

"नाही. पण म्हणून काय झालं?"

"धनंजय पराडकर अमुक एक वेळी नेमके कुठं असतील, हे सांगणं त्यांच्या

अदृश्य होण्यानं कठीण होऊन बसलं आहे. तेव्हा त्यांची हमखास उपस्थिती असेल, अशी काहीतरी युक्ती काढणं जरुरीचं आहे, हे तर तू कबूल करशील? आता त्यांच्याइतका आत्मकेंद्रित माणूस स्वतःचा गौरव होत असताना प्रत्यक्ष स्वर्गातूनही खाली उतरला असता. जर त्यांचा खरोखरीच मृत्यू झालेला असता तर त्यांचा आत्मा निश्चितपणे अशा वेळी तिथं हजर राहता. तर मग इथं जितेजागते ते जातीनं हजर राहतील यात काय शंका? भलेही ते अदृश्य रूपात असोत.''

''कबूल. तुझं म्हणणं कबूल. पण ते तिथं कुठंही असू शकतात. आता या क्षणी ते इथं या खोलीत आहेत, असं आपल्याला खात्रीपूर्वक समजलं, तरी त्याचा काही उपयोग होऊ शकतो का? पोलिसांची आख्खी बटालियन बोलावली, तरी त्यांना पकडता येऊ शकतं का?''

''त्याचाही बंदोबस्त करता येईल. पण ते नक्की हजर राहतील, अगदी शंभर टक्के, याची खात्री तर आधी करून घ्यायला हवी. म्हणून तर हा सारा खटाटोप. म्हणून तर हा खरोखरीचा गौरवसमारंभ. राजमुद्रा खरोखरीच त्यांच्या स्मरणार्थ पुरस्कार देणार आहे. कारण काही झालं तरी ते एक थोर साहित्यिक होते, याबद्दल वादच नाही. म्हणून तर त्यांचा गुणगौरव करणारी खरीखुरी भाषणं तिथं होणार आहेत. त्यासाठी आमंत्रितांमध्येही निवडक साहित्यिक, पत्रकार, समीक्षक, रसिक असणार आहेत. आणखीही काहीजणांना बोलावलं जाणार आहे.''

''मलाही या समारंभाला यायचंय, मनोज.''

''नो, नो. मुळीच नाही.''' जितक्या तडकाफडकी तिनं ती विनंती केली होती, तितक्याच तडकाफडकी मी ती फेटाळून लावली.

''पण का? माझ्याही जिवावर उठले आहेत पराडकर. घरी बसून राहिल्यानं काही माझा पिच्छा ते सोडतील, असं नाही. तिथं इतकी सगळी मंडळी असताना ते माझा छळ आरंभतील.''

''नाही म्हणजे नाही. चित्रा मुरबाडचा खून झाला तेव्हा आख्खं शिवाजी मंदिर साक्षीला होतं. वाचवू शकलं कोणी तिला? हा समारंभ आयोजित करण्यासाठी आम्हाला सतराशे साठ ठिकाणी लक्ष घालावं लागणार आहे. अनेक समस्यांचा निपटारा करावा लागणार आहे. अनेक अडचणींना तोंड द्यावं लागणार आहे. तू तिथं येऊन आधीच अवघड असलेलं आमचं काम अधिक कठीण करू नकोस. तेव्हा माय डिसिजन इज मेड. ॲन्ड दॅट इज फायनल. इज इट अंडरस्टुड?''

या आवाजात आजवर मी मितालीशी कधीच बोललो नव्हतो. त्यावर तीही निमूट बसलेली पाहून पुढं संसारात याचाही उपयोग होईल, ही खूणगाठ मी त्याच वेळी मनाशी बांधून ठेवली.

-२२-

समारंभ अतिशय थाटामाटात होतो आहे, यावर सगळ्यांचंच एकमत होतं. बाबूजींनी जातीनं लक्ष घालून सगळी व्यवस्था केली होती. कशातही खोट काढायला वाव ठेवला नव्हता. 'सेन्टॉर'चा भव्य बॅन्क्वेट हॉलच त्यांनी त्यासाठी घेतला होता. तिथली कारपेट्स मुद्दाम साफ करून घेतली होती. छतावरची सर्वच्या सर्व झुंबरं पेटलेली असतील, याची दक्षता घेतली होती. सुगंधी फवारा सोडण्यात आला होता. येणाऱ्या पाहुण्यांचं स्वागत करण्यासाठी संपूर्ण मराठमोळ्या पोशाखात नटलेल्या सुंदर तरुणींचा ताफा हजर ठेवला होता. पत्रकारांच्या भेटी समारंभाच्या आधीच त्यांच्या हाती दिल्या नसल्या, तरी त्या घसघशीत आहेत हे त्यांच्या कानावर जाईल, याची व्यवस्था केली होती. धनंजय पराडकरांचा प्लास्टर ऑफ पॅरिसचा पुतळाच बनवून घेऊन तो व्यासपीठाजवळ ठेवला होता. मंद संगीत छेडलं जात होतं. स्वागतगीत आणि पसायदान गाण्यासाठी तर त्यांनी नुकतीच सारेगामामध्ये विजेती ठरलेल्या नंदिनी धुरंधरला बोलावलं होतं. निवेदन आणि सूत्रसंचालन सुधीर गोखलेकडे सोपवलं होतं. अगदी अल्पोपहाराचा मेन्यूही त्यांनी स्वतःच निवडला होता. बाकीचीही तयारी केली होती. त्यात कुठंही जराशीही उणीव राहणार नाही, याची परत परत खात्री करून घेतली होती.

ठीक सात वाजता समारंभाला सुरुवात झाली. नंदिनीनं स्वागतगीत म्हटल्यानंतर तिला सुधीरसाठी तयार केलेल्या खास कक्षात नेण्यात आलं. दालनाचे सर्व दरवाजे बंद करण्यात आले. आणि माईक हातात घेऊन जगन्नाथ देशपांड्यांनी प्रास्ताविकास सुरुवात केली.

"धनंजय पराडकरांची तशी ओळख आपल्या सर्वांनाच आहे; पण तरीही आजच्या या खास प्रसंगी त्यांचा, त्यांच्या व्यक्तिमत्वाचा अनौपचारिक आणि तरीही तितक्याच समर्थपणे परिचय करून देणं औचित्याचं आहे, अशी माझी भावना आहे आणि तो करून देण्यासाठी त्यांच्याच पावलावर पाऊल ठेवून तितक्याच आत्मविश्वासानं वाटचाल करणाऱ्या साहित्यपंढरीच्या एका वारकऱ्याला आम्ही इथं पाचारण केलं आहे. तो वारकरी तरुण तर आहेच; पण पराडकरांच्या आजवर अज्ञात असलेल्या अनेक पैलूंचा निकटचा परिचय त्याला झालेला आहे. त्यामुळं त्यांची सर्वांगीण ओळख करून द्यायला दुसरी योग्य व्यक्ती आम्हाला मिळूच शकली नसती. रसिकहो, आपल्या अनुमतीनं मी श्रीयुत मनोज मस्तकार यांना पाचारण करतो."

समारंभ दिव्य भव्य असला, सेन्टॉरच्या बॅन्क्वेट हॉलमध्ये होत असला तरी तो श्रद्धांजलीचा आहे, तेव्हा टाळ्या वाजवाव्या की वाजवू नयेत, अशा संभ्रमात पाहुणे पडले होते. त्यामुळं तुरळक टाळ्या पडल्या. मी माझ्या कुडत्यावरच्या

“इथं आहे तो.”

आम्ही सर्वजण पाहू लागलो. हॉलच्या पाठीमागच्या भागाकडून कासार हातावर काही तरी तोलत पुढं येत होता. बघणाऱ्याला त्याच्या हातावर काहीही असल्याचं दिसत नव्हतं. तरीही त्याच्या वजनाखाली कासारचे पाय लटपटत असल्याचं स्पष्ट जाणवत होतं.

पुढं होऊन कासारनं हातातलं ते ओझं एका टेबलावर ठेवलं आणि दुसऱ्या टेबलावरचा टेबलक्लॉथ काढून त्याच्यावर टाकला. एका माणसाचं शरीर त्या टेबलक्लॉथखाली असल्याचं स्पष्ट दिसायला लागलं होतं. त्या शरीराचं आकारमान पराडकरांच्या शरीराशी जुळणारं होतं. साटमांनी पोलीस डॉक्टरलाही पाहुणा बनवलं होतं. ते आता पुढं झाले. आणि पराडकरांना शुद्धीवर आणण्याच्या तयारीला लागले. हातातलं इंजेक्शन घेऊन सिरिंजची सुई टोचण्यासाठी त्यांनी पराडकरांचा हात हातात घेतला. अन् चमकून त्यांनी ती सिरिंज तशीच ठेवून दिली. परत त्यांनी पराडकरांचा हात हातात घेऊन पल्स पाहिला. स्टेथॉस्कोप काढून त्यांनी तो त्यांच्या छातीवर टेकवला.

कानातून त्याच्या नळ्या काढून घेत ते म्हणाले,

“आय ॲम सॉरी, साटम. बट ही इज नो मोअर. आपण केवळ त्यांना बेशुद्ध करण्याचीच योजना आखली होता; पण ही कुडन्ट टेक इट. पोस्ट मॉर्टेममध्ये खरं काय ते कळेलच. पण आय थिंक त्यांनी आपल्या मृत्यूच्या नाटकाच्या वेळी कसलंसं इंजेक्शन घेऊन आपले हार्टबीट्स मंद करण्याचा प्रयत्न केला होता असं तुम्ही सांगितलं होतंत ना. त्याचाच काहीतरी लाँगटर्म इफेक्ट होऊन त्यांचं हार्ट कमजोर झालं असावं. व्हॉटेव्हर द कॉज, ही इज डेड.”

मरतानाही पराडकरांनी आपलंच म्हणणं खरं केलं होतं. त्यांना स्वत:ला मरण आलं ते नैसर्गिक नव्हतं. आणि ते आलं तेही त्यांना प्रिय असलेल्या पद्धतीप्रमाणे बंद दरवाजांच्या आडच.

- २३ -

मी आणि मिताली आमच्या हनीमूनसाठी सिमल्याला गेलो होतो; पण तिथला तो भव्य हिमालय आमच्या नजरेला पडलाच नाही. जणू आम्हा दोघांपुरता तरी तोही अदृश्यच झाला होता.

■

शोध गुन्हेगारीचा चमत्कार वैज्ञानिक तंत्रज्ञानाचा

कर्णपिशाच्च

डॉ. बाळ फोंडके

पोलीस आणि वैज्ञानिक यांनी एकमेकांच्या सहकार्यातून लावलेला गुन्ह्यांचा शोध ही मध्यवर्ती कल्पना मनात ठेवून लिहिलेली मालिका म्हणजेच हा कथासंग्रह.
प्रत्येक कथा वेगळी, तिचं सूत्र वेगळं; तरीही या सर्व कथांना जोडणारा समान दुवा म्हणजे अमृतराव आणि कौशिक.

'वैज्ञानिक तंत्रज्ञानाच्या आधारे उलगडत जाणारी कोडी' हे या कथांचे खास वैशिष्ट्य!
कथेत घडणारे गुन्हे, खून, त्यामुळे निर्माण होणारे गूढ, रहस्यमय वातावरण यातून पुढे काय होणार?
ही उत्कंठा तगवून ठेवण्यात सर्वच कथा यशस्वी ठरतात.
गंभीर विषय असूनदेखील कौशिक आणि अमृतरावांची मिष्कील जुगलबंदी चांगलीच रंगते.
डॉ. बाळ फोंडके यांचे हे मानसपुत्र केवळ पोलीस न ठरता दोन संवेदनाशील व्यक्तिमत्त्वे म्हणूनही वाचकाला जवळची वाटू लागतात, हे या कथासंग्रहाचे खरे यश!